अखेरचा प्रयोग

डॉ. बाळ फोंडके

मेहता पब्लिशिंग हाऊस

Please contact us at **Mehta Publishing House,** Pune 411030.
✆ +91 020-24476924 / 24460313
Email : production@mehtapublishinghouse.com
Website : www.mehtapublishinghouse.com

- *या पुस्तकातील लेखकाची मते, घटना, वर्णने ही त्या लेखकाची असून, त्याच्याशी प्रकाशक सहमत असतीलच असे नाही.*

AKHERCHA PRAYOG by DR. BAL PHONDAKE

अखेरचा प्रयोग : डॉ. बाळ फोंडके / विज्ञानकथा

Email : author@mehtapublishinghouse.com

प्रकाशक : सुनील अनिल मेहता, मेहता पब्लिशिंग हाऊस,
१९४१ सदाशिव पेठ, माडीवाले कॉलनी, पुणे – ४११०३०.

मुद्रक : ट्रिनिटी ॲकॅडमी फॉर कॉर्पोरेट ट्रेनिंग लिमिटेड, सर्व्हे नं. २६/५,
नऱ्हे इंडस्ट्रिअल एरिया, झील कॉलेज रोड, नऱ्हे, पुणे – ४१.

मुखपृष्ठ : राजू पवार

प्रकाशनकाल: जुलै, १९९४ / पुनर्मुद्रण : जून, २०१८

किंमत : ₹ २५०

P Book ISBN 9788171613809
E Book ISBN 9789387789708
E Books available on : play.google.com/store/books
www.amazon.in
books.apple.com

माझे साहित्य आवर्जून आणि
चोखंदळपणे वाचणाऱ्या-
आणि तरीही
त्याविषयीचे परखड मत
मला कधीही न ऐकविणाऱ्या
राजेंदिरा नारकर
यांना

– भावजी

प्रास्ताविक

विज्ञानाचा पसारा जागतिक, नव्हे वैश्विक आहे. त्यात अमेरिकी विज्ञान, युरोपीय विज्ञान किंवा भारतीय विज्ञान अशी वर्गवारी करायची झालीच, तर ती केवळ विज्ञानाची ती उपासना धरतीच्या कोणत्या भागात होत आहे, यावर किंवा ती करणारा उपासक कोणत्या देशाचा नागरिक आहे, यावरच करता येईल. विज्ञानकथांच्या बाबतीत मात्र अशी वर्गवारी केवळ लेखकाच्या नागरिकत्वावर अवलंबून नसते. लेखक भारतीय वंशाचा आहे, म्हणून त्याची विज्ञानकथा भारतीय गणता येणार नाही. विज्ञानकथेच्या भारतीयत्वाचे वेगळेच निकष आहेत.

याचं कारण म्हणजे विज्ञानकथेत वैज्ञानिक सूत्राला जेवढं महत्त्व आहे, तेवढंच कथावस्तूला, कथेला आवश्यक असलेल्या गुणांना, त्यांच्या विकासाला आहे. विज्ञानकथेत विज्ञान किती असावं, त्यातल्या लालित्याचं प्रमाण काय असावं, असे प्रश्न अनेक वेळा विचारले जातात. त्यांची उत्तरं देण्याचा प्रयत्न करायचा, तर त्या प्रश्नापाठची भूमिका मान्य आहे असं म्हणावयास हवं. मला ती भूमिकाच मान्य नाही. चांगल्या विज्ञानकथेत विज्ञान आणि कथा या दोन्ही घटकाचं तितकंच महत्त्व असलं, दोन्हींचीही नितांत आवश्यकता असली, तरी जर हे दोन घटक आपलं वेगवेगळं अस्तित्व राखणार असतील, तर ती विज्ञानकथा चांगली आहे असं मी तरी मानणार नाही. प्रयागला गंगा आणि यमुना यांचा संगम झाल्यावर हे पाणी गंगेचं आणि हे यमुनेचं, असं वेगवेगळं जसं दाखविता येत नाही, त्यापुढचा त्या नदीचा प्रवाह जसा एकसंध होतो, तसंच चांगल्या कथेत विज्ञान आणि कथा एकजीव होणं आवश्यक असतं. त्यांच्या एकत्रित प्रभावानंच वाचकाला खिळवून ठेवावयास हवं आणि म्हणूनच विज्ञानकथेतल्या विज्ञानांच्या अचूकतेचं ते वास्तव वाटावं याचं भान ठेवणं जसं अत्यंत जरुरीचं असतं, तसंच कथेच्या सर्वमान्य कसोट्यांना ती विज्ञानकथा पुरून उरावी, याकडेही लेखकानं ध्यान द्यायला हवं.

तसं करायचं, वाचकाला ती कथा आपली वाटेल असा प्रयास करायचा, तर मग कथेतील वातावरण, तीमधील पात्रांचं व्यक्तिरेखाटन, कथेचा आत्मा असलेल्या

वैज्ञानिक सूत्राकडे आणि त्या सूत्राच्या संभाव्य परिणामांवर आधारित असलेल्या कथेतील संघर्षाकडे पाहण्याचा त्या पात्रांचा दृष्टिकोण, हे सगळं आपल्या मातीतूनच उगवलेलं, इथंच रुजलेलं आणि त्या मातीच्या गुणदोषांनी युक्त असलेलं असावयास हवं. वाचकाच्या मनावर जे संस्कार झालेले आहेत, त्यांचाच पुनःप्रत्यय त्याला विज्ञानानं घेतलेल्या नव्या भरारीमुळं निर्माण झालेल्या परिस्थितीतील कथानायक - नायिका यांच्या वागणुकीतून, आचाराविचारांतून, श्वासोच्छ्वासांतून यायला हवा. असा प्रत्यय जिथं येतो, तिथं ती अस्सल भारतीय विज्ञानकथा ठरते. मग त्या कथेचं ढोबळ स्वरूप आजच्या सामाजिक परिस्थितीपेक्षा कितीही का वेगळं असेना.

ही तारेवरची कसरत करणं अवघड जरूर आहे; पण अशक्य नाही. खरं म्हणजे ते अत्यंत आवश्यक आहे. कारण कथा आपलीशी वाटायची असेल, तर ती माणसाची असावयास हवी. निदान मानवकेंद्रित असावयास हवी. ती केवळ यंत्रांची असेल वा अज्ञात अशा परग्रहवासीयांची असेल, तर तिच्याविषयी आत्मीयता वाटणार नाही. या यंत्रांच्या, परग्रहवासीयांच्या अथवा कोणाच्या वागणुकींचा, त्यांच्या दृष्टिकोणाचा माणसाच्या भावविश्वावर होणाऱ्या, होऊ शकणाऱ्या परिणामांचा विचार जर कथेत होत नसेल, तर विज्ञानानं ती कितीही समृद्ध असली, तरी कथेच्या निकषावर ती उतरणार नाही; आणि म्हणूनच तिला चांगली विज्ञानकथाही मानता येणार नाही.

माणसाचं भावविश्व ही मोठी अजब चीज आहे. माणसाचं या पृथ्वीतलावर आगमन होऊन आज लक्षावधी वर्षं उलटून गेली; पण या भावविश्वाचे मूलभूत आधार मुळीसुद्धा बदललेले नाहीत. त्याच षड्रिपूंभोवती ते घोटाळत आहे. बदलत्या परिस्थितीत प्रकट होणाऱ्या भावनांचं स्वरूप वरवर बदललेलं आढळेल; पण त्यांच्या उगमांचा शोध घ्यायला गेलं, तर त्या षड्रिपूंपाशीच जाऊन आपण पोहोचतो. निदान माझी तरी अशी ठाम धारणा आहे. माझ्या बहुतांश विज्ञानकथांवर याच विचारधारेची छाप पडलेली आढळेल.

विज्ञानाच्या नवनव्या आविष्कारांमुळे, आजच्या - तसंच भविष्यात होऊ घातलेल्या, माणसाच्या भावविश्वात, सध्या ज्यांची तोंडओळखही नाही, अशा अनेक नव्या वादळांचा उद्‌भव होऊ शकतो. या तुफानांचं दृश्य स्वरूप आगळं भासलं तरी, त्या परिस्थितीतली माणसाची वागणूक सद्यः परिस्थितीपेक्षा वेगळी नाही. वेगळी असूच शकत नाही. कारण उत्क्रांतीच्या ओघात माणूस शरीरानं कितीही बदलला असला, त्याचं विचाराशी निगडित असलेलं बौद्धिक सामर्थ्य कितीही विकसित झालं असलं, तरी विकारांशी सख्य राखणारं त्याचं मानसविश्व मात्र बदललेलं नाही. याचाच प्रत्यय या कथांमधून द्यावयाचा प्रयत्न केलेला आहे.

बाळ फोंडके

अनुक्रमणिका

श्रेय / १
नको ती आठवण / ११
निशिगंधाची फुलं / २१
मायेची ओढ / ४०
सुटका / ५१
ययाती / ६२
अनुरूप / ७५
विश्वविक्रम / ८५
पर्याय / १०१
कस्तूरीमृग / ११५
काजळमाया / १२८
घर / १४९
लूपहोल / १५९
स्वप्न तेचि दर्पणी / १७१
शिष्यात् इच्छेत / १८२
अखेरचा प्रयोग / १९१

श्रेय

टाळ्यांच्या कडकडाटाने माधवराव भानावर आले. त्यांनी आपली नजर वर केली. सारा श्रोतृसमुदाय व रंगमंचावरच्या साऱ्या व्यक्ती, अगदी वक्तासुद्धा, त्यांच्याकडे पाहत होते. त्यांना गांगरल्यासारखे झाले. बसल्या जागीच त्यांची चुळबुळ झाली. आपल्या पायांची घडी त्यांनी बदलली.

लोकांनी कशासाठी टाळ्या वाजवल्या हे त्यांना कळेना. काय बोलला होता तो वक्ता आपल्याबद्दल? काय सांगत होता तो या साऱ्या मंडळींना? आपल्याकडे सर्व जण पाहत होते, त्यांच्या नजरांमध्ये कसली तरी अपेक्षा होती. काय हवं होतं त्यांना माझ्याकडून? आपण स्वस्थच बसून राहिल्यानं त्यांचा अपेक्षाभंग तर झाला नसेल?

एक ना दोन, अनेक शंका त्यांना छळू लागल्या होत्या. हे असं होईल याची त्यांना खात्रीच होती. म्हणून तर त्यांना हा सत्कार नको होता. कोणताच नको होता. लोकांनी आपले गोडवे गावेत, आपल्याच तोंडावर आपली स्तुती करावी आणि ती निगरगट्टपणे आपण ऐकत बसून राहावं, हे मुळातच त्यांना नापसंत होतं. कोणी तसं करू लागला की त्यांना अत्यंत अवघडल्यासारखं होई. व्यक्तीला का महत्त्व असावं हेच मुळी त्यांना समजत नव्हतं. व्यक्ती नश्वर होती. शाश्वत काही असलंच तर ते त्या व्यक्तीचं कार्य, त्यांच्यासारख्या कलावंताची कलाकृती. कोणाला काही चार चांगले शब्द– प्रसंगी वाईटही– बोलायचे असतीलच, तर त्यानं ते त्या कलाकृतीसंबंधी बोलावे. तिच्या गुणदोषांची चर्चा करावी, कलाकार कोणी का असेना, अशीच त्यांची धारणा होती.

म्हणूनच ते आजवर प्रकाशाच्या वलयापासून दूर राहिले होते. आपली कलाकृती तेवढी त्यांनी लोकांसमोर ठेवली होती. त्यावरचे अभिप्रायसुद्धा त्यांनी फारसे वाचले नव्हते. पाहिले नव्हते. त्यांना त्यात स्वारस्य नव्हते. त्यांची कला ही त्यांच्या आत्म्याची मागणी होती. त्याची अंतर्गत खळबळ व्यक्त करण्याचं एक साधन होतं.

इतर त्याकडे कोणत्या नजरेने पाहतात यात त्यांना स्वारस्य नव्हतं म्हणूनच आजवर ते कलाकारांच्या संघटनेतही कार्यकारी समितीपासून दूर राहिले होते. एक सामान्य सभासद म्हणून काही कार्यक्रमांना ते शेवटच्या रांगेत बसत. आणि जितक्या हळुवारपणे येत, तितक्याच अलगदपणे निघून जात.

पण आज त्यांना नाही म्हणता आलं नव्हतं. एकतर प्रसिद्धीच्या झोतापासून दूर राहण्याच्या वृत्तीबरोबरच भिडस्त स्वभाव त्यांच्या अंगी चिकटलेला होता. तेव्हा मित्रांनीच, जवळच्यांनीच गळ घातल्यावर नाही म्हणण्याइतकंही धैर्य त्यांना झालं नाही. शिवाय ललित कला अकादमीच्या फेलोशिपसारखा सन्मान काही साधासुधा नव्हता. तो उगीच कोणाही सोम्यागोम्याच्या गळी पडणारा नव्हता. ते निमित्त साधून जेव्हा त्यांच्या खास मित्रांनीच पुढाकार घेतला, तेव्हा माधवराव हतबल झाल्यासारखे होकार देऊन बसले.

तरीही समारंभ साधेपणाने व्हावा, जास्त डामडौल असू नये, भारी गाजावाजा केला जाऊ नये, असा जेवढा आग्रह धरता येणं शक्य होतं तेवढा त्यांनी धरलाच होता. पण आजवर ज्याच्या उत्तमोत्तम कलाकृतींचा आस्वाद घेतला तो कलाकार प्रत्यक्ष दिसणार, त्याच्या तोंडचे काही बोल कानावर पडणार, हा रसिकांच्या दृष्टीने कपिलाषष्ठीचा योग होता. तेव्हा त्यांनी गर्दी करावी हे स्वाभाविक होतं.

त्याच गर्दीसमोर लाजेनं चूर होणाऱ्या नववधूसारखे माधवराव बसून होते.

"गेली चाळीस वर्षं अथक, विश्रांतीचं नावही न काढता माधवरावांचा कलायज्ञ सुरू आहे." वक्ता पुन्हा जोमानं समरसून बोलत होता. "१९९० साली प्रथम ते प्रकाशात आले ते त्यांच्या आजही रसिकांना मोहविणाऱ्या 'अभिसारिका' या कलाकृतीनं. लेनार्दो दा व्हिन्सीच्या मोनालिसाप्रमाणे हीही एक अजरामर कलाकृती आहे."

माधवरावांना तोंड कुठं लपवावं हे कळेना. वक्त्याच्या त्या अतिशयोक्तीनं ते शरमून गेले होते. कुठे लेनार्दो, कुठे आपण. तरीही 'अभिसारिका'च्या वेळी आपण ऐन भरात होतो, त्या वेळी कोणी जर आपली लेनार्दोशी तुलना केली असती तर आपण त्याला आक्षेप घेतला नसता, याची माधवरावांना मनातल्या मनात जाणीव झाली.

'अभिसारिका'च्या आठवणीनं त्यांचं मन त्या काळात गेलं. किती नवनवीन कल्पना त्या वेळी येत असत मनात. नवनवीन प्रयोग करण्याची केवढी अनावर ऊर्मी येत असे. त्या वेळी 'अभिसारिका' हे केवळ कल्पनेतून, प्रतिभेच्या विलासातून कॅनव्हासवर उतरलं हे सांगूनही कोणाला खरं वाटलं नव्हतं. 'अभिसारिका'ची मॉडेल कोण असावी याविषयी अनेक तर्कवितर्कही केले गेले होते.

त्या बाबतीत मात्र 'मोनालिसा'शी त्याची तुलना होऊ शकत होती, या विचारानं त्यांच्या चेहऱ्यावर 'मोनालिसा'सारखंच एक अर्धस्फुट स्मित झळकलं. पुढच्याच

क्षणी मात्र त्यांना त्या अप्रिय घटनेची आठवण झाली. 'अभिसारिका' अर्धवट अवस्थेत जवळजवळ तीनचार महिने पडून होतं, हे इथल्यापैकी किती जणांना माहीत असेल, असा प्रश्न माधवरावांना पडला.

'अभिसारिका' एखाद्या वयात येणाऱ्या मुलीसारखं अधमुऱ्या अवस्थेत आलं आणि माधवरावांना एकाकी जाणवलं, त्यांचा कुंचला धरणारा, कुंचल्याला हवं तसं वळविणारा हात त्यांच्या ताब्यात राहिनासा झाला होता. त्यांच्या मनाच्या आज्ञा पाळण्यात कां कू करू लागला होता. त्यांना हवे तसे रंगांचे पट आखीनासा झाला होता. सरळ रेषेत कुंचला फिरवू पाहावं तर लफ्फेदार वळण घेऊन तो भलत्याच ठिकाणी पोचू पाहत होता. वेगळ्या काळात असते तर माधवराव भूतबाधेची सूचना मान्य करून त्यावरचे अंगाऱ्याधुपाऱ्याचे उपाय करीत राहते.

पण माधवरावांनी डॉक्टरच्या दवाखान्याची वाट धरली. त्यालाही त्यांच्या त्या विचित्र विकृतीचा उलगडा होईना. त्यांनी आणखी स्पेशालिस्टांना साकडं घातलं. शेवटी न्यूरोफिजिशियन्सनी निदान केलं. माधवरावांच्या मेंदूच्या काही पेशी डिजनरेट होत चालल्या होत्या. एखाद्या यंत्राचा एखादा भाग वापरून झिजून जावा, त्यांच्याच हातातल्या कुंचल्याचे केस वापरून वापरून झिजावेत तशीच त्या पेशींची गत होत आली होती.

''म्हणजे ट्यूमर होत आहे का?'' माधवरावांनी कमालीच्या अलिप्तपणे विचारलं. ''छे! छे! ट्यूमर हा काही पेशींच्या भरमसाट आणि अनावर वाढीनं होतो. इथं तर उलट प्रकार आहे... काही पेशींची झीज होत चालली आहे. कलात्मक आविष्काराचं केंद्र असलेल्या तुमच्या मेंदूच्या भागातील पेशी.''

''आय सी! म्हणजे पार्किन्सन्स डिसीज किंवा अल्झायमर्स डिसीज. ''

''ते नाहीच. पण त्यांच्यातलाच हा प्रकार. या तुमच्या विकृतीला नाव असं नाही. माझ्या तरी पाहण्यातली ही पहिलीच केस आहे. लिटरेचरमध्ये आमच्या वैद्यकीय वाङ्मयातही अजून माझ्या वाचण्यात अशी केस आलेली नाही. म्हणूनच...

''...म्हणूनच काय डॉक्टर?''

''तुम्हाला विचारणारच होतो मी. तुमची हरकत नसेल तर तुमच्या आणखी काही तपासण्या करून, कॅट स्कॅन घेऊन ठेवावेत म्हणतो मी. एकतर त्यांच्या आधारे मला जगातल्या इतर काही तज्ज्ञांशी सल्लामसलत करता येईल. शिवाय अजून तरी तुमच्या या विकृतीची सुरुवात आहे असंच म्हणावं लागेल. तेव्हा...''

''म्हणजे आहे हा प्रकार वाढीला लागेल तर! मला माझा कुंचला हवा तसा वापरता येणार नाही? माझ्या मनाप्रमाणे मला माझा कलाविष्कार करणं जमणार नाही?''

''तसं नाही. तसंच नाही.'' घाईघाईनं डॉक्टर म्हणाले, ''या मेंदूच्या विकाराबाबत

खास करून डिजनरेटिव्ह डिसीजीसबाबत असं ठामपणे कधीच सांगता येणार नाही. त्यांची वाढ कोणत्या दिशेनं होणार आहे, कोणत्या वेगानं होणार आहे, किंबहुना वाढ तरी होणार आहे का, तो त्याच अर्धवट अवस्थेत राहणार आहे हे निश्चितपणे सांगणं कठीण आहे, माधवराव. तुमची नियमित तपासणी करून त्याबाबत काही निर्णय घेता येईल.''

''अर्धवट अवस्था!'' थोडंफार, पण विषण्णपणे हसत माधवराव म्हणाले, ''छान एक्सप्रेशन वापरलंत डॉक्टर. हा माझा कुंचला आजवर माझा अवयवच बनून राहिला होता. माझ्या हाताला धुमाऱ्यासारखा फुटलेला आणखी एक हात. तो जर असा मला न जुमानता स्वतंत्रपणे वागू लागला तर माझी अवस्था अर्धवटासारखीच होणार आहे.''

''अशी हाय खाऊ नका, माधवराव.'' त्यांच्या पाठीवर थोपटत डॉक्टर म्हणाले, ''मी म्हटलं ना की अजून सुरुवात आहे आणि सुरुवातीलाच समस्या आपल्या लक्षात आली आहे. तेव्हा तिच्यावर कडक नजर ठेवून तिच्यावर उपाय करणं कठीण जाणार नाही.''

''तशी काळजी नाही, डॉक्टर. काही काही वेळा तर अर्धवटावस्थेतील कलाकारच आपल्या अजरामर कलाकृती निर्माण करून गेले आहेत. व्हॅन गॉगचं उदाहरण घ्या ना.''

डॉक्टर त्यावर काहीच बोलले नाहीत.

माधवरावांनीही मग आपल्या विकृतीची फारशी चिंता केली नाही. डॉक्टरांनी सांगितल्याप्रमाणे ते नियमित तपासणीसाठी जात राहिले. पण त्याचबरोबर दुप्पट जोमाने, निर्धारपूर्वक कुंचल्यावर नियंत्रण मिळवत, क्वचित त्याच्या स्वतंत्र वागणुकीला मोकळा सोडत, उत्साहाने काम करत राहिले. एखाद्या रॉकेटच्या उड्डाणाचा काउंटडाउन संपत आला की त्याच्याशी संबंधित शास्त्रज्ञ जशी शिस्तबद्ध धांदल करतात, तशी आपली कलाकृती पूर्ण करण्याच्या कामाला लागले.

अन् त्यातून उभी राहिली ती 'अभिसारिका'!

तिचं अपार कौतुक झालं. आजही होत आहे. हा वक्ताही तेच तर सांगतो आहे.

'' 'अभिसारिका' हा केवळ माधवरावांच्या कलाजीवनातील एक महत्त्वाचा टप्पा नाही, तर भारतीयच नव्हे, जागतिक कलाप्रवासातही तो एक महत्त्वाचा मैलाचा दगड आहे. त्या कलाकृतीनं कलेच्या प्रांतात एक नवा प्रवाह सुरू केला. माधवरावांच्या कलाजीवनाला तर त्यामुळे एक नवीनच वळण लागलं.''

खरं आहे याचं. माझ्या कलेनं एक नवीन वळण घेतलं हे अगदी अक्षर न् अक्षर खरं आहे. पण ते मी घेतलं की माझ्या कुंचल्यानं मला न जुमानता मला घ्यायला लावलं, हे कसं सांगायचं. माझ्या या विषयातल्या बुद्धिमत्तेची तारीफ करतोय हा.

पण त्या बुद्धिमत्तेला झीज लागली होती हे याला समजलं तर याची अवस्था काय होईल? माझ्या त्या वेळच्या कुंचल्याप्रमाणे याची जीभही याला न जुमानता वेडीवाकडी वळणं नाही घेणार? याच्या मनातही नसणारे शब्द याच्या ओठावर नाही आणणार?

तसं झालं तर आजच्या या सत्कार समारंभाची कशी शोभा होईल, या कल्पनेनं त्या स्थितीतही एक अर्धस्फुट स्मित माधवरावांच्या ओठांची महिरप वाकवून गेलं.

''चाळिशीच्या नंतर माणसाची प्रतिभा उताराला लागते असं सर्वसामान्यपणे मानलं जातं. खरंही आहे ते. पण सर्वसामान्य माणसाच्या बाबतीतच. असामान्य मेधावी व्यक्तीच्या बाबतीत हे सर्वमान्य ठोकताळे, हे सामान्य नियम लागू होत नाहीत. किंबहुना त्यांच्या या अपवादामुळेच कदाचित हे नियम सिद्ध होतात.

''माधवरावांच्या बाबतीत बोलायचं तर चाळिशीनंतर त्यांचा कुंचला अडखळल्यासारखा झाला खरा. त्या काळातल्या त्यांच्या काही कलाकृती त्यांच्या तोवरच्या लौकिकाला साजेशा नव्हत्या. तशा त्या हीणकस मुळीच नव्हत्या. इतरांच्या तुलनेत तर त्या केव्हाही प्रथम दर्जाच्याच ठरल्या असत्या...''

ही उगीचच स्तुती चालवलीय यानं. आपल्या तोंडावर त्या कलाकृती भुक्कड होत्या, कोणाही नवशिक्याच्या हातच्या वाटाव्या अशा होत्या, हे सांगायचं धैर्य होत नाहीय याला. एरवी त्या कलाकृतीमध्ये कोणत्याही तऱ्हेचं नियोजन नव्हतं, कोणताही सुसूत्र विचार नव्हता, त्या आविष्कारापाठी नेमकी, ठोस, वेल-फोकस्ड अशी संकल्पना नव्हती, हे कोणीही शेंबडं पोर सांगू शकलं असतं. एरवीही कोणी केलेल्या टीकेनं व्यथित होणारे आपण नाही. त्या कलाकृतींबाबत कोणीही कितीही नावं ठेवली, तरी त्याबद्दल आपल्याला मुळीच वाईट वाटणार नाही. त्याच लायकीची आहेत ती पेंटिंग्ज. सिनेमाचे पोस्टर्स रंगविणारा रंगारीही त्याहून अधिक दर्जेदार चित्रं काढू शकला असता.

दर्जा यावाच कसा? दिवसेंदिवस हातांना ताब्यात राखणं अधिकाधिकच अवघड होऊ लागलं होतं. 'अभिसारिका' रंगवताना जिची चाहूल लागली होती ती विकृती एखाद्या तणासारखी फोफावत गेली होती.

ते नियमितपणे डॉक्टरांकडे तपासणीसाठी गेले होते. त्यांनी सुरुवातीलाच डॉक्टरला सांगून टाकलं होतं–

''डॉक्टर, एक रिक्वेस्ट आहे.''

''बोला.''

''माझ्यापासून कधीही काहीही लपवून ठेवायचं नाही. तुमचं निदान कितीही धक्कादायक असलं तरी त्याच्या प्रभावापासून मला वाचवायचा प्रयत्न करायचा नाही. जे काही अटळ असेल त्याला तोंड द्यायची तयारी करेन मी; पण अंधारात

ठेवलं गेलेलं पचायचं नाही मला.''

''ठीक आहे. आय अन्डरस्टॅन्ड.'' त्यांच्या निर्धाराची खात्री वाटून डॉक्टर म्हणाले, ''आय अप्रिशिएट युअर करेज. मी कधीही काहीही लपवून ठेवणार नाही. जे काही असेल ते स्पष्टपणे सांगून टाकेन. आय प्रॉमिस.''

आणि डॉक्टरांनी त्यांचं वचन पाळलंही होतं. त्यामुळेच ज्या ज्या वेळी माधवराव डॉक्टरांकडे गेले, त्या वेळी एकदाही डॉक्टर त्यांना ''गेल्या वेळेपेक्षा थोडी सुधारणा आहे बरं का,'' असं सांगू शकले नाहीत. एवढंच कशाला, परिस्थिती जैसे थे आहे, सुधारणा नाही पण अधिक बिघाडही नाही, असंही सांगण्याची संधी डॉक्टरांना कधी मिळाली नाही. संथपणे का होईना, पण विकृतीचा पगडा वाढतच गेला, एकही चित्र मनासारखं उतरेना. वैतागून शेवटी माधवरावांनी चित्रसंन्यास घ्यायचाच विचार केला होता.

''साधारण तीस वर्षांपूर्वी वयाची चाळिशी जेमतेम उलटली असतानाच माधवराव जवळजवळ निवृत्त झाले होते. सर्वांनाच त्याचं आश्चर्य वाटलं होतं. पण केवळ चाकोरीतली, घोटूनघोटून पक्क्या केलेल्या तंत्रामुळे सहजगत्या उतरणारी, सामान्य चित्रं रेखाटणं त्यांना पसंत नव्हतं. सतत नवनवीन उन्मेषाच्या ध्यासात असणारी त्यांची प्रतिभा रिंगणातल्या रिंगणात फिरत राहायला तयार नव्हती. जंगलचा राजा असणाऱ्या सिंहाला पिंजऱ्यात बंदिस्त करून सारं अरण्य दणाणून सोडणारी डरकाळी फोडायला सांगावी तसंच आहे हे सारं. सतत नवनवीन देश पादाक्रांत करणाऱ्या सिकंदरला आता जिंकायला जग उरलं नाही, असं वाटून रडू फुटलं होतं. तशीच माधवरावांची ही विरक्ती होती...''

किती अतिशयोक्ती करावी माणसानं! न जुळणाऱ्या कसल्या उपमा, उत्प्रेक्षा वापराव्यात माणसानं! कसला सिकंदर आणि कसला सिंह, नवीन प्रदेश जिंकायची बातच सोडा. आहे तोच हातातून निसटायची पाळी आली होती. तलवार उचलणारा हात कमरेचा शेला उचलायलाही असमर्थ होऊ पाहत होता. आणि सिंहच म्हणाल, तर त्याची आयाळ, नखं, हे झडायला आले होते. डरकाळी फोडायला लावणारं अंगही गमावून बसला होता तो.

चित्रकला सोडणं हा काही सुखासुखीचा घेतलेला निर्णय नव्हता. जड मनानंच तो घेतला होता. काही करणं जमतच नव्हतं. डॉक्टरांना जेव्हा तो ऐकवला तेव्हा तेही व्यथित झाले. दुखणं मर्यादेबाहेर जाऊ पाहत होतं. तोपर्यंत त्यांनी चालविलेले औषधी उपाय व्यर्थ ठरले होते. सुरुवातीला वाटलेली आशाही मालवली होती.

''चित्रकला सोडणार तुम्ही? मग काय करणार आहात?''

''काय करणार!'' खिन्नपणे हसत आपण म्हणालो होतो, ''काय करणार? दुसरं काही आजवर केलंच नाही. करण्यासारखं माझ्याकडे हे एवढंच आहे. पण

तेच असं वेडंवाकडं होत चालल्यावर... खरं सांगू डॉक्टर, आमच्या क्षेत्रातही भोंदूगिरी, तोंडपुजेपणा यांना तोटा नाही. हे जे काही माझ्या हातून वेडंवाकडं उतरतंय ना, तेही आधुनिक चित्रकलेतील नवीन शैलीच्या नावानं खपून जाईल. त्याचाही उदो होईल. पूर्वपुण्याईच्या जोरावर त्यालाही किंमत येईल. योग्य ती मोर्चेबंदी केली, नेमक्या टीकाकारांशी संधान साधलं, तर त्यालाही डोक्यावर घेतलं जाईल; पण तसा खोटेपणा करणं जमणार नाही मला. माझा पिंडच नाही तो. आजवर कमावलं तेवढीच आपली शिदोरी समजून पुढच्या मार्गाला लागलं पाहिजे मला.'' क्षणभर कोणीच काही बोललं नव्हतं. डॉक्टरही खचून गेल्यासारखे झाले होते. मूकपणेच त्यांनी आपले हात हातात घेऊन आपली भावना- व्यक्त केली होती.

त्या वेळी सर्व काही संपल्यासारखं वाटलं होतं. संपलंच होतं. पुढच्या खेपेस डॉक्टरांनी त्या उपायाची आशा दाखविली नसती तर सगळं संपल्यातच जमा होतं. पण त्या खेपेस डॉक्टरांनी त्यांचं उत्साहानं स्वागत केलं होतं.

''या, या. वाटच पाहत होतो मी तुमची. बसा.''

''डॉक्टर खरं म्हणजे मी तुमचा निरोप घ्यायला आलोय.'' आपण म्हणालो होतो.

''निरोप? का? मी नाही समजलो.''

''आता इतक्या विकोपाला गेल्यावर परत-परत तपासणी करून घेण्यात काय मतलब आहे, डॉक्टर? शेवटाच्या किती जवळ पोचलो आहोत हे जाणून घेण्यात मला बिलकूल स्वारस्य नाही. माझी चित्रकला संपलीच आहे. मग मी उरलो काय, न उरलो काय, काही फरक पडणार नाही.''

''अशी निर्वाणीची भाषा बोलू नका, माधवराव.''

''एरवी मी फारसं बोलत नाही. पाहिलंच असेल तुम्ही. पण आता नाही बोललो तर कधीच बोलू शकणार नाही म्हणून...''

''तुम्ही आधी बसा पाहू. मी तुमच्यापासून काहीही लपवून न ठेवण्याचं वचन दिलंय, आठवतं? मग शेवट जवळ आला तर त्याविषयीही स्पष्ट शब्दांत सांगेन मी. ओ.के.? आता ऐका, शेवटाची बातच सोडा. उलट तुमच्या समस्येवर एक उत्तर सापडलंय. इतके दिवस तो उपाय प्रयोगावस्थेत होता म्हणून मी बोललो नव्हतो. पण आता प्रयोगाची यशस्वी सांगता झालीय. तेव्हा आता तो केवळ प्रायोगिक न राहता प्रत्यक्षात उतरलाय.''

''कसला उपाय?!'' अजूनही त्या उपायाविषयी फारशी आशा आपण धरली नव्हती.

''तुमच्या मेंदूच्या काही पेशींची झीज होत आहे. त्या मृतवत झाल्या आहेत. त्यांना तगावून धरता येणार नाही, की आपल्या कातडीच्या पेशीप्रमाणे इतर निरोगी

पेशींची वाढ होऊन त्या या मरून गेलेल्या पेशींची जागा घेऊ शकणार नाहीत.''

''ते तर ठाऊक आहे मला. म्हणूनच मी तुमचा...''

''तेव्हा त्यावर आता एकच उपाय.'' हाताच्या इशाऱ्यानेच आपल्याला थांबवत डॉक्टर म्हणाले होते. ''अवयवरोपणाचा, पेशीरोपणाचा. नव्या, वाढू शकतील, झालेली झीज भरून काढू शकतील अशा ताज्या दमाच्या पेशींची रुजवात करण्याचा. अशा पेशी फक्त एकाच स्रोतापासून मिळू शकतात.''

''कोणत्या?'' आपल्या नकळत आपल्या तोंडून प्रश्न घरंगळला होता.

''गर्भाच्या. भ्रूणाच्या नवोन्मीलित मेंदूपेशी जर तुमच्या मेंदूत रुजवल्या गेल्या, तर तुमची झालेली झीज भरून येईल. पुन्हा नव्या जोमानं तुम्ही तुमची कला वृद्धिंगत करू शकाल. तिला नवीन बहर येईल.''

''पण - पण असा गर्भ मिळणार कुठून? असा भ्रूण देणार कोण? शिवाय ते ट्रान्सप्लांट ऑपरेशन–''

''त्याची काळजी तुम्ही करू नका. माझ्यावर सोपवा. तुम्ही फक्त तुमची संमती द्या या उपायाला.''

या जगात येऊ पाहणाऱ्या, आपल्या जगात पाय ठेवू पाहणाऱ्या एका नव्या जिवाला तिथल्या तिथं रोखून धरायचं आणि त्याचं खच्चीकरण करून कच्च्या मालासारखा त्याचा उपयोग करायचा ही कल्पना सुरुवातीला कितीही बीभत्स वाटली, तरी स्वतःचा जीव कोणाला प्यारा नसतो! तो वाचविण्यासाठी कोणतंही दिव्य करायला तयार होतात लोक. मग आपण तर...

''अन् ज्या आकस्मिकरीत्या माधवरावांनी चित्रसंन्यास घेतला होता, त्याच आकस्मिकरीत्या त्यांनी परत एकदा कुंचला हातात धरला. दुसरा डाव सुरू केला आणि सुरू केला तोही किती डौलदारपणे, किती दिमाखात!''

''या काळातील, विशेषतः गेल्या दहा-बारा वर्षांतल्या त्यांच्या कलाकृतींना एक आगळीच गूढ, भीषण रम्यता प्राप्त झाली आहे. या कलाकृती आपल्याला पर्युत्सुक बनवतात. कालिदासाच्या त्या प्रसिद्ध 'रम्याणि वीक्ष मधुरांश्च निशम्य शब्दान्...' या पंक्तीची आठवण करून देतात...''

''त्यांची ही 'शैली' आज दुनियाभर गाजते आहे. इतरांनी प्रयत्न करूनही त्यांना ही शैली आत्मसात करता आलेली नाही. एका वेगळ्या नजरेने पाहिलेलं जग या कलाकृतींमधून सादर झालं आहे. एका आगळ्यावेगळ्याच कक्षेमधून जगाकडे टाकलेल्या दृष्टिक्षेपाचा तो आविष्कार आहे. त्यातले आकार, त्यांची रचना, त्यांचं नेमक्या शब्दांत वर्णन करणं अशक्य आहे. निःशब्द काव्य असंच त्यांचं वर्णन करावं लागेल. आणि त्यातली रंगसंगती तर अगाध, अबोध आहे. मनाला मोहवून टाकणारे ते रंग त्यांच्या कलाकृतीव्यतिरिक्त इतरत्र पाहावयास मिळत नाहीत. तेही

त्या छटा कशा निर्माण करू शकतात हेही गूढच राहिलं आहे. निराकार, निर्गुण, तेजोमय असं एक अस्तित्व या विश्वाचा प्रपंच चालवतं असं म्हटलं जातं. या कलाकृती त्या तेजोमय अस्तित्वाचे विविध आयामच आपल्यापुढे सादर करतात. आपल्याला भारून टाकतात. माधवरावांच्या या एकमेव, युनिक अशा कलाविष्काराची दखल ललितकला अकादमीकडून घेतली गेली आहे. या निमित्ताने त्यांच्या कलाकृतीला रसिकतेची दाद देण्यासाठी, या कलासम्राटाला मानाचा मुजरा करण्यासाठी आपण आज इथे जमलो आहोत.''

माधवरावांच्या कानांवर शब्द आदळत राहिले. त्यांची कंपनं त्यांना जाणवत होती. त्यांचा अर्थ मात्र त्यांना स्पर्श करत नव्हता. तिर्यक अवस्थेत ते बसून होते. त्यांच्या अंतर्मनात एक आवर्त उठलं होतं. त्यानं ते पार गुरफटून गेले होते.

त्याच हरवलेल्या अवस्थेत त्यांनी अध्यक्षांनी अंगाभोवती लपेटलेल्या महावस्त्राचा स्वीकार केला. त्यांच्या हातून श्रीफळ घेतलं, मानाचं. मानचिन्हाची नटराजाची मूर्ती स्वीकारली. आणि त्यांच्या आवाहनाला मान देऊन सत्काराला उत्तर देण्यासाठी ते मायक्रोफोनपुढे उभे राहिले. ते गोंधळून गेले होते. काय उत्तर द्यायचं आपण? काय सांगायचं या रसिकांना? आपल्या त्या नवीन शैलीचं तोंड फाटेस्तोवर कौतुक केलंय त्यांनी, त्याचं रहस्य कसं उलगडून सांगायचं? ती शैली यांना वेगळी वाटतेय, त्यातल्या गूढतेची प्रचिती यांना आलीय. त्यातल्या रचनेपाठची, रंगसंगतीपाठची अनोखी नजर यांना जाणवलीय. अरे, आहेच मुळी ती नजर अनोखी. तिचं पर्सेप्शन आपल्या सर्वांपेक्षा वेगळं असायचंच.

गर्भ झाला तरी त्याला जाणीव नाही, संवेदना नाहीत हे सांगितलं कोणी तुम्हाला! जा, त्या वैज्ञानिकांना विचारा. इंग्लंडमध्ये पार्लमेंटनंच बसवलेल्या डेम वार्नक यांच्या अध्यक्षतेखालच्या त्या कमिशनला विचारा, जीव केव्हा खरा उत्पन्न होतो ते, केव्हा खरा जन्म घेतो ते. मातेचं बीज आणि पित्याचं बीज यांचं मिलन होऊन पिंडपेशी निर्माण झाल्यापासून आठव्या - नवव्या दिवशी जीव जन्माला येतो असंच सांगतील तुम्हाला ते.

जीव आला की जाणीव आलीच, संवेदना आलीच. सजीव आणि निर्जीव यातला मूलभूत फरकच मुळी तो आहे. लाकडाचा ठोकळा घ्या. सुस्तीत पडून राहिलेला असतो. उन्हापावसाचा, थंडीवाऱ्याचा, एवढंच काय, पण त्याच्यावर पडू पाहणाऱ्या लाकूडतोड्याच्या कुऱ्हाडीचाही त्याच्यावर ढिम्म परिणाम होत नाही. व्हावाच कसा? संवेदनाच नाही. पण तेच ज्याच्या - बुंध्यापासून, खोडापासून तो ठोकळा बनला तोच वृक्ष घ्या. निसर्गातल्या बऱ्यावाईट बदलांना कसा मनमोकळी दाद देतो– कधी बहरून येतो, कधी रुसून बसतो, कधी सुकून जातो. हीच तर मुळी खूण आहे सजीवतेची.

मग त्या सजीव गर्भालाही संवेदना, जाणीव असणारच. त्याच्याच जाणीवनेणिवेचा हा आविष्कार आहे. कोषात गुरफटलेल्या अवस्थेत त्यानं घेतलेल्या या जगाच्या अनुभवाचे ते पैलू आहेत. बिनफुटल्या डोळ्यांनी पाहिलेल्या या जगाची ती चित्रं आहेत. त्यातली रंगसंगती या जगात कधीही न दिसणारी आहे असं वाटलं तुम्हाला? खुळ्यांनो, या जगातलीच आहे ती. इंद्रधनुष्यापलीकडची. ती दिसायला तशीच नजर हवी. ती तुमच्याआमच्याकडे नाही. कशी असेल! संस्काराची पुटं, झापडं चढल्यावर ती नजर अस्तित्वात उरेलच कशी! संस्काराचे, कोणत्याही चाकोरीचे बंधन पडण्यापूर्वीची ती कोरी, निष्पाप, स्वयंभू नजर. म्हणूनच तर तिला तुम्ही-आम्ही आखून दिलेले आकार दिसत नाहीत. दिसतं ते त्या आकारापलीकडचं तेज.

तेच उतरलंय या चित्रांमध्ये. माझ्या हातून ते उतरलंय. माझा हात, माझा कुंचला हे निमित्त. केवळ निमित्त. मी तो हमाल, भारवाही. त्यापाठचा विचार, त्यापाठचं नियोजन, त्यापाठची रचना हे सारं त्याचं आहे. त्या अज्ञात, अ-जात, अनाथ भ्रूणाचं आहे. कौतुक करायचंच तर ते त्याचं करा. श्रेय द्यायचंच तर ते त्याला द्या. सत्कार करायचाच तर त्याचा करा. माझा कसला करता!

मनातील ही आवर्तनं माधवराव शब्दबद्ध मात्र करू शकले नाहीत. बोलून दाखवू शकले नाहीत. मनातली भरती - ओहोटी कॅनव्हासवर उतरविण्याची सवय असलेले हात जोडून निःशब्दपणे ते त्या साऱ्या रसिक समुदायापुढे उभे राहिले.

टाळ्यांचा कडकडाट झाला. त्या क्षणीही माधवरावांना वाटून गेलं– असले कसले रसिक हे! अरे, हात जोडलेत मी. ते त्या त्या खऱ्याखुऱ्या कलाकाराला अभिवादन करण्यासाठी. तुमचा हा सत्कार त्याच्यापर्यंत पोचविण्यासाठी. हे अजूनही तुमच्या लक्षात येत नाहीय. तुमच्या टाळ्या माझ्यासाठीच वाजवत आहात तुम्ही. त्या मला त्याच्यापर्यंत पोचवल्या पाहिजेत. तोवर हे हात असे जोडून उभं राहिलं पाहिजे. निःशब्दपणे.

धर्मभास्कर, दिवाळी, १९९१

नको ती आठवण

बाजूच्या खडकांबरोबर लडिवाळपणे खेळणाऱ्या खोडकर लाटेने उडविलेले पाण्याचे थंडगार तुषार अंगावर पडताच सुजाता त्याला आणखीच जोराने बिलगत धुंदपणे सीत्कारली. तिला आपल्या मिठीत घट्ट लपेटून घेत तिच्या आवाहन करणाऱ्या ओलसर ओठांवर आपले ओठ तो ठेवणार, तोच तोवर पायाशी रुंजी घालणाऱ्या त्या मायावी लाटेने आपलं खरेखुरे राक्षसी स्वरूप प्रकट केले. पाहतापाहता ती रोंरावत उठली. इतका वेळ ज्याच्या मांडीवर निःशंकपणे ते पहुडले होते, ते सभोवतालचे काळेकभिन्न खडकही अक्राळविक्राळ रूप धारण केल्यागत दिसू लागले.

फेसाळत आलेली ती लाट दोघांच्या मधून वेगाने निघून गेली. अन् पुढच्याच क्षणी आलेल्या त्या महाभयंकर लाटेच्या तडाख्याखाली सुजाता त्याच्या मिठीतून निसटली, दूर गेली. सागराच्या त्या विशाल उदरात गडप झाली. शेवटच्या क्षणी तिनं आकांताने त्याला मारलेली हाक तेवढी त्याच्या कानावर घुमत राहिली. त्याला खिजवत, त्याच्या जखमेवर मीठ चोळत ती हाक चढत गेली.

समीर! समीर!!

घामानं डबडबलेला समीर जागा झाला. त्यानं डोळे उघडले. सभोवती किर्र काळोख होता. पण तो त्या काळ्याकुट्ट खडकांचा नव्हता. त्याच्या पाठीला गादीचा मऊ उबदार स्पर्श जाणवत होता. वाराही हळुवारपणे, झोप उडवली तर जाणार नाही ना याची काळजी घेत वाहत होता.

आता परत झोप लागणं शक्य नव्हतं. गेले कित्येक दिवस हे दुःखच त्याला छळत होतं. वास्तविक त्या काळरात्री सुजाता त्याच्या मिठीतून निसटली तेव्हापासूनच ते छळत होतं; पण त्याची तीव्रता अलीकडे जास्त वाढली होती. आणि ते स्वप्न वरचेवरही पडू लागलं होतं. जणू आता त्याची कायमचीच सोबत झाली होती.

त्या रात्री तरी, आपण खडकावर जायला नको होतं, असं त्याला राहून राहून

वाटत होतं. त्याचं शास्त्रज्ञाचं, साऱ्याच बाबींचा तर्कसुसंगत विचार करणारं मन सुरुवातीपासूनच या खडकावर जाऊन बसावयास तयार नव्हतं. तसं करण्याच्या धोक्याबाबत जागरूक होतं; पण सुजाताच्या हट्टापुढे दर वेळी तो माघार घेई. तिथं जाऊन बसायला, त्या फेसाळत्या लाटा बेभानपणे अंगावर घ्यायला सुजाताला अतिशय आवडे आणि तिच्यावर वेड्यासारखं प्रेम करणारा तो तिच्या सुखासाठी, तिच्या हट्टासाठी, आपला सारा सारासार विवेक गुंडाळून ठेवण्यास तयार होई. त्यालाही त्याचं आश्चर्य वाटे. गेली वेळ ती शेवटची. परत तिनं असा हट्ट धरलाच तर तिला ठामपणे बजावून सांगायचं असं तो वारंवार स्वतःला सांगे. पण त्याचा तो निर्धार सुजाता समोर दिसेपर्यंतच टिके. "चल ना!" तिच्या डोळ्यातली ती आर्जवमिश्रित अधीरता, थराराच्या अपेक्षेने उठलेली चमक दिसली की त्याचं सारं अवसान गळून पडे.

त्याचेच परिणाम तो भोगतोय आता. वेळीच आपल्या विवेकी मनाचं ऐकावयास हवं होतं. ते ऐकलं असतं तर सुजाता आपल्याला अंतरली नसती. आजही ती इथं आपल्या मिठीत असती. या दुःखाने असा जीवघेणा पाठपुरावा केला नसता.

पण ही सारी वांझोटी पश्चातबुद्धी होती. त्यामुळे सुजाता परत येणार नव्हती. ती आपल्याला कायमची दुरावली होती. हे सत्य होतं. आणि ते मानण्याची तयारी नसलेल्या मनाला म्हणूनच तर त्याची जाणीव वारंवार करून देत होतं.

खरंच तसंच असावं. ती आता कधीही परत येणार नाही हे आपल्या अंतर्मनाला खोलवर कुठेतरी ठामपणे पटलेलं असावं आणि ते नाकारण्याच्या आपल्या आकांताच्या प्रयत्नावर मात करण्यासाठीच आपली विवेकशक्ती आपल्याला त्या स्वप्नांची बोचणी वारंवार देत असावी.

पण मग फ्रॅन्सिस क्रिक या स्वप्नाच्या व्युत्पत्तीचा जो सिद्धान्त मांडतो त्याच्याशी याची संगती कशी लावायची? तो तर म्हणतो की, नको असलेली अडगळ स्मृतीतून काढून टाकण्याचा तो एक मार्ग आहे. मेंदूतील ही शुष्क जळमटं साफ करण्याचा तो उपाय आहे.

म्हणजे सुजाता, तिची आठवण, ही एक अडगळ? ते एक नको असलेलं, किळसवाणं जळमट? छे! छे! तिची आठवण, तेवढीच तर एक उरलीय आता, आयुष्यभराच्या सोबतीला. ती उपटून फेकून देण्याचा प्रयत्न आपलं विवेकी मन कशाला करेल? आपला तर्कसंगतीला सरावलेला मेंदू असा आव कशाला आणेल? पण तिची आठवण तरी या कटू, जिवाची लाहीलाही करणाऱ्या प्रसंगातून का व्हावी? तेवढीच आठवण का उरावी? तिच्याबरोबर घालवलेल्या अगणित आनंदाच्या क्षणांची आठवण का होऊ नये? की तिच्या उमललेल्या आयुष्याला नख लावण्यास आपण जबाबदार असल्याची बोचच क्षणोक्षणी फडा काढून दंश करू पाहतेय?

छे, छे! सारा गुंता झाला होता. सरळ साधा विचार ठरत नव्हता. वेड लागल्यागत झालं होतं. खरोखरीच वेड लागण्यापेक्षा ही स्थिती भयंकर, असह्य, काळीज कुरतडून टाकणारी. खरोखरीच वेड लागतं तेव्हा खरोखरीची सारी सत्यं काढता पाय घेतात. नाहीशी होतात. उरते ती केवळ कल्पनेतील स्वप्निल दुनिया.

स्वप्निल दुनिया! पण मग तीही केवळ दुःखानीच भरून गेली तर? तर मग या घालमेल करणाऱ्या, तडफडावयास लावणाऱ्या वेदना नाहीशा कशा होतील? त्यापासून सुटका कशी मिळेल? किंबहुना त्यापासून सुटका आहे तरी का? का हा फास कायमचाच गळ्याभोवती आवळलेला राहणार आहे?

थोड्या वेळापूर्वी पुसलेला घाम परत उतू जाऊ लागला होता. विचार करून करून डोकं ठणकायला लागलं होतं. त्यानेच ग्लानी आल्यागत झालं होतं. त्या ग्लानीतच डोळा केव्हा लागला हे समीरला कळलंच नाही.

सकाळी जाग आली तोवर त्या दुःखाचं गिधाड पंख मिटून सांदीकोपऱ्याला पडून राहिलं होतं. त्याच्या आनंदी आयुष्याच्या कलेवराचे तोडलेले लचके संथपणे चघळत. सकाळच्या त्या स्वच्छ सूर्यप्रकाशात एकच विचार प्रकर्षाने परत परत डोकं वर काढीत होता. सुजाताची आठवण कायमची पुसून टाकल्याशिवाय तरणोपाय नाही. कितीही कठीण वाटलं, कितीही अप्रिय वाटलं, तरी ते कडू जहर पचवायला हवं होतं. अन्यथा या अशा अर्धमेल्या जगण्याला अर्थच नव्हता.

पण तिची आठवण बुजवायची म्हणजे सोपं का होतं! प्रत्यक्षात ते आणायचं कसं? ते काम केवळ आपल्या निर्धारावर सोपविण्यात अर्थ नव्हता. मेंदूमधील स्मृतिधारणेच्या प्रक्रियेतच बदल करावयास हवा होता. स्मृतिकोषातील नेमका तेवढा भाग रसरशीत फळातला डागाळलेला भाग कापून काढावा तसा काढून टाकावयास हवा होता. एखादा रासायनिक चाकू वापरूनच ही शस्त्रक्रिया करावयास हवी होती. एकाच मेन लाइनवरून निरनिराळ्या घरात दिवे पाजळण्यासाठी, त्या वास्तू उजळून टाकण्यासाठी नवनवीन सर्किट्स जोडली जातात, तशीच नवनव्या आठवणी कोरून ठेवण्यासाठी अशी वेगवेगळी जाळी तयार होतात. मग सुजाताच्या आठवणीचं सर्किट ओळखून काढून ते तोडावयास हवं. निदान ते स्विच ऑफ तरी करावयास हवं.

त्या विचारानं गेल्या कित्येक दिवसांत प्रथमच समीरचा चेहरा उजळून निघाला. कित्येक दिवसांत प्रथमच तो उल्लसित होऊन बिछान्यातून उठला. लॅबोरेटरीमध्ये जाण्याची पूर्वी वाटणारी व गेले काही दिवस गायब झालेली ओढ त्याला पुन्हा एकदा जाणवू लागली.

संशोधनासाठी एक नवीन दिशा सापडल्याचा आनंद तर त्यात होताच, पण आपल्या मनावरचे घाव भरून काढण्याचा उपाय मिळण्याच्या शक्यतेची अपेक्षाही

त्याला साद घालत होती.

कित्येक दिवसांनी त्याला मन लावून लॅबोरेटरीत काम करताना पाहून त्याच्या स्वतःच्या त्या इन्स्टिट्यूटमधील त्याचे सहकारी, त्याचे विद्यार्थी– सर्वच जणांनी समाधानाचा एक सामुदायिक सुस्कारा टाकला. त्याच्याविषयीचा आदर, त्याच्या बुद्धिमत्तेच्या तेजाची सार्थ कदर यामुळे त्यांना त्याची ती तडफड पाहवत नव्हती. त्यातून तो बाहेर पडत असल्याचं समाधान त्यांना वाटत होतं; पण तोच जर असा कोलमडून पडला, तर इन्स्टिट्यूटही अंधकारमय राहील ही भीतीही त्यांना सतावत होती. तीही नाहीशी झाल्याचं एक स्वार्थी सुखही त्यांना लाभलं होतं. फक्त हा सुखावह बदल क्षणभंगुर ठरू नये एवढीच त्यांची प्रार्थना होती.

ती ऐकली गेली होती. नेहमीच्याच जोमानं समीर कामाला लागला होता. श्वास रोखून धरावयास लावणाऱ्या नवनवीन कल्पना पुढे मांडत होता. नवनवीन प्रयोगांचे आराखडे तयार करत होता. मिळालेल्या माहितीतून इतरांना न भावलेले आणि तर्ककर्कश निष्कर्ष काढीत होता. आपल्या ध्येयाच्या जवळपास पोचत असल्याची खात्री त्याला अधिकच जोमाने पुढे नेत होती. थकवा पळवून लावीत होती. फिनिशिंग लाइन दिसताच वेग वाढविण्यास खेळाडूस प्रवृत्त करणारी राखीव ऊर्जा त्यालाही पुनरुत्साहित करत होती.

या साऱ्याचं फळही थोड्याच दिवसांत मिळालं. मेंदूचा साराच व्यवहार चालतो विद्युत रासायनिक लहरींच्या माथ्यावर आरूढ होत. तेव्हा एखादी आठवण पक्की रोवण्यासाठी कोणत्या मज्जापेशी एकमेकांना जोडून त्यांचं सर्किट तयार केलं गेलंय, हे ओळखण्यासाठीही विद्युत चुंबकीय स्पंदांचे टेहळे पाठविणंच आवश्यक होतं. निरनिराळ्या मज्जापेशींच्या निरनिराळ्या भागांवर, बिंदूसमान जागेवर विद्युत चुंबकीय स्पंद टेकवल्यानं कोणत्या आठवणी जागृत होतात, दूर खोलवर पडून राहिलेली कोणती भुतं चाळविली जातात हे शोधून काढणं वेळ खाणारं होतं. किचकट, पेशन्स पाहणारं होतं; पण अशक्य मुळीच नव्हतं.

अन् एकदा त्या जाळ्याचा आवाका लक्षात आला, ते कसं पसरत गेलंय हे ध्यानात आलं की ते तोडून त्याचे सुटे तंतू वेगळ्या नव्या जोडणीसाठी मोकळे करणं अवघड नव्हतं. एखाद्या तारेच्या क्षमतेपेक्षा जास्त मात्रेचा विद्युतप्रवाह ती तार असलेल्या सर्किटमध्ये खेळवली तर काय होते? फ्यूज उडतो? ते सर्किट तुटतं ना? आणि तो फ्यूज नाहीच बसवला तर ते सर्किट कायमचं निकामी होतंच ना?

मग इथं तरी दुसरं काय करायचं होतं, प्रवाह सोडायचा होता तो विद्युत चुंबकीय स्पंदांचा. जोरदार, जोमदार स्पंदांचा. असा जोर, जोष की त्या स्मृतिजाळ्याचा फ्यूज उडावा. तसं झालं की मग ती आठवण साफ पुसली जावी. त्याची नामोनिशाणी पाठी उरू नये. ते क्रमप्राप्तच होतं.

ही एक जादूची कांडीच समीरच्या हाती आली होती. त्याला जादू तरी कसं म्हणावं? अनेक प्रयोगांनी, अथक परिश्रमांनंतर हाती आलेला, अनेक कसोट्यांवर घासूनपुसून उजळून निघालेला एक वैद्यकीय उपचारच होता तो.

आणि कटू, अस्वस्थ करणाऱ्या, जीवघेण्या वेदना देणाऱ्या आठवणींची चिघळती जखम डोक्यात बाळगून हिंडणाऱ्या अश्वत्थाम्यांचीही कमतरता नव्हती. प्रत्येकाच्या जखमेचा तपशील वेगळा पण वरचं ढोबळ स्वरूप सारखंच. एखाद्या दिलदार, दानशूर माणसानं मुठी भरून संपत्ती उधळावी तसं कोणी भरभरून प्रेमाची उधळण केली होती. पण दान अपात्री पडावं तसं ते प्रेमही अपात्री पडलं होतं. उरी बसलेला घाव सतत वाहता राहिला होता.

कोणी पाठचापुढचा विचार न करता स्वतःला त्या प्रेमगंगेत झोकून दिलं होतं. काठाला लागण्याची कसलीच आशा नाही ते लक्षात न घेता किंवा लक्षात येऊनही परिणामी प्रवाहाबरोबर एखाद्या ओंडक्याप्रमाणं वाहत जाण्यापलीकडे काहीच हाती लागलं नव्हतं.

तर काही खरोखरीच दुर्दैवी. त्यांच्या प्रेमाला प्रतिसाद मिळूनही मिलनाच्या ऐन क्षणी यमराजानं व्याध बनून जोडीदाराला टिपलं होतं. कथा-कादंबऱ्यांत बरं होतं– त्या व्याधाला शाप द्यायला कोणीतरी वाल्मीकी उभा राहत असे. प्रत्यक्ष जीवनात शापवाणी बाधत होती ती पाठी राहिलेल्या जोडीदाराला. व्याध मोकाटच सुटला होता. त्या शापाचा काळजात घुसलेला बाण तसाच रुतलेला ठेवून आयुष्य जगावं लागत होतं.

या साऱ्या जखमांवर लावायचा लेप समीरच्या हाती लागला होता. खोलवर चरत जाणाऱ्या त्या दुःखाची पाळंमुळं उखडून टाकणारा तो लेप लावून राखेतून उठणाऱ्या फिनिक्स पक्ष्यांसारखं परत स्वच्छंद विहरायला तो मोकळा होत होता.

पण दुसऱ्यांच्या हृदयात रुतून बसलेला दुःखाचा काटा हळुवार हातानं काढून टाकणारे हात स्वतःच्या उरीचं शल्य नाहीसं करायला मात्र तयार होत नव्हते. हा सारा खटाटोप करण्याचं प्रयोजन कोणतं, हे तंत्रज्ञान शोधून काढावयास लावणारी प्रेरणा कोणती हे आठवूनही आपल्या त्या क्लेशदायी आठवणी पुसून टाकायचं धाडस समीरला करवत नव्हतं.

प्रत्येक वेळी तो निर्धाराने पुढे जाई आणि ऐन क्षणी माघार घेई. रात्रीच्या त्या दुःखी स्वप्नानं मध्यरात्री चटका देऊन जाग आणली की त्या काळोखाचा चक्क उघड्या डोळ्यांनी वेध घेत घेत तो सकाळ होताच स्वतःच्या माथ्याभोवती त्या यंत्राचा जिरेटोप बसविण्याचा निश्चय करी; पण त्या अंधाराला पळवून लावणारे सूर्याचे पहिले किरण त्याच्या निश्चयालाही पिटाळून लावत.

सुजाताने या जगाचा निरोप घेतलाय याची आठवण त्याला घुसमटून टाकत

असे. तिचा चेहरा आपल्याला दिसणारही नाही. मग तो ओंजळीत पकडून वरच्या ओठाची ती आतुर थरथर आपल्या ओठांनी टिपण्याची बात दूरच राहिली. याची यादही त्याचे प्राण कंठाशी आणत असे. आणि तरीही जीव कितीही नकोसा झाला तरी कड्यावरून उडी घ्यायची झाली की पाय आपोआप पाठी ओढले जावे तशा त्या आठवणी कायमच्या पुसून टाकायच्या म्हटलं तरी त्याचे पाय अडखळत.

कधीकधी त्याला शंका येई. आपण मॅसोकिस्टिक तर नाही झालो! वेदनेलाच वेद मानण्याचं खूळ तर नाही लागलं आपल्याला! स्वतःच्या अंगावरच स्वतःच्या हातानं आसूड ओढून घेण्यातच आनंद तर नाही वाटत आपल्याला! या कूर आठवणींच्या कोषातून गुरफटून गेल्यामुळे बाहेरचं जग तसं सुंदर आहे, क्रूर नाही, कठोर नाही याची जाणीवच हरपल्यागत होत होती. त्यानं जरासा उत्साह दाखविण्याचा अवकाश, अस्फुटशी हाक मारण्याचा अवकाश, सुजाताची जागा घ्यायला अनेक जणी धावून आल्या असत्या. तिच्यापेक्षाही सुंदर; तिच्यापेक्षाही प्रतिभावान, तिच्यापेक्षाही त्याची अधिक काळजी घेणाऱ्या, त्याच्यावर प्रेमाचा वर्षाव करण्यास उत्सुक असलेल्या आणि त्याच्या प्रेमवर्षावाखाली न्हाऊन निघण्यास उत्सुक असलेल्या.

पण त्याला सुजाताशिवाय काही सुचत नव्हतं. सुजाता ती सुजाता - - एकमेव. तिच्या गुणदोषांसकट. किंबहुना त्यांच्यामुळेच तिची जागा कोणीच घेऊ शकणार नाही. तसा अधिकारच नाही कोणाचा. स्वतःच्या दुःखद आठवणी साफ गाडून टाकून पुनश्च हरी ओम करायचं असेल दुसऱ्यांना तर त्याची ना नव्हती. ते उपचार करायला तो सदैव तयार होता.

पण स्वतःचं दुःख विसरून नव्यानं सुरुवात करायची त्याची तयारी नव्हती. कितीही टोचणारं असलं तरीही एकदा तयार झालेलं ते सर्किट तोडण्याची त्याची इच्छा नव्हती. तसं ती परत येईल अशा अंधूक आशेवर भिस्त ठेवून जगायचं, आयुष्य काढायचं अशातलीही बाब नव्हती. तशी यत्किंचितही आशा नाही हे समीर पक्कं जाणून होता. तिच्या ओठांचा झालेला तो अखेरचा ओझरता खारट स्पर्श अजून त्याच्या ओठांना हुळहुळवत होता. आपल्याच ओठांना ते पाण्यातील मीठ कायमचं चिकटून राहिलंय, सुजाता कधीही परत येणार नाही याची खातरजमा करून देण्यासाठी, हे त्याला समजत होतं.

अन् तरीही सुजाताची आठवण पुसून टाकण्याची त्याची तयारी होत नव्हती. कटू असली, सतत वेदनेने विव्हळावयास लावणारी असली, तरी तिची ती आठवणच आता उरली होती. सुजाता नाही, तर तिची ती आठवणच आता सोबत करणार होती. तीही उडवून लावायची म्हणजे स्वतःहून सुजाताचा गळा घोटण्यापेक्षा वेगळं नव्हतं. नकळत आपण तिच्या मृत्यूला कारणीभूत ठरलो आहोतच. निदान जाणूनबुजून तिचा वध केल्याचं पाप तरी माथी नको.

तरीही दुसऱ्यांचा दुःखभार हलका करण्याचं त्यानं घेतलेलं व्रत मात्र तो निष्ठेनं आचरत होता. पायात मणामणाच्या बेड्या घातल्यागत पाय ओढत चालणारे अनेक जण काळवंडल्या चेहऱ्याने त्याच्याकडे येत होते. दुःखाच्या बोचकारण्याने त्यांच्या चेहऱ्यावर पडलेले ओरखडे तो पाहत होता आणि आरशात पाहिल्याचा अनुभव तो घेत होता.

आणि त्यानं केलेले उपचार आटोपताच नाटकानंतर मेकअप पुसावा तितक्या सहजगत्या चेहऱ्यावरचं ते दुःखाचं लिंपण पुसत, दावं तोडलेल्या वासरागत दुडक्या चालीनं त्यांना परत जाताना तो पाहत होता. त्यांच्या पायात फिरकी आल्याचं आणि हृदयात जीवनाविषयीच्या आसक्ती परत प्रवेश केल्याचं तो पाहत होता. जवळून पाहत होता.

आणि स्वतःच्या नाही, तरी इतरांच्या आयुष्यात नवी पालवी फुलवल्याचं समाधान तो मिळवत होता. काही तशाच उदास क्षणी शंकेची पाल चुकचुके. नाही असं नाही. आपण करतो आहोत ते योग्यच आहे ना? आपलं काही चुकत तर नाही? आपल्या या आनंद निसर्गक्रमाच्या पावित्र्याचं विडंबन तर नाही ना करत आपण? दुःखाचं असं चुटकीसरशी सुखात रूपांतर करणं हे तसं ओंगळ नाही वाटत? भावनेसारख्या उदात्त आविष्काराला आपण थिल्लर, बाजारू तर नाही ना बनवत? कडवटपणाची चव घेतल्याशिवाय गोडीची अपूर्वाई तरी कशी जाणवावी! त्याचं महत्त्व कसं पटावं? कटू म्हणजे काय हेच जर आपण विसरलो, तर गोडीची 'गोडी' तरी टिकेल कशी? आणि तशी ती टिकली नाही, तर ते - ते पाप तर नाही ठरणार?

पापाची कल्पना मनात आली की तो दचके! साऱ्याच गोष्टींचा तर्ककर्कश विचार करणारा तो पापपुण्याच्या कल्पना झुगारून देत असे. आणि म्हणूनच ही पापाची भीती आपल्याला का वाटावी, या प्रश्नाचा भुंगा मग त्याचं मन पोखरत राही. मूळ शंका कुठल्या कुठं जात; पण तात्पुरत्याच. परत कधीतरी त्या उसळून वर येतच. अन् मग त्यांच्या तापातून निसटण्यासाठी तो आपलं समाधान करून घेई. त्याचे उपचार ही एक सेवाच होती. अविवेकी प्रेमाला विवेकाची किनार लावण्याची शिकवण देणारी. एकदा त्या खाईत होरपळून निघाल्यानंतर परत त्या आगीत उडी घेण्याचं मूर्ख धाडस कोणी करणार नव्हतं. फक्त त्यांना अंगावरचे ते व्रण बुजवायचे होते. ते तसेच दिसत राहिले असते, तर त्यांची जाणीव अधिक तिखट झाली असती यात शंका नाही. पण ते बुजले तरी जाणिवेत जोपर्यंत त्यांचा ठसा उमटलेला राहील, तोवर ते तीच चूक पुन्हा करण्याची शक्यता नव्हती.

तरीही स्वतःच्या मनाची बोचणी कमी करण्यासाठी आलेल्या प्रत्येक पेशंटला तो एकच प्रश्न विचारी...

"जे विसरण्यासाठी तू इथं आला आहेस ते विसरायलाच हवं?" ते विसरलो

नसतो तर बरं असं नंतर वाटून उपयोग नव्हता. उपचार पर्मनंट होता. एक प्रकारची शस्त्रक्रियाच होती ती. एकदा केल्यानंतर तिचा परिणाम उलट फिरवणं शक्य नव्हतं. त्या दिवशी आलेल्या त्या स्त्रीलाही त्यानं तोच प्रश्न विचारला, "बाई, खरंच तुमचं दुःख एवढं जीवघेणं आहे की ते तुम्हाला विसरायलाच हवं?"

एरवी हा प्रश्न तो यांत्रिकपणे विचारत असे. त्याची कुठलीही फोड न करता की त्याच्या पुष्ट्यर्थ कसलंही स्पष्टीकरण न देता. त्या दिवशी मात्र का कोण जाणे त्याला ते द्यावंसं वाटलं. त्या स्त्रीमध्ये काहीतरी खास होतं नक्की. तिचे एकंदरीत आविर्भाव असतील. तिच्या चालीतील ती खास लकब असेल. कदाचित बाहेर फाटकाशी घुटमळलेली तिची पावलं असतील - कदाचित...

कदाचित काय ते त्याला सांगता नसतं आलं. पण त्याचं मन तिला या उपचारापासून परावृत्त करावयास सांगत होतं. आजवर असं कोणाविषयी वाटलं नव्हतं. तसं पाहिलं तर कदाचित तिनं खोलवर घुंघट ओढून आपला चेहरा झाकला होता, त्यामुळेही त्याचं कुतूहल चाळविलं गेलं असेल आणि त्यातून त्याला तशी इच्छा झाली असेल.

त्यानं परत विचारलं. त्यालासुद्धा अनोळखी वाटणाऱ्या आवाजात–

"याचा विसर नाही पडला तर नाही चालणार? खरोखरीच उपटून फेकून दिली पाहिजे ती खुपणारी आठवण?"

तिथे आल्यापासून खाली घातलेली आपली मान तिनं उचललीही नाही की प्रथम त्याच्या प्रश्नाला तिनं उत्तरही दिलं नाही. शब्दानीही नाही नि मानेनंही नाही. तिनं फक्त एक सुस्कारा सोडला. विषादानं निथळणारा. तोवर उसनं आणलेलं तिचं धैर्य गळलं होतं. पाय लटपटू लागले होते. भिंतीचा आधार घेत ती अंमळ टेकली.

आणि खोल, अस्पष्ट, सहज ऐकूही न येणाऱ्या हलक्या आवाजात तिनं विचारलं. "संपूर्ण गाडण्याऐवजी त्या आठवणीची तीव्रता फक्त थोडीशी कमी नाही का करता येणार? तिला थोडी धूसर नाही बनविता येणार?"

"नाही - ते शक्य नाही. हा न परतीचा मार्ग आहे. एक सर्किट आहे ते. ते ऑन तरी राहील नाहीतर ऑफ तरी. तिसरी स्थिती संभवतच नाही. कधीतरी चुकून ऑन- ऑफ होणारं कच्चं सर्किट निसर्ग मोडू शकतो. मला नाही ते जमलं. तर मग तुमचा विचार...?"

"विचार कसला! उपायच नाही. हे असं सततचं तिळतिळ मरण्यापेक्षा एकदाच काय तो सोक्षमोक्ष लावलेला बरा. ती आठवण उरी बाळगून दिशाहीन आयुष्य जगण्यापेक्षा हे आठवणीचं ओझं फेकून देऊन हे भरकटलेलं तारू किनाऱ्याला तरी लावता येईल. मग तो किनारा स्वतः पूर्वीच ठरवलेला का नसो!"

तिच्या बोलण्याच्या ढंगानं तो परत विचलित झाला. आजच हे असं का होतंय

ते त्याला समजेना. नेहमीच्या सवयीनं मात्र तो म्हणाला,

"चला तर. लगेच सुरुवात करू." तासाभरानं जेव्हा ती परत बाहेर आली तेव्हा तिचा चेहरा अजूनही त्या घुंघटाआड दडलेला होता. मात्र तिच्या चालीत, एकंदरीत हालचालीत नवं चैतन्य आलं होतं. कपाळावरचा घाम पुसत तोही आपल्या कक्षातून बाहेर आला आणि कधी नाही ते त्यानं विचारलं,

"विसर पडला साऱ्याचा?"

"साऱ्याचा? कोण जाणे? कशाचा तरी विसर पडलाय हे नक्की. नाहीतर या वेळी इथं कशाला असते मी? पण नेमकं काय विसरलेय मी हे मात्र माहीत नाही मला."

"बरेच जण असं म्हणतात. साहजिकही आहे ते. तुम्ही काय विसरलात हे तुम्हाला आठवेलच कसं?"

पलीकडच्या खिडकीतून येणाऱ्या वाऱ्याच्या मंद झुळकीवर तरंगत असल्यासारखा उन्हाचा एका कवडसा तिच्या डोक्याभोवती तेजोवलय धारण करून राहिला आणि त्याच वेळी नेमकी बाहेरून कोकिळेची कुहूकुहू ऐकू आली.

"केवढी सुंदर आहे ही दुनिया! आजवर विसरच पडला होता मला." खिडकीच्या दिशेने एक दुडकी झेप घेत ती म्हणाली. "अय्या! हा पदर काय असा गोषासारखा तोंडाभोवती लपेटून घेतलाय मी!"

पुढच्याच क्षणी इतका वेळ गूढ वाटणारा तो घुंघट दूर झाला आणि खिडकीतून उन्हाच्या कवडशाऐवजी विजेचा लोळ आल्यागत तो हेलपाटला. क्षणभर त्याचा कंठच फुटेना. "छे, छे. ती नाही. ती नाही. तिचं भूत असलं पाहिजे हे."

"इश्श्य! भुतासारखी का दिसते मी! काहीतरीच! चांगली हाडामासाची, जिवंत बाईसारखी बाई आहे मी. हं आता तशी रती, रंभा नसेन..."

"नाही, नाही. तुझ्यापुढे त्यांची काय मातबरी! तू - तू सुजाताच ना?" त्याच्या तोंडून कसेबसे शब्द बाहेर पडले. अंधारात धूसर दिसणाऱ्या आकाराचा वेध घेण्यासाठी डोळे फाडफाडून पाहावं तसं तो तिच्याकडे पाहत राहिला होता.

"मी सुजाताच. पण, पण, माझं नाव कसं कळलं तुम्हाला? मला ओळखता तुम्ही?"

"सुजाता, सुजाता म्हणजे तू जिवंत आहेस! मला अंतरली नाहीस! तुझ्या ओठाचा तो खारट स्पर्श अजून मला छळतोय. तो झाला तो शेवटचा. त्यानंतर त्या राक्षसी लाटांनी तुला ओढून नेलं आणि तू मला दिसली नाहीस. मला वाटलं तू मला कायमची सोडून गेलीस."

"कधीतरी एकदा काही कोळ्यांनी मला भर समुद्रातून किनाऱ्यावर बेशुद्धावस्थेत आणल्याचं आणि त्यांनीच दवापाणी करून मला बरी केल्याचं अंधुकअंधुक आठवतंय

मला. पण तुम्ही कोण?''

''म्हणजे मला ओळखलं नाहीस तू? मला! तुझ्या या समीरला!'' तिचा हात आवेगानं पकडत त्यानं व्याकूळ होऊन विचारलं.

''याचा अर्थ काय?'' किंचित रागानं आपला हात सोडवून घेत ती म्हणाली, ''सोडा, जाऊ दे मला.''

एक अंग हिंदकळून सोडणारा जबरदस्त हुंदका देत समीरनं आपला चेहरा ओंजळीत लपवला. ते पाहून तिच्या हृदयातही कुठेतरी बारीकशी कळ उठली असावी. कारण आवाजात परत मार्दव आणत ती म्हणाली,

''मी बरंच काही विसरलेय हे तुम्ही विसरताहात. त्या, त्या आठवणींशी तुमचा तर संबंध नव्हता?''

''ओह सुजाता, सुजाता! काय करून बसलीस हे! तू मला विसरलीस हेच मला समजविण्यासाठी का अशी भेटलीस आता! त्यापेक्षा तू हे जग सोडून गेलीयस याच गैरसमजात मी राहिलो असतो तर काय वाईट होतं! सुजाता, लाडके, प्रयत्न कर, आठव. तुझ्याच आग्रहावरून गणपतीच्या देवळात आपण घेतलेल्या आणाभाका नाही आठवत तुला? ही पहा, ही पहा, तुझ्या बोटात अजून मी घातलेली अंगठी आहे. विसरलीस हे सारं! कायमचं?''

''मला काहीही असं आठवत नाही?''

आपल्या शब्दानं तो असा कोसळल्याचं पाहून तिला त्याची दया आली. त्याचं सांत्वन केल्यासारखं खांद्यावर थोपटत ती हळुवार आवाजात म्हणाली,

''ती आठवण जर खरोखरीच एवढी काळीज करपवणारी असेल तर ती कायमची पुसून का नाही टाकत?''

''तू? तू हे सांगते आहेस? तुला विसरायला सांगते आहेस! श्वासोच्छ्वास बंद करायला सांगण्यासारखं आहे हे.''

''सॉरी, पण मी माझी आठवण पुसून टाकलीय हे तुम्हीच कसं विसरताहात?'' ती जाण्यासाठी वळली. तोच परत तिचा हात पकडून तिला थांबवत त्यानं आर्जवभरल्या आवाजात विचारलं...

''थोडा वेळ थांबशील? मीही त्या वांझोट्या आठवणी पुसून येतो.''

अन् पुढच्याच क्षणी तिचा हात सोडत, इतके दिवस निर्धारपूर्वक नाकारलेला स्वतःचाच तो उपचार स्वतःवरच करून घेण्यासाठी तो आत निघाला. अडखळत, पाणावलेल्या डोळ्यांनी, फुटू पाहणारा हुंदका प्रयासाने आवरत...

वसुधा दिवाळी, १९८८

निशिगंधाची फुलं

दिवाणखान्यातल्या फुलदाणीतील फुलांच्या गुच्छावर माधवीनं सुगंधाचा फवारा मारला. लहानपणी तिनं हुंगलेल्या अस्सल फुलांमधून येणाऱ्या सुवासासारखा सुगंध त्या कृत्रिम फुलांमधून दरवळू लागला. आता आठवडाभर ती कृत्रिम फुलं तो वास आसमंतात पसरवत राहतील, तिनं मनाशी गणित केलं. त्यांचा टवटवीतपणा, ताजेपणा तर कायमचाच होता. अस्सल फुलांना ते वरदान कधीच लाभलं नव्हतं. म्हणूनच तर यादवी युद्धात खुडल्या गेलेल्या असंख्य जीवांबरोबरच फुलझाडं आणि त्यांची फुलंही कायमची नामशेष झाली होती. त्या गदारोळात वापरल्या गेलेल्या शस्त्रांची आणि रासायनिक अस्त्रांची भर आधीच पर्यावरण दूषित करणाऱ्या इतर प्रदूषकांमध्येही पडली होती. जमीन कायमची भरड बनली होती. आपला उपजाऊ गुणधर्म कायमचा हरवून बसली होती आणि तिच्यात त्याची थोडी धुगधुगी शिल्लक असतीच, तर हवेतल्या प्रदूषणापायी पडणाऱ्या ॲसिड रेननं– आम्लवर्षेनं– कोणतेही अंकुर रुजू दिले नसते.

म्हणूनच तर कृत्रिम फुलांवर, कृत्रिम झाडांवर, शेतांमध्ये नव्हे, तर कारखान्यात, प्रयोगशाळांमध्ये तयार केलेल्या कृत्रिम अन्नावर समाधान मानावं लागत होतं, पोटाची भूक आणि सौंदर्याची आस भागवावी लागत होती. पण माधवीची त्याविषयी तक्रार नव्हती. दुधाची तहान ताकावरही नव्हे, तर अश्वत्थाम्यासारखी पिठाच्या पाण्यावर भागवावी लागत असल्याबद्दल तिला वैषम्य वाटत नव्हतं. निदान आज तरी नव्हतं.

आज तिच्या चित्तवृत्ती बहरून आल्या होत्या. मन प्रसन्न होतं. स्वच्छ स्नान करून तिनं परीटघडीचे सुळसुळीत रेशमी कपडे घातले होते. मंद सुगंध देणारं अत्तर फासलं होतं. डोक्यात त्याच कृत्रिम फुलांचा गजरा माळला होता. कित्येक महिन्यांनंतर तिनं आज लिपस्टिकही लावली होती. गुलाबी चश्म्यातून ती आज साऱ्या जगाकडे

पाहत होती. त्याची झालेली वाताहत, जळून झालेली त्याची राख, उद्ध्वस्त होऊन मोडून तोडून पडलेल्या त्याच्या एकेकाळच्या सुसंस्कृतपणाच्या निशाण्या तिला आज दिसत नव्हत्या. सतत दृष्टीस पडणाऱ्या त्या वैराण आसमंतानं, सतत कानावर पडणाऱ्या बॉम्बस्फोटांच्या आवाजानं आणि त्यापाठोपाठ उठणाऱ्या करुण किंकाळ्यांच्या आर्तरवानं तिच्या मनात उठलेली, सतत दोन-तीन वर्षं तिचा पाठलाग करणारी भुतंही तिला आज भेडसावत नव्हती. हॉस्पिटलमधल्या डॉक्टरांनी त्यांना कायमची मूठमाती दिली होती. तिला आपलं मन कशात तरी गुंतवायला सांगितलं होतं, सतत प्रसन्न वातावरणात राहावयास सांगितलं होतं. त्याप्रमाणे ती वागत आली होती. त्यांचा परिणाम आता दिसत होता. आपल्याच सावलीनंही दचकवायला लावणाऱ्या भीतीपायी कोमेजलेलं तिचं मन परत फुलू पाहत होतं. शिरीष कामानिमित्त दिवसभर बाहेर राहिला, तरी तिचं मन शून्यात वसाहती वसवत नव्हतं.

डिंगऽडाँग!

बाहेरच्या दाराची बेल वाजली.

कोण बरं आलं असावं? शिरीष तर नक्कीच नाही. नुकताच तो ऑफिसात पोचला असणार. त्याची ही यायची वेळ नाही. मग दुसरं कोण? सुपरमार्केटमधला अँड्रॉईड नोकर? घरपोच माल पोचवणारा तो यंत्रमानव? छे! तो कसा असेल. कारण सध्याच्या असुरक्षित वातावरणात राहणाऱ्या गृहिणींच्या सोईसाठी तो यायचा असल्यास दुकानाकडून आधी वर्दी आली असती. मग कोण आलंय?

डिंगऽडाँग! बेल परत वाजली.

माधवीच्या अंगावर तिच्या नकळत शहारा उठला, कोणी चोर तर नसेल? एखादा अतिरेकी? दार किलकिलं करताच त्यातून रायफल रोखून जबरदस्तीनं घरात शिरणारा? चिलटासारखा चिरडून टाकणारा? की केवळ हत्येचा थरार उपभोगायला मिळावा म्हणून कत्तल करणारा कोणी नशेबाज उडाणटप्पू लक्ष्मिपुत्र?

डिंगऽडाँग!

परत एकदा बेल वाजली. याबरोबर माधवी भानावर आली. छे! असले भलतेसलते विचार मनात येऊ देता कामा नयेत. या असल्याच बिनबुडाच्या विचारांनी तर आपल्याला हॉस्पिटलमध्ये जाऊन राहावं लागलं होतं. शिरीषनं आणि तिथल्या डॉक्टरांनी काळजी घेतली नसती, तर आज आपण इथं नसतो. कोणत्यातरी पागलखान्यात खितपत पडलो असतो. डॉक्टरांनी बजावून सांगितल्याप्रमाणे उगीचच हे मनाचे वेडेवाकडे खेळ खेळता कामा नयेत. शिवाय दार न उघडताही दाराबाहेर काय चाललंय हे दिसावं म्हणून घरोघरी टीव्ही कॅमेरे बसवले आहेत,कम्युनिकेशन कन्सोल बसवले आहेत. घराची कडेकोट बंदोबस्त असलेली गढी बनवून टाकली आहे. मग कसली भीती!

लगबगीनं उठून माधवी कन्सोलजवळ गेली आणि तिनं तो ऑन केला. समोरच्या पडद्यावर बाहेरच्या व्हरांड्याचा भाग स्पष्ट दिसू लागला. कोणीतरी तिथं होतं. ओळखीचं वाटत होतं; पण ती व्यक्ती कॅमेऱ्याच्या फील्डमध्ये व्यवस्थित नसल्यामुळे नीटशी दिसत नव्हती.

"कोण आहे?" तिनं विचारलं.

आकाशवाणी झाल्यासारखा कुठूनतरी आवाज ऐकू आल्यानं नारायण गद्रे दचकला. आतापर्यंत पडलेल्या चालीनं, हातातल्या बॅगच्या ओझ्यानं तो आधीच थकल्यासारखा झाला होता. घामेजून गेला होता. नव्या जागेत आल्यामुळे आधीच तो बावरला होता. त्यात आता हा अकस्मात कोठूनतरी येणारा आवाज!

"कोण आहे?"

"म- म- मी नारायण गद्रे. पण कोण बोलतंय? आणि कुठून बोलतंय?"

"मी माधवी बोलतेय. घरातून. तुम्ही जरा उजव्या बाजूला सरका पाहू आणि थोडेसे पुढेही. म्हणजे मला नीट दिसाल."

"म्हणजे तुम्ही आत असूनही मी तुम्हाला दिसतोय?" त्याला याचं आश्चर्य वाटलंसं दिसलं. माधवीला त्याचा अचंबा वाटला. घरोघरी आज आगंतुकाचं असंच स्वागत होत होतं. मग याला त्याची माहिती का नसावी? शिवाय या इसमाचा पोशाखही विचित्र वाटत होता. आता तो कॅमेऱ्याच्या टप्प्यात आल्यामुळे माधवीला नीट दिसत होता. पंचेचाळीस-पन्नास वर्षांचा वाटत होता. केस विरळ होत चालले होते. गालही खप्पडपणाकडे झुकले होते. त्याचे कपडेही तो विक्षिप्त असावा असं वाटायला लावणारेच होते. अतिशय जुन्या फॅशनचे होते ते. पन्नास-साठ वर्षांपूर्वीचे काही फोटो तिनं पाहिले होते. त्यातल्या व्यक्ती असा पोशाख करत असत. शिवाय बाहेर तसा म्हटलं तर उन्हाळाच असताना स्वारी जाड लोकरीच्या ट्वीडचा कोट घालून आली होती. तोही गळाबंद!

"काय हवंय तुम्हाला?"

"खोली. खोली हवीय. ही, ही जाहिरात पाहून आलो मी." हातातला पेपर फडकावत नारायण म्हणाला, "तुमचीच ना ही जाहिरात?"

"हो. पण..."

"पण काय बाईसाहेब? फार दिवस नकोय मला ती. थोड्याच दिवसांकरिता हवीय. महिना, दोन महिने. फार फारतर तीन."

दिवस, महिने हे शब्द उच्चारताना त्याच्या कपाळावर आठी पडल्याचा भास माधवीला झाला. अन् मग तिचं तिलाच हसू आलं. कसकसले भास व्हावेत?

मनाला लागलेली सवय सहजासहजी जाणार नव्हती.

"का बाईसाहेब, गप्प का? तुम्हाला लाँग लीजचा भाडेकरू हवाय का?"

ती गप्प राहिलेली पाहून नारायणने विचारलं.

''मिळाला तर हवाच आहे. पण तसा आग्रह नाही.''

''मग मला द्यायला तुमची हरकत नाही तर...''

''पण भाडं तसं जास्त पडेल...''

''मला मंजूर आहे. भाड्याची तुम्ही फिकीर करू नका. मागाल ते देईन. ॲडव्हान्स पाहिजे असल्यास तोही देऊ शकेन मी.''

''आय सी.''

''मग, मग देताय ना मला ती जागा, मालतीबाई?''

''मालती? नाही, नाही, माधवी.''

''ओह, सॉरी! माधवीबाई. आता तरी आत येऊ द्याल का मला? इथे बाहेर ऊन जरा कडक होत चाललंय. शिवाय असं टेलिफोनवरून बोलणं केल्यासारखं करण्याऐवजी...''

''ऑफ कोर्स, ऑफ कोर्स. मी दार उघडते हं. तुम्ही डाव्या बाजूला वळा आणि व्हरांड्याच्या टोकाशी आलात की उजव्या हाताला दार मिळेल तुम्हाला.''

समोरच्या कन्सोलवरचं बटन दाबत माधवीनं दार उघडलं. आता पडद्यावरून नारायणची छबी दिसेनाशी झाली होती. मिनिटाभरात नारायण कपाळावरचा घाम पुसत आत आला. त्याला आलेला थकवा उन्हामुळे होता की हातातल्या जड बॅगेमुळे होता हे सांगणं कठीण होतं.

बॅग ठेवत त्यानं एक भला मोठा सुस्कारा सोडला. एखाद्या अद्‌भुत गुहेत शिरलेल्या अलीबाबासारखा विस्फारलेल्या डोळ्यांनी ती खोली नजरेत सामावून घेत त्यानं विचारलं,

''तुम्ही नेहमीच इतक्या कडेकोट बंदोबस्तात राहता, माधवीबाई?''

''सगळी जण राहतात.'' थोडं फार बुचकळ्यात पडलेली माधवी म्हणाली, ''मोठमोठ्या शहरातून आज मोकळंढाकळं राहणं शक्य तरी आहे का?''

माधवीच्या त्या सांगण्याचं त्याला आश्चर्य वाटलं. त्याच्या चेहऱ्यावर ती भावना स्पष्टपणे उमटली. निदान माधवीला तरी तसं वाटलं. अन् पुढच्याच क्षणी आपल्याला वाटतंय ते सत्य आहे की आभास आहे या संभ्रमात ती पडली.

''तसे तुम्ही शहरापासून फार दूर राहता नाही?'' विषय बदलत नारायण म्हणाला.

''हो. पण मोनोरेलची व्यवस्था फारच सुंदर आहे त्यामुळे या अंतराचं काही वाटत नाही. तुम्हीही आता मोनोरेलनीच आलात ना?''

''मोनोरेल? अं... अं... हं, हं, हो, हो. पण भलत्याच स्टेशनवर उतरलो मी. मग तिथून चालतच आलो.''

“चालत?” आश्चर्य वाटून माधवीनं विचारलं. आजकाल असं एकटंदुकटं चालत कोणी क्वचितच जात असे. तेही इतक्या लांब अंतरावर. या वेळी मात्र तिच्या प्रश्नानं नारायण गडबडल्यासारखा झाला; पण लगेच सारवासारवी करत तो म्हणाला,

“चालत. तसा मुद्दामच. म्हटलं गावही पाहता येईल जरा. उन्हाळा असला तरी तुमचं गाव आवडलं माधवीबाई, सरळ, गुळगुळीत, सुंदर रस्ते, उंच उंच नेटक्या इमारती. झाडं मात्र दिसली नाहीत.”

माधवीला परत त्याच्या या विचित्रपणाचं आश्चर्य वाटलं. झाडांबद्दल हा गृहस्थ विचारतोच कसा! आजकाल याला झाडं दिसतात कुठं! याच्या गावातही झाड असण्याची शक्यता नाही. मग...

माधवीच्या मनातल्या त्या सुप्त पडलेल्या चक्राला परत गती मिळणार तोच नारायणनं परत एक विचित्र प्रश्न विचारला,

“हे एक वेगळंच फर्निचर आहे नाही?”

“फर्निचर?” माधवीला त्याच्या म्हणण्याचा अर्थच कळेना. कम्युनिकेशन कन्सोलला हा गृहस्थ फर्निचर म्हणतो! यानं पूर्वी कुठे, कधी, पाहिलेला नाही की काय? पण हे कसं शक्य आहे? आजच्या काळात तशा कन्सोलशिवाय पाऊलही टाकता येत नाही.

“फर्निचर कसलं, कम्युनिकेशन कन्सोल आहे तो. मी जगात कुठेही असणाऱ्या कुणाचंही नाव त्यात फीड करू शकते आणि काही मिनिटांतच या पडद्यावर ती व्यक्ती येऊन माझ्याशी बोलू शकते.”

“कमाल आहे...” आणि मग काहीतरी आठवल्यासारखं करून नारायण म्हणाला, “नाही?”

“कमाल? म्हणजे तुम्ही यापूर्वी असला कन्सोल पाहिलेला नाही?”

“पाहिलाय ना, पाहिलाय ना!” घाईघाईनं नारायण म्हणाला, “तरीही त्याची छाती दडपवणारी क्षमता पाहिली की मला नेहमीच त्याची कमाल वाटते, माधवीबाई.” आता मात्र माधवीला आपण याला घरात घेतलं, त्याला खोली देण्याचं कबूल केलं त्यात चूक तर नाही ना केली असं वाटू लागलं. ती शंका तिला छळू लागली. बाहेर होता तोवर त्याचा पोशाखच विचित्र वाटला होता. आता त्याचं वागणंही विक्षिप्त वाटत होतं. या जगाची माहिती नसल्यासारखं वागणारा हा इसम आलाय तरी कुठून!

“ती खोली कुठं आहे?” नारायणच्या प्रश्नानं माधवी भानावर आली.

“वर. वरच्या मजल्यावर.”

“आणखीही खोल्या, भाडेकरू आहेत की काय?”

''नाही, नाही. ही एकच खोली.''

''छान छान.'' यावर ती जरा घाबरल्यासारखी झाल्याचं पाहून नारायण पुढे म्हणाला, ''म्हणजे मला एकांत जरा आवडतो. भाडं किती म्हणालात?''

''शंभर क्रेडिट पॉइंट्स.''

भाडं जरा जास्तच होतं. पण त्याला त्याचं काहीच वाटल्याचं दिसलं नाही.

''महिन्याचं भाडं आगाऊ द्यायला हवं असेल ना?'' त्यानं निर्विकारपणे विचारलं.

''देऊ शकल्यास ठीकच आहे.''

''का नाही, का नाही! रिवाजच आहे. हो ना? अरे हो, या भाड्यात जेवणाचा चार्ज...''

''मिळेल ना. आम्ही दोघंच असतो. तुमचा तसा भार नाही पडणार.''

''हे छान झालं. तुमच्या हातचं जेवण मला नक्कीच आवडेल. मग हे तुमचं भाडं.'' खिशातून नोटांचा जुडगा काढत नारायण म्हणाला, अन् मग हातातल्या नोटांकडे लक्ष जाताच त्यानं जीभ चावली.

''अरेच्या! माझ्याकडे साऱ्या हजाराच्याच नोटा दिसताहेत. इथे सुटे कुठे मिळतील?''

''त्या पलीकडच्या रस्त्यानं उजव्या हाताला जा. पाच मिनिटांवरच शॉपिंग सेन्टर आहे. तिथे कुठेही मिळतील तुम्हाला सुटे.''

''मग जाऊन येतोच मी लगेचच.'' जायला वळत नारायण म्हणाला. त्याबरोबर त्याची बॅग उचलून वर नेण्यासाठी माधवी पुढे झाली; पण तिचा हात बॅगेच्या हँडलला जेमतेम लागला असेल नसेल तोच लगबगीनं तिच्या हातातून ती बॅग खेचूनच घेत ताकीद दिल्यासारखा रागीट आवाजात नारायण म्हणाला, ''राहू दे ती बॅग इथंच.''

माधवी दचकल्याचं पाहून आपला आवाज चढल्याचं नारायणच्या लक्षात आलं. त्यासरशी सारवासारव करत, ओशाळवाणं हसत तो म्हणाला, ''मी इतका धडधाकट असताना तुम्ही ती उचलावी हे बरोबर नाही. खरं ना?''

माधवीच्या मनात परत जुनी भुतं डोकं वर काढू लागली होती. सकाळपासून मोहरलेल्या चित्तवृत्तीवर काळजीची काजळी धरू लागली होती. या नारायणला दारातूनच घालवून द्यायला हवं होतं असं तिला वाटू लागलं. पण आता उशीर झाला होता. तो घरात आलाच होता. त्याची बॅग समोर पडली होती.

बॅग! एका अर्थी बेवारशी समोर पडलेली ती बॅग! काय असेल तिच्यात? बॉम्ब? टाइम बॉम्ब? उचलून फेकायला गेले अन् त्यामुळेच तो बॉम्ब उडाला तर? काय करावं? ठेवावी तशीच ती बॅग तरी पंचाईत, न ठेवावी तरी पंचाईत.

इकडे आड, तिकडे विहीर!

माधवी परत पूर्वीसारखी सैरभैर होणार होती. पण तेवढ्यात बाहेरचं दार उघडून शिरीष आला. त्याबरोबर तिनं धावत जात त्याला घट्ट मिठी मारली.

तिच्या केसांवरून हळुवार हात फिरवत त्यानं तिला तशीच थोडा वेळ राहू दिली. अन् मग तिचं हलकंसं चुंबन घेत तिच्या हातांची मिठी रेशीमगाठ सोडवावी तशी नाजूकपणे सोडवत तो म्हणाला,

"आज एकदम हे असं स्वागत?"

"पण तू इतक्या लवकर कसा आलास?"

"वेल, कोर्टातलं काम अपेक्षेपेक्षा लवकर संपलं. परत ऑफिसात जावं तर लंच टाइम जवळजवळ झालाच असता. तिथं जाण्यात मग तसा फारसा मतलब नव्हता. भूकही लागली होती जोराची."

"जेवण तयार आहे. आता गरम करायला ठेवते अन्..."

"अरे हो, विसरतच होतो मी. हे बघ काय आणलंय मी आज."

"काय?"

"फुलं. हा गुच्छ. वाईट एवढंच वाटतं की इच्छा असूनही खऱ्या फुलांचा गुच्छ काही मी आणू शकलो नाही. ती मिळत असती तर अगदी जगाच्या टोकापर्यंतही जायची तयारी आहे माझी. अगदी मला स्वतःला त्यापायी विकावं लागलं तरी हरकत नाही. पण... जाऊ दे. भलत्याची अपेक्षा कराच कशाला! या सिन्थेटिक फुलांवरच आपली हौस भागवायला हवी."

"माझ्या लहानपणी ना, आमच्या बागेतच अर्धा वेळ घालवायचे मी. किती प्रकारची फुलं होती त्या वेळी. जाई, जुई, चमेली, कण्हेर, चाफा, सदाफुली, मोगरा आणि गुलाब. पंधरावीस तरी जाती होत्या गुलाबाच्या आमच्याकडे. सगळ्या गेल्या. आता फक्त त्यांच्या आठवणी आणि ही कृत्रिम सब्स्टिट्यूट्स."

"पण ती तरी आठवणीनं आणली ना मी! मग त्याच्या बदल्यात आम्हाला..."

"ते तर आधीच घेतलंयस तू!" प्रसन्नपणे हसत माधवी म्हणाली.

"काय केलंस सकाळपासून? ते चित्र अर्धवट पडलंय. ते पुरं करायला घेतलंस?"

"नाही. वेळच झाला नाही. घरातलं बरंच सामान संपलंय. सुपरमार्केटमध्ये ऑर्डर द्यायची होती. त्याची यादी करण्यात आणि ती मग या कन्सोलमध्ये फीड करण्यात वेळ गेला. त्यानंतर अंघोळ करून चित्र रंगवायला बसणार तोच तो गद्रे आला."

"गद्रे? कोण गद्रे?"

"नारायण गद्रे. तुला सांगायचं राह्यलंय. आपण जाहिरात दिली होती ना खोली

भाड्यानं द्यायचीय म्हणून, ती पाहून आलाय तो. त्याला खोली दिली मी. ती काय त्याची बॅग.''

त्या बॅगेकडे बोट दाखवतानाही माधवीच्या अंगावरून काटा सरकून गेला. निर्धारपूर्वक तो झटकून टाकून ती आत जायला वळणार तोच शिरीष म्हणाला,

''गुड. चला पुढच्या महिन्यापासून जरा सढळ हातानं खर्च करता येईल तर. कसा काय आहे आपला हा नवा भाडेकरू?''

''थोडा विचित्रच आहे. विक्षिप्तच आहे.''

''विक्षिप्त? म्हणजे कसा?''

''म्हणजे... म्हणजे... तसं नाही सांगता येणार मला. पण त्याला पाहिलं तेव्हाच मला तो जरा वेगळाच वाटला. अन् घरात आल्यावर तर खात्रीच पटल्यासारखी झाली.''

''पण नेमकं काय केलंन् त्याने?''

''नेमकं... नेमकं... हं घराकडे, घरातल्या सर्व वस्तूंकडे त्या पहिल्यादांच पाहत असल्यासारखा विस्फारल्या डोळ्यांनी पाहत राहिला होता तो.''

''मग मला भेटलंच पाहिजे त्याला. कुठाय तो?''

''सुपरमार्केटात गेलाय. पैसे सुटे करून घ्यायला.''

''मग आता तो आला की त्याला जायला सांगू या. आपल्याला भाड्याच्या पैशांची इतकी निकड नाहीय. त्याच्या इथे येण्यामुळे तू अशी अपसेट होणार असलीस तर...''

''अपसेट नाही रे. पण काहीतरी विलक्षण वाटतंय. अंग ठुसठुसल्यासारखं वाटावं पण नेमकं काय कुठे दुखतंय ते सांगता येऊ नये ना तसं.''

''म्हणजे ही तुला भेडसावणारी भुतं परत डोकं वर काढू लागलीत तर!''

''तुला वाटतं तसं?''

''नाहीतर काय? त्याचं नेमकं कोणतं वागणं, कोणतं बोलणं विक्षिप्त आहे ते सांग पाहू.''

''का? का म्हणून?'' थोड्याफार उद्धटपणेच तिनं विचारलं.

''कारण अशा काही शंका मनात आल्याच, तर त्यांना ठामपणे सामोरं जाऊन त्यांचा सोक्षमोक्ष लावायला हवा असं डॉक्टरांनीच सांगितलंय, आठवतं? त्या शंकांचा असा पंचनामा नाही केला, तर मग त्यांना विनाकारण खतपाणी मिळून त्या भलताच आकार धारण करतात. पूर्वीसुद्धा...''

''समजते रे मी. पण... हो आठवलं. तो बाहेर उभा असताना मी या कन्सोलमधून त्याच्याशी बोलले तर म्हणाला कुठून बोलताय?''

''अगं साहजिक आहे. असा एकदम ध्यानीमनी नसता हवेतून कोणाचा आवाज

कानावर आला तर मीही विचारीन तो प्रश्न.''

''पण मग नंतर घरात आल्यावर हा कन्सोल पाहून म्हणाला हे कसलं विचित्र फर्निचर. शिवाय इतक्या कडेकोट बंदोबस्तात आपण राहतो याचंही आश्चर्य वाटलं त्याला.''

''कदाचित खेडेगावातून आला असेल. तिथं परिस्थिती जरा वेगळी आहे, माधवी.''

''आणि हो, त्याचे ते कपडे.''

''त्यांचं काय? विचित्र फॅशनचे कपडे वापरतो की काय हा गद्रे?''

''नाही, नाही! तसले नाही. पण फार जुनाट वाटतात. म्हणजे तसे कपडे नवे आहेत. पण आजकाल तसले कपडे कोणी वापरत नाही. शिवाय बाहेर एवढं गरम होत असतानाही बंद गळ्याचा, जाडजूड वुलनचा कोट घालून आलाय तो.''

''अगं असते एकेकाची पोशाखाची आवड वेगळी. पण तेवढ्यावरून त्याला विक्षिप्त नाही म्हणता यायचं. तुला काही वेडंवाकडं बोलला असेल, तुझ्याशी काही अतिप्रसंग करायचा त्यानं प्रयत्न केला असेल तर...''

''छे! छे! तसलं काही नाही. उलट अतिशय नम्रपणाने, हळुवारपणानंच बोलत होता तो. त्याची ती बॅग उचलायला गेले तर तीही उचलू दिली नाही त्याने. तरीही...''

''तरीही तुला त्याची भीती वाटतेय! मग मला वाटतं डॉक्टरना बोलवायलाच हवं!'' थोड्याफार ठामपणे तो म्हणाला. आणि तिच्या चेहऱ्यावरची प्रतिक्रिया बारकाईनं न्याहाळू लागला.

ती घाबरल्यासारखी झाली. परत डॉक्टरना बोलवायचं म्हणजे परत एकदा त्या हॉस्पिटलमध्ये जायचं. ट्रीटमेंटच्या त्या अग्निदिव्यातनं पार पडायचं.

''नको, नको रे डॉक्टरना बोलावूस प्लीज!'' केविलवाण्या स्वरातली तिची ती आर्जवं पाहून, त्याच्याही काळजात कळ उठली. क्षणभर तोही गलबलून गेला. पण तिच्याच भल्यासाठी आपल्याला कठोर व्हायला हवं. निदान तसा आव तरी आणायला हवा याची त्याला जाणीव झाली.

''मलाही त्यांना बोलवायची इच्छा नाहीय, माधवी. पण तू जर अशी परत कल्पनेच्या राज्यातली काळी, भीषण चित्रंच रंगवणार असलीस तर... तर मग दुसरा इलाजच नाही.''

''कळतंय रे मला. पण... पण कसं सांगू? नीट सांगू शकत नाही मी. तसे फरक म्हणशील तर इतरांमध्ये आणि त्याच्यामध्ये मामुलीच आहेत. तसे एकदम नजरेत भरणारही नाहीच; पण त्या सर्वांचं मिळू जे काही रसायन तयार होतं त्यानं तो वेगळा भासतो. तुला हे सारे माझे कल्पनेचे खेळ वाटताहेत. कारण मला जे

भावलंय ते मी व्यवस्थित, सुसंगतपणे सांगू शकत नाहीय. पण तू त्याला भेटशील तेव्हा तुझं तुला समजेलच.''

''आय होप सो. मी त्याला भेटणार आहेच. त्या वेळी तू म्हणतेस तसा तो वेगळा, विक्षिप्त वाटला तर त्या आपण घालवूनच देऊ. पण तसा जर तो नाही वाटला तर...''

''तर काय? तर मग मी पूर्वीसारखंच माझ्या मनाला भीतीच्या पिंजऱ्यात कोंडून घालतेय असं समजून...''

''दुसरं काय समजायचं मी, सांग माधवी. माधवी, तू अशी स्वतःलाच छळत राहशील, स्वतःवरच नसत्या भीतीचे कोरडे ओढत राहशील तर तुला ते सहन होणार नाहीच, मीही त्या दिव्यातून परत पार पडू शकणार नाही. मलाही तुझ्या बरोबरीनं त्या हॉस्पिटलमध्ये ॲडमिट व्हावं लागेल. मला ते टाळायचंय. तुला अशी मोडून पडलेली पाहणं जड जाईल मला. त्यासाठी तरी कठोर होऊन मला डॉक्टरना बोलवावंच लागेल.''

''समजतं रे मला...''

''समजतं ना? मग स्वतःच बजावल्यासारखं मोठ्यानं म्हण पाहू की नारायण गद्रे नॉर्मल आहे.''

''नारायण गद्रे- नाही, नाही!'' स्वतःचं तोंड झाकून घेत माधवी म्हणाली, ''मी नाही तसं म्हणू शकत. माझ्या मनाला नाही ते पटत.''

''देन आय हॅव नो आल्टरनेटिव्ह बट टु कॉल द डॉक्टर.''

फोन करण्यासाठी तो कन्सोलजवळ जात असल्याचं पाहून माधवी एकदम तोल गेल्यासारखी त्याच्या अंगावर धावून गेली. ''नो नो!'' असं ओरडत त्याच्या छातीवर बुक्के मारू लागली. तिची मनगटं घट्ट पकडत शिरीषनं तिचा आवेग ओसरू दिला अन् मग तिला मिठीत घेऊन तो काहीही न बोलता तिला थोपटत राहिला. माधवी स्फुंदून स्फुंदून रडत राहिली.

थोड्या वेळानं स्वतःला सावरत ती त्याच्या मिठीतून दूर झाली. डोळे कोरडे करत ती त्याच्याकडे पासून क्षीण हसली आणि म्हणाली, ''आय ॲम सॉरी. खरं आहे तुझं. उगीचच मी मनात नसत्या कुशंकांना घर करून देते. पूर्वी सुरुवात अशीच झाली होती. हीच लक्षणं होती. पण काय करू... दमल्यासारखं वाटतंय रे त्यामुळे.''

''तेच म्हणतोय मी. रेस्ट घे. आणि तुझं ते पेंटिंग पुरं कर.''

''तेच करणार आहे मी दुपारी. डॉक्टरही म्हणाले होते की तोही एक प्रकारचा उपचारच होईल. चल, जेवण तयार आहे. वाढायला घेते.''

ती आत जायला वळणार तोच बाहेरची बेल वाजली. दार उघडायला शिरीष

जाणार होता; पण माधवीनंच त्याला थांबवलं.

''नाही.'' ती म्हणाली, ''मलाच माझ्या भीतीवर मात करायला हवी. मीच दार उघडायला जाते. तू हातपाय धुऊन घे. बहुतेक नारायण गद्रेच परत आला असणार.'' पण नारायण आला नव्हता. तिनं दार उघडलं, तर सुपरमार्केटचा यंत्रमानव नोकर बेलवर बोट ठेवून उभा असलेला तिला दिसला. आपण सकाळी सामानाची ऑर्डर दिल्याची आठवण तिला झाली.

''सगळं सामान आणलंस ना नीट, यादीप्रमाणे?'' तिनं विचारलं.

''सामान नाही आणलं बाईसाहेब.'' धातूच्या भांड्यावर तीक्ष्ण हत्यारानं खराटा काढल्यावर होणाऱ्या आवाजात तो यंत्रमानव म्हणाला, ''ते तयार आहे. पाठीमागून येईल. मी आलो होतो तो तुमच्या पाव्हण्याबद्दल सांगायला.''

''आमचा पाव्हणा?''

''तसंच म्हणाला तो. नारायण गद्रे.''

''हं हं, हो. आमचा भाडेकरू आहे तो. आजच आलाय.''

''माझ्याकडे पैसे सुटे करायला आला होता तो. त्यानं दिलेल्या नोटा जरा वेगळ्याच वाटल्या मला.''

''बाई गं! खोट्याबिट्या होत्या की काय?''

''नाही. पण फार जुन्या. कागदही वेगळा होता. आजकाल फारशा दिसत नाहीत. पण अजूनही त्या चालतात. म्हणून त्या घेऊन मी त्याला सुटे पैसे दिले. पण त्यानंतर त्यानं एक विचित्रच प्रश्न विचारला.''

''काय?''

''सध्या आपण राहतोय ते साल कोणतं?''

''साल?''

''हं. साल. सन. वर्ष. अन् मी जेव्हा त्याला सांगितलं की सध्या २०१५ साल चालू आहे, तेव्हा त्याला त्याचं आश्चर्य वाटलं.''

''शक्यच नाही. गद्रेनं कदाचित वेळ विचारली असेल, साल कशाला विचारेल तो!''

''पण मी नीट ऐकलं ना. सालच विचारलं त्यानं.''

''तुझी चूक झाली असेल काहीतरी ऐकण्यात.''

''अशक्य. आम्हा यंत्रमानवांना तयार करतानाच आमच्याकडून कोणतीही चूक होणार नाही याची खात्री करून घेण्यात येते.''

''तरीही माझा नाही विश्वास बसत.''

''पण या विचित्र वागण्याची तुम्हाला माहिती देणं हे माझं कर्तव्य ठरतं ॲसिमॉव्हच्या पहिल्या व दुसऱ्या नियमांनुसार. म्हणून मी ते सांगितलं. येतो मी.''

तो निघून गेला तरी माधवी त्याच्या पाठमोऱ्या आकृतीकडे बराच वेळ पाहत राहिली होती. थोड्या वेळापूर्वी निर्धारपूर्वक गाडून टाकलेली कुशंकांची भुतं परत फेर धरून नाचण्याचा प्रयत्न करू लागली होती. शिरीषची हाक कानी पडली, तशी स्वतःला कशीबशी सावरत दार बंद करून घेत ती आत गेली.

पण संध्याकाळपर्यंत माधवी दोलायमान अवस्थेतच राहिली. एका बाजूला शिरीषचं म्हणणं तिला पटत होतं. आपण उगीचच नसत्या गोष्टींचा बाऊ करतो आहोत, जगाकडे धास्तावलेल्या नजरेने पाहतो आहोत, त्यामुळेच कोणतीही वस्तू दिसण्यापूर्वीच आपल्याला तिची काळीकुट्ट छायाच दिसते हे तिला समजत होतं. त्या अँड्रॉईडनं कितीही ठामपणे सांगितलं आणि त्यांना बनवणाऱ्या इंजिनिअरांनी कितीही टाहो फोडला, तरी या यंत्रमानवांकडून अजिबात चुका होत नाहीत हा दावा फोल आहे, तसा पुरावा आहे हे शिरीषच सांगणं तिच्याही मनाला भिडत होतं.

पण तिचं कमकुवत झालेलं मन, त्याला घेरून बसलेला भयगंड जरा संधी मिळाली की डोकं वर काढीत होता. भावनांवर मात करणाऱ्या विवेकाला थारा देण्याइतकं सामर्थ्य तिच्या मनानं अजून मिळवलेलं नव्हतं. संध्याकाळी जेवताना शिरीषची नारायण गद्रेशी गाठ पडली की आपल्याला त्याच्यात दिसलेला विक्षिप्तपणा शिरीषच्याही ध्यानात येईल अशी आशा तिला वाटत होती. नारायण काहीतरी लपवतोय, त्याचं वागणं रहस्यमय आहे, असं शिरीषलाही भासेल, याविषयी तिची खात्री झाली होती.

त्यामुळे मग अधिक विचार न करता ती संध्याकाळच्या जेवणाची आतुरतेनं वाट पाहत राहिली.

शिरीषला मात्र नारायणमध्ये कोणताही विक्षिप्तपणा जाणवला नाही. स्वतःविषयी फारसं बोलायला तो उत्सुक नव्हता याचा अर्थ तो काहीतरी लपवतोय असा नव्हे. हे त्यानं परत परत माधवीला सांगितलं. असतो एकेकाचा घुम्या स्वभाव. असते एखाद्याच्या मनावर धरलेली खपली. ती खाजवून काढून आतली जखम भळाभळा वाहू द्यायची नसते त्याची तयारी. म्हणून काही तो आपल्या चेहऱ्यावर मुखवटा धरून वावरतोय असं नाही म्हणता यायचं. त्या भोळ्या सांबाच्या मुखवट्याखाली कोणी राक्षस दडलाय असं नाही समजता यायचं.

शिवाय नाही नाही म्हणता शिरीषनं नारायणला तसा थोडासा बोलता केलाच होता. तो एक केमिस्ट आहे, एका रिसर्च इन्स्टिट्यूटमध्ये काम करीत होता, तिथल्या एक विवाहित स्त्रीच्या प्रेमात तो पडला. तिच्या नवऱ्याला सारा प्रकार कळल्यानंतर सारंच प्रकरण बिघडलं आणि नंतरचा कटू प्रसंग टाळण्यासाठी तो ती नोकरी सोडून या नव्या शहरात पुनश्च हरिओम करायला आलाय, हे त्यानं तेवढ्यातही त्याच्याकडून काढून घेतलं होतं.

पूर्वायुष्याबद्दलची माहिती त्यानं अनिच्छेनंच द्यावी यात शिरीषला काहीही वावगं वाटलं नव्हतं. कोणीही अशा वेळी मौन धारण केलं असतं. माधवीनं त्याबाबतही अविश्वास दाखवायला सुरुवात केली, त्याच्या साध्यासुध्या शब्दांतूनही कुतर्काचे भलभलते अर्थ काढायला सुरुवात केली, तेव्हा मात्र शिरीषची सहनशक्ती संपली.

कडक शब्दांतच त्यानं माधवीला समज दिली. ती अशीच वागत राहिली, तर सकाळी उठल्याबरोबर डॉक्टरांना बोलावून तिला परत हॉस्पिटलमध्ये भरती करण्यावाचून गत्यंतर उरणार नाही, असं तिला स्पष्टपणे सांगितलं. आणि नंतर मग जवळ घेऊन, आपल्या मिठीचं संरक्षण देऊन तिच्या मनाभोवती भीतीनं घातलेला वेढा उठवण्याचाही प्रयत्न केला. एखाद्या लहान मुलासारखी भीतीनं थरथरणारी काया घेऊन केविलवाणेपणे त्याच्या मिठीत पडून राहिलेल्या माधवीला पाहताच शिरीषला भडभडून आलं; पण स्वतःला आवरत हळुवारपणे जोजवत त्यानं तिला झोपेच्या हाती सोपवलं.

सकाळी माधवी उठली ती मोहकपणे हसत. उगवणाऱ्या दिवसाच्या प्रसन्नतेशी स्पर्धा करत. रात्री पाहिलेलं एखादं दुःस्वप्न विसरून उमलत्या मनानं दिवसाला सामोरं जाण्याच्या पवित्र्यात. शिरीषही ते पाहून खूश झाला. त्यानंही आदल्या दिवसाचा प्रकार विसरायचं ठरवलं. नि:शंक मनानं तो ऑफिसात गेला. त्याचमुळे तिचा घाईघाईनं फोन आला आणि फोनवरचा तिचा आवाजही घाबरलेला वाटला तेव्हा तो चक्रावूनच गेला.

''काय गं, काय झालं एकाएकी?'' त्यानं काळजीनं विचारलं.

''नारायणविषयीचा माझा अंदाज खरा ठरलाय!'' धापा टाकत टाकत ती म्हणाली. ''पुरावाच मिळालाय मला.''

''झाली तुझी पुन्हा सुरुवात! आज येताना मी डॉक्टरलाच...''

''नाही. माझं ऐकून तरी घे. पुरावा आहे म्हटलं ना मी.''

''कुठे मिळाला तुला हा पुरावा?''

''नारायणच्या खोलीत.''

''म्हणजे, तिथं तू काय करत होतीस?''

''साफसफाई. कामच आहे ते माझं. पलंगाखालची धूळ काढता काढता तिथली ट्रंक हलवली मी त्याची. तर आतून भलतेच आवाज आले. म्हणून ती उघडली मी...''

''उघडलीस? म्हणजे बॅगेला कुलूप नव्हतं?''

''होतं ना. पण माझ्या नेल फाइलनं ताबडतोब उघडलं.''

''नेल फाइल? ओह माय गॉड. माधवी, अगं काय हे! भलत्याच थराला चाललाय तुझा हा संशयी स्वभाव! दुसऱ्यांच्या बॅगा अशा परवानगीशिवाय उघडणं, तेही कुलूप फोडून हा गुन्हा आहे.''

“नारायणच्या गुन्ह्याइतका तर गंभीर नाही ना?”

“नारायणचा गुन्हा? त्यानं काय केलंय?”

“मला सांग, जवळ एखादं शस्त्र, पिस्तूल बाळगणं हा गुन्हा नाही का?”

“अर्थात! आज पंधरावीस तरी वर्षं झाली तसा कायदा होऊन. पोलीस किंवा सैनिक सोडून इतर कोणालाही पिस्तूल बाळगता येत नाही. तीही मंडळी अलीकडे त्यांचा वापर करत नाहीत. पण नारायणकडे...”

“तसलंच पिस्तूल आहे. वीस वर्षांपूर्वीचं. त्या बॅगमध्ये मिळालं मला,”

“माधवी, आज सकाळी एखादी गोळीबिळी तर नाही ना घेतलीस तू?”

“नाही रे. मला कसलेही भास होत नाहीत की कोणत्याही औषधांचा परिणाम नाही. चांगलं भलंभक्कम पिस्तूल माझ्या डोळ्यांनी पाहिलंय, मी. हातानं चाचपलंय मी... तूही पाहशील. आणि हो. मला सांग, खरीखुरी फुलं मिळतील का कुठं?”

“काहीतरीच काय विचारतेस माधवी? कालच नाही का मी बोललो तुला? खरी फुलं मिळाली तर जानही कुर्बान करायची तयारी आहे म्हणून. गेल्या कित्येक वर्षांत युद्धसमाप्तीनंतर जमिनीतून काही उगवलेलंच नाहीय. तर फुलं कुठून मिळणार!” “नारायणकडे आहेत. त्याच्या बॅगेत.”

“आर्टिफिशियल असतील. प्लॅस्टिकची, पॉलिस्टरची.”

“नाही. खरीखुरी आहेत. गुलाबाची. सुकलेली आहेत. पण खरीखुरी म्हणून सुकलीयत.”

“हे बघ तू काय सांगते आहेस ते कळत नाहीय. पण मी आता घरी येतोय. मला तुझी काळजी वाटायला लागलीय. तू सांगतेस ते खरं असेल तर...”

“खरंच आहे रे. विश्वास ठेव माझ्यावर.” तिच्या स्वरातली अजीजी शिरीषच्या काळजाला बोचून गेली.

“तसं असेल तर मला पोलिसांनाही कळवायला हवं. त्यांना सांगून येतोच मी. तोवर तू त्या नारायणला जाऊ देऊ नकोस.”

“पण तो तर बाहेर गेलाय.”

“मग येईल तो परत. त्याला बोलण्यात गुंतवून ठेव.”

शिरीषनं घरात पाऊल ठेवता क्षणीच माधवीनं येऊन त्याला घट्ट मिठी मारली. तोवर आवरून धरलेले तिचे अश्रू आता मोकळेपणी वाहत होते. तिची हिंदकळणारी काया त्याच्या मिठीतही स्वस्थ व्हायला तयार नव्हती.

केवळ भीतीच्या कल्पनेनेच, मनाच्या भयाण खेळांपायीच ती इतकी भेदरून गेली आहे की खरोखरच तिनं सांगितलेल्या वस्तू नारायणच्या बॅगेत आहेत हे शिरीषला ठरवता येईना. माधवी शांत होताच तिकडे मोर्चा वळविण्याचा निश्चय करून तो थोपटत माधवीला काबूत आणण्याच्या प्रयत्नांना लागला.

डोळे पुसून ओठांवर उसनं हसू आणत माधवी त्याच्याकडे पाहू लागली तोच बाहेरची बेल वाजली.

"तोच, तोच आला असणार!" शिरीषच्या पाठी लपण्याचा प्रयत्न करत माधवी म्हणाली. भीतीनं परत तिचा कबजा घ्यायला सुरुवात केली होती. शिरीष मात्र ठामपणे पुढे झाला. आणि दार उघडून नारायणला आत घेताघेताच त्याने सरळसरळ त्याच्यावर प्रश्नांचा भडिमार करायला सुरुवात केली.

"मि. गद्रे, मी तुम्हाला सभ्य समजत होतो. माधवीला तुमच्याबद्दल आलेला संशय अनाठायी असं उलट तिलाच सांगत होतो. पण..."

"पण काय मिस्टर साठे?" तो क्षणभर थांबल्याचं पाहून नारायणनं विचारलं, "माझ्या सभ्यपणाविषयी आता तुम्हालाही शंका येऊ लागलीय की काय?" त्याचा आवाज अजूनही शांत होता. चेहऱ्यावरचे भाव अजूनही सात्त्विक होते. शिरीषच्या मनाची नाही म्हटलं तरी थोडीशी चलबिचल झालीच. पण तेवढ्यात त्याचं लक्ष कोपऱ्यात थरथरत उभ्या असलेल्या माधवीकडे गेलं. आणि मनातला किंतू झुगारून देत तो म्हणाला,

"कोणालाही येईल. सभ्य माणसं पिस्तूल घेऊन हिंडत नाहीत."

"किंवा फुलंही खरीखुरी!" माधवी म्हणाली. कापणाऱ्या आवाजात.

क्षणभर कोणीच काही बोललं नाही. अवघडलेली अशी एक विचित्र शांतता तिथं पसरली.

"आय सी!" त्या शांततेचा भंग करीत अतिशय थंड, संथ सुरात नारायण म्हणाला, "तुम्हाला ते कळलंय तर. माझ्या बॅगेचं कुलूप तोडून, माझ्या परवानगीशिवाय तुम्ही तिची तपासणी केली तर."

"हो. हो केली. तोडलं मी ते कुलूप. काय करणार आहात तुम्ही?" एकदम चेव आल्यासारखं तावातावानं बोलत माधवी पुढं आली. आतापर्यंत आवरून धरलेला तिचा मन:क्षोभ उफाळून वर आला होता. "पोलिसांना बोलावणार आहात? बोलवा किंवा तुम्ही बोलवण्याची गरजच नाही. इकडे येतच असतील ते."

"हो मी त्यांना कळवूनच येतोय इकडे," त्याचा प्रश्नार्थक चेहरा पाहून शिरीषनं सांगितलं.

त्याबरोबर काहीही न बोलता नारायण उड्या मारतच आपल्या खोलीकडे गेला. याला अकस्मात असं काय झालं याचं आश्चर्य वाटत असतानाच तो परत आला. पिस्तूल हातात परजतच.

"मि. साठे, याचा वापर करायची माझी बिलकूल इच्छा नाही. तुम्ही पोलिसांना बोलवण्याची घाई केली नसती, तर मी कशालाही कोणालाही धक्का न लावता निमूटपणे निघून गेलो असतो. आता पोलिसांची बोळवण कशी करायची हे तुम्हीच

पाहा. त्यांना माझ्याविषयी चकार शब्दही सांगाल तर याचा वापर करायला कचरणार नाही मी.'' ते पिस्तूल त्याच्यापुढे नाचवत नारायण म्हणाला.

''अस्सं! आता तुझं खरं स्वरूप उघडं झालं तर! आणि तरीही मी पोलिसांना काहीही न सांगता तुला निसटून जायला मदत करावी म्हणतोस?''

''नाही. मिस्टर साठे, तुम्हाला वाटतोय तसा मी नाही. पण पोलिसांच्या हाती मी सापडलो तर सारंच ओंफस होणार आहे. प्लीज, विश्वास ठेवा माझ्यावर. कोणालाही माझ्यापासून धोका नाही.''

''मग पिस्तूल कशाला बाळगतो आहेस?''

''आता कसं सांगू तुम्हाला?'' थोड्याफार हताशपणे नारायण म्हणाला.

''सारं काही सांगायला भाग नका पाडू मला. माझ्यावर विश्वास ठेवा.''

''कसा ठेवणार? तुमचं वागणंच आतापर्यंत संशयास्पद झालं आहे. माधवीला तर सुरुवातीपासूनच संशय आला होता. आता माझीही खात्री पटत चाललीय. तेव्हा खरा प्रकार काय तो कळलाच पाहिजे मला!''

एक भला मोठा सुस्कारा सोडत नारायण सांगू लागला.

''मी कुठून आलोय हे सांगितल्याशिवाय तुम्हाला काहीच अर्थबोध होणार नाही. मी आलोय तो यादवी युद्धानं ही भूमी बेचिराख होण्याच्या, वांझ बनण्याच्या पूर्वीच्या काळातून. ज्या काळात फुलं फुलत होती. हिरव्याकंच पिकांनी भूमी नटत होती.''

''आणि असली पिस्तुलं वापरून आपण एकमेकांचे बळी घेत होतो.''

''खरंय. त्या ढासळत जाणाऱ्या परिस्थितीतूनच, जातीजातीत पेरून दिलेल्या विषवल्लींनंच, आरक्षणाच्या नावाखाली एका माणसांच्या समूहाला केवळ मतांसाठी, दुसऱ्याच्या विरोधात उभं करण्याच्या हव्यासातूनच, स्वतःची खुर्ची टिकविण्यासाठी कशाचाही विधिनिषेध न बाळगणाऱ्या भूमिकेतूनच पुढचं यादवी युद्ध पेटलं. त्या एका बाजूला निसर्गरम्य खरी फुलं आणि दुसऱ्या बाजूला यादवीची घाणेरी फुलायच्या काळातूनच मी आलोय.''

''का? कशासाठी?''

''कशासाठी! पूर्णपणे फुलायच्या आतच खुडलं जाण्याची धास्ती पाठी लागलेल्या एका कळीला वाचविण्यासाठी. माझ्या लाडक्या निशिगंधासाठी.''

''निशिगंधा?''

''मुलगी माझी. अवघी बारा वर्षांची कोवळी पोर. पंख उभारून आकाशात भरारी घेण्यासाठी उत्सुक व्हायचं ते वय. पण एका जीवघेण्या आजारानं तिचे पंखच छाटून टाकल्यासारखे झाले. त्या रोगावर औषध नव्हतं. त्या काळात तरी निश्चित नव्हतं; पण ज्या धडाक्यानं वैद्यकशास्त्र आगेकूच करत होतं; नवनव्या औषधांचा,

उपचारांचा ओघ ज्या वेगाने वाहत होता, तो पाहता भविष्यकाळात त्या असाध्य रोगालाही काबूत आणणारं औषध शास्त्रज्ञ शोधून काढतील याविषयी मला शंका नव्हती. माझ्या निशिगंधाला वाचवण्याचा तोच एक उपाय होता. त्याच्या शोधातच मी इथं येऊन ठेपलो.''

''पण मग ते पिस्तूल कशासाठी?''

''आणि ती फुलंही? सुकलेली!''

''ज्या रिसर्च इन्स्टिट्यूटमध्ये मी गार्डन सुपरवायझर होतो, तिथंच टाइमट्रव्हलवर रिसर्च चालला होता. त्यांनी एक एक्सपरिमेन्टल यंत्रही बनवलं होतं. त्याचाच वापर मी केला. पण तो मला सहजासहजी करायला मिळेल याची खात्री नव्हती. जर कोणी आडवं आलंच तर याच्या धमकीच्या जोरावर आपला रस्ता मोकळा करता येईल या इराद्यानं मी हे पिस्तुल बरोबर आणलं. फुलं म्हणाल, तर मी महिना-दोन महिन्यांसाठी कामासाठी लांबवर जातोय एवढंच निशिगंधाला सांगितलं. ओळखीच्या एका बाईंना तिची काळजी घ्यायला सांगून निघालो. निघण्यापूर्वी मला निरोप देताना मीच लावलेली ही गुलाबाची फुलं तिनं मागवून घेतली आणि मला दिली. हाती घेतलेल्या कामाचा क्षणभरही विसर पडू नये म्हणून मीही ती ठेवून दिली. समजलं? झालं तुमचं समाधान! आता तरी पोलिसांना परत पाठवाल?''

''कठीण आहे. पोलिसांना थापा मारणं सहजासहजी जमणार नाही मला. आणि नंतर जर त्यांना खरा प्रकार कळून आला तर आम्हालाच जगणं कठीण होईल.''

''तर मग मला ते येण्यापूर्वीच जाऊ द्या. सांगा त्यांना सगळं. आणि हेही सांगा की त्या पिस्तुलाच्या जोरावर तुम्हाला धमकावून मी पळून गेलो म्हणून. त्या टाइममशीनमधून मी प्रवास केल्याचा सुगावा लागून माझ्या काळातले पोलीसही कदाचित माझ्या मागावर येत असतील. आता हे इथले पोलीस. त्यांपैकी कोणाच्या कचाट्यात सापडण्यापूर्वी मला ते औषध मिळवून परत गेलं पाहिजे. निशिगंधाला ते एकदा दिलं की मग त्यांनी मला फासावर लटकावलं तरी हरकत नाही. तुम्हाला त्रास द्यायची बिलकूल इच्छा नव्हती माझी; पण झाल्या गोष्टीला माझाही इलाज नाही.''

पुढच्याच क्षणी बाहेरचं दार उघडून नारायण बाहेर पडला. पोलीस येऊन जाईपर्यंतच माधवीनं कसाबसा धीर धरला. त्यांना निरोप देऊन शिरीष बाहेरचं दार बंद करायच्या आतच ती स्फुंदून स्फुंदून रडू लागली. शिरीषला काही कळेचना.

''अगं असं काय करतेस? गेला ना तो नारायण गद्रे. पोलिसांनाही आपण सगळं सांगून टाकलंय.''

''तेच म्हणते मी!'' रडत्या सुरात अडखळतच माधवी म्हणाली, ''माझ्या या नसती भुतं उभी करण्याच्या स्वभावामुळे मी मला स्वतःला त्रास करून घेतेच आहे,

तुझाही छळ करते आहे. आणि आता एका कोवळ्या जिवाच्या मरणालाही मी कारणीभूत होणार आहे.''

''अगं, उगीचच काय काय समजुती करून घेतेस तू?''

''उगीचच नाही रे. माझ्या या संशयापायीच मी तुला पोलिसांना बोलवायला लावलं. त्यांचा ससेमिरा आता नारायणच्या पाठी लागणार. त्यामुळे ते औषध मिळण्यापूर्वीच किंवा ते मिळूनही परत आपल्या काळात जाण्यापूर्वीच तो पकडला गेला तर - बिच्चारी निशिगंधा! काही उपचारांविनाच ती बळी जाणार माझ्यापायी!'' अन् परत ती हमसाहमशी रडू लागली. तिला जवळ घेऊन तिची समजूत घालता घालताच शिरीषचं लक्ष पलीकडच्या कम्युनिकेशन कन्सोलकडे गेलं. त्याबरोबर माधवीच्या मनातलं हे नवीन भूत घालविण्याचा उपाय त्याला सुचला.

माधवीला बाजूला सारून तो कन्सोलजवळ गेला आणि त्यानं निशिगंधा गद्रे हे नाव त्यात फीड करून तिचा फोन जोडून द्यायला सांगितलं. कन्सोलचा कॉम्प्युटर कामाला लागल्यावर मात्र नाव व वय एवढ्याशा तुटपुंज्या सामग्रीवर कन्सोलला आपली कामगिरी पार पाडता येईल ना, याविषयी त्याला शंका वाटू लागली. त्यातही निशिगंधाचं जर तोवर लग्न झालं असलं, तर नावही बदललेलं असेल हेही त्याला जाणवलं.

बीपऽऽ बीपऽऽ त्याच्या तंद्रीतून त्याला जागं करत कन्सोलनं कनेक्शन जोडून दिल्याचं सांगितलं. ''हॅलो, हॅलो, कोण बोलतंय?'' पलीकडून किनरा बायकी आवाज आला.

''निशिगंधा! निशिगंधा गद्रे?'' शिरीषनं विचारलं.

''येस.''

''तुमच्या वडिलांचं नाव काय, निशिगंधा?''

''हे तुम्ही का विचारताय? अन् तुम्ही कोण आहात?'' तिचा सूर किंचित धास्तावल्यासारखा झाला होता.

''मी शिरीष साठे. शहर क्रमांक १२४००५ मधून बोलतोय. माझा कॉम्प्युटर नंबरही मी फीड केलाय. तुम्ही हवं तर चेक करू शकता.''

''ते करेनच. पण माझ्या वडिलांचं नाव.''

''समजणं अतिशय महत्त्वाचं आहे. काय त्यांचं नाव?''

''नारायण.''

''गुड! ते कुठं भेटू शकतील?''

''ते नाही भेटणार. पाच वर्षांपूर्वीच वारले ते.''

''तुरुंगात?''

''कोण आहात तुम्ही?'' निशिगंधाने आता मात्र रागावून कडक सुरात विचारले.

''प्लीज गैरसमज करून घेऊ नका. तुम्हाला ज्यानं एक अतिशय महत्त्वाची भेट दिली, आयुष्यभराची देणगी दिली अशा एका व्यक्तीला ओळखतो मी. ती व्यक्ती काही काळ माझ्याकडे राहूनही गेलीय. अन् तुम्हाला द्यायची दुसरी एक भेट माझ्याकडेच विसरून गेलीय. ती तुम्हाला देण्यासाठी मला तुमच्याकडे यायचंय. खरं म्हणजे तुम्हीच ती भेट त्याला दिली होती. ती परत तुमच्याकडे पोचवणं मला माझं कर्तव्यच वाटतं. एका ऋणातून मुक्त होईन मी. आणि माझी पत्नीही.''

धर्मभास्कर, दिवाळी, १९९०

मायेची ओढ

''**ना**ही ससा मी मारणे, नाही मी. ससा मी आवडणे.''

फोन वाजला तशी देवयानी दचकली. वाचण्यात ती इतकी गुंगून गेली होती की, आजूबाजूच्या जगाचा तिला विसरच पडला होता. भानावर आली तशी फोन आईचाच असणार हे तिनं ओळखलं.

त्यासाठी टेलिपॅथी अवगत असण्याची आवश्यकता नव्हती... आपली आई वेळची गोष्ट वेळेवर करण्याविषयी किती काटेकोर आहे याची तिला पुरेपूर जाणीव होती. त्यावरून तिचे आईबरोबर खटके उडाले होते पूर्वी. असलं कसलं यांत्रिक जिणं जगायचं! सगळ्या गोष्टी अशा? आखून दिल्याप्रमाणे वेळच्या वेळी व्हायलाच कशाला हव्यात! त्यात बदल नको? व्हेरिएशन नको? या व्हेरिएशनमुळेच तर आयुष्यात मजा आली आहे. तेच एकसुरी असतं तर किती बेचव झालं असतं सारं आयुष्य! रागावल्यासारखी फोनची घंटा परत फिस्कारली. तसं नाराजीनं हातातलं पुस्तक पालथं ठेवत देवयानीनं फोन उचलला. किती एक्सायटिंग होती ती मर्डर मिस्टरी. आणि किती रोमांचक टप्प्यावर येऊन ठेपली होती ती. अशा वेळी वाचनात व्यत्यय आणणाऱ्याचाच खून करावासा वाटतो. पण आईच्या फोनपुढं अपील नव्हतं. तिनं तो उचलेपर्यंत घंटी तशीच वाजत राहिली असती.

पलीकडच्या ग्लासातील थंडगार मिल्कशेकचा घोट घेत तो तोंडात घोळवत तिनं रिसिव्हर कानाशी लावला.

''देवयानी?'' किंचित त्रासिक सुरात विचारणा झाली.

आईच. दुसरं कोण!

''हॅलो, आई.'' कपाळावर येऊ पाहणारी बट मागे सारत ती म्हणाली, ''मला वाटलंच होतं तू असणार म्हणून.''

''हेच. नेहमी हेच सांगतेस तू मला. दुसऱ्या कोणाचा फोन येत नाही की काय

तुला?''

''उं-हु! फारसा नाही.''

'किती वेळ फोन वाजत होता. करत तरी काय होतीस? वाचत बसली असशील ना?''

''हं!'' फोनमधूनही आईला दिसतं की काय असा एक गंमतीचा विचार तेवढ्यात तिच्या मनात खारीसारखा सुळकांडी मारून गेला.

''काय हे, देवयानी!'' एक अस्फुटसा सुस्कारा टेलिफोनच्या तारांवरून तरंगत येत तिच्या कानाच्या पडद्यांना भोज्ज्यासारखा शिवून गेला.

''घरकोंबड्यासारखी घरात काय बसून राहतेस सारखी. या वयात बाहेर पडलं पाहिजेस तू. मित्रमैत्रिणींबरोबर हिंडलं-फिरलं पाहिजेस तू. मित्रांबरोबर सिनेमाला गेलीस तरी हरकत नाही. आम्हाला नाहीच जमवू देत तू, निदान तुझं तू तरी...'' इतका वेळ तोंडातल्या तोंडात खेळवलेला मिल्कशेकचा घुटका तिनं गळ्याखाली उतरवला. त्याचा थंड स्पर्श तिच्या गात्रांना सुखावून गेला.

''बघेन गं. तू आता म्हणतेच आहेस तर प्रयत्न करेन मी.'' पण तिच्या त्या बोलण्यात जीव नव्हता, हे तिच्या आईनं ताबडतोब ओळखलं. तिचा तो सुस्कारा आता स्पष्टपणे ऐकू येण्याइतका लांबला होता.

''तुझ्या बाबांना आणि मला एकसारखी काळजी वाटते बघ तुझी. मला तर कुठे बाहेर तोंड दाखवायचीही लाज वाटते बघ. साऱ्या जणी एकसारख्या विचारत असतात. सांगायचं तरी काय त्यांना मी? आजच शांती भेटली होती. सुरुवातीलाच तुझी चौकशी करायला लागली. 'कशी आहे तुझी देवी आता?' मानभावीपणे विचारत होती. जणू मी बावळटच आहे. ती का विचारतेय ते मला जणू समजलंच नाही. मी तशी पक्की ओळखून आहे. पण बोलणार काय? आपलाच दाम खोटा. तिच्या गौरीला दुसऱ्या खेपेला दिवस गेले आहेत. तिच्या असल्यानसल्या डोहाळ्यांचं सदा कौतुक चाललेलं असतं.

''मी कसलं कौतुक करणार? काय सांगणार तिला! हेच ना की, देवीचं छान चाललंय. तसं छानच चाललंय. दिवसभर त्या माकडांना शिकवत बसते. रात्री वाचत पडते.''

''आई, कितीदा सांगितलं तुला, चिंपू माकड नाहीय.''

''ऐकलंय मी. माकड नाही. वानर नाही. प्रायमेट -प्रायमेट कायसं आहे. काय फरक पडतो? माणूस तर नाही ना? मग माकड काय, वानर काय, एप काय, सगळे सारखेच.''

'सारखे नाहीत. त्यांच्यात बराच फरक आहे.' देवयानीच्या ओठावर आले होते ते शब्द; पण तिथूनच त्यांना परतवले तिनं. आईला ते सांगण्यात काहीच अर्थ

नव्हता. सगळं पालथ्या घागरीवर पाणी. तिचं आपलं एकच पालुपद चालू राहिलं असतं.

प्रायमेट सेन्टरमध्ये आपल्या मुलीनं काम करावं हे तिनं कधीच मान्य केलं नव्हतं. तो विचारही तिला सहन होत नव्हता. तळहातावरच्या फोडाप्रमाणे वाढवलेल्या आपल्या लाडक्या देवीनं त्या अक्राळविक्राळ, वेड्याबागड्या गोरिलांमध्ये आणि चिपांझीमध्ये तारुण्याचे हे मोहक, स्वप्निल दिवस घालवावेत हे तिला पसंतच नव्हतं.

'एवढ्यासाठीच का तुला एवढी लाडात लहानाची मोठी केली? एवढ्यासाठीच का तुला इतकं शिकवलं? त्या राक्षसी किंगकाँगकडून एकेक नाजूक अवयव तोडला जावा म्हणून? त्या केसाळ प्राण्यांना तू कवटाळून बसावं म्हणून?'

तिच्या आईला ती कल्पनाही सहन झाली नव्हती. त्या कल्पनेला मग तिनं हळूच विस्मृतीच्या पडद्याआड झाकून टाकलं होतं. मेंदूतील एका सुरकुतीआड कायमचं दडवलं होतं. गोरिला हा शब्दही तिनं त्यानंतर उच्चारला नव्हता. ती सदैव त्या प्राण्याला माकडच म्हणत आली होती. लाल तोंडाचं, करपट चॉकलेटी रंगाचं; लांबलचक शेपटाचं आणि घाणेरडेपणानं राहणारं माकड.

आईच्या आवाजानं देवयानी भानावर आली. रिसिव्हरमधून अजून तिचं बोलणं ऐकू येतच होतं,

"तुला मूल झालं ना, आम्हाला एखादं नातवंड झालं ना, म्हणजे मग तुला कळेल, आईवडिलांना कशा यातना होतात त्या. आमच्या काळजाला कशी घरं पडतात ते तुला मूल झाल्यावरच कळेल." पण मग चिंपू कोण होता? तिच्या मुलासारखाच होता ना!

'नाही ससा मी मारणे. नाही मी.'

त्या दिवशी कसला सोसाट्याचा वारा होता. वादळ आल्यासारखा. सेन्टरचा दरवाजा बंद करताकरता ती मेटाकुटीला आली होती. वाऱ्याच्या जोरासरशी दरवाजा तिच्या हातातून निसटत होता. गंजलेल्या बिजागिरींच्या रडण्यानं आपली व्यथा प्रकट करत होता.

'यंदा जर ती डीएसटीची ग्रँट नाही ना आली, तर वाळ्याच्या पडद्यांवर निभावून न्यावं लागणार आहे आपल्याला. उन्हाळ्यात मग त्यावर पाणी मारलं की कसला सुवास दरवळेल इथं.'

देवयानीनं वळून पाहिलं. बरोबर. मीनल वधवाच होती ती. तिच्याशिवाय इतक्या खेळकर, इतक्या आनंदी स्वरात नेहमीच बोलणारं दुसरं होतंच कोण!

सेन्टरमधला सगळ्यात नवीन, सगळ्यात लहान प्राणी मीनलकडे सोपवला होता. हिरामोती. जेमतेम सहा महिन्यांचं पिल्लू. ते पिल्लू ही मीनलची जबाबदारी

होती. ''काय, हिरामोती काय म्हणतोय?''

''अगं, इतका क्यूट आहे म्हणून सांगू!'' उत्साहानं खळखळत्या आवाजात मीनल म्हणाली, ''जस्ट लाइक अ ह्यूमन इन्फंट. अगदी कुक्कुल्या बाळासारखा. दिवसभर तोंडात अंगठा घालून तो चोखत पडून राहतो. मी जवळ आले की असं काही हसतो- अंगावर वाळ्याच्या अत्तराचा शिडकावा झाल्यासारखं वाटतं बघ.''

देवयानीला मीनल खूप आवडे. आपल्या कामात इतका इंटरेस्ट घेणारं दुसरं होतंच कोण! अर्थात 'बॉस' सोडून.

तेवढ्यात मीनलच म्हणाली,

''अगं, आज बॉसची स्वारी सकाळी सकाळीच फिरकलीय इकडे. तुझ्या चिंपूला बसलीय घेऊन.''

''चिंपूला? का - काय झालंय? काय केलंय त्यानं?''

स्वतःलाच हे प्रश्न ती विचारत होती. कारण मीनलला तशीच तिथे सोडून ती चिंपूच्या खोलीकडे - तिचं ऑफिसही तेच होतं - धावत सुटली होती.

डॉ. विवेक म्हात्रे, तिचे बॉस, जमिनीवर मांडी घालूनच बसले होते. समोरच चिंपू होता. हाताबोटांचा वापर करून मुक्या प्राण्यांशी बातचीत करायच्या अमेस्लान भाषेत एकमेकांशी बोलण्यात दोघही गुंगून गेले होते.

देवयानी आल्याचं दोघांच्याही ध्यानातच आलं नाही.

विवेकची बोटं भराभर मोडत होती. एखाद्या हातचलाखीत वाकबगार असणाऱ्या जादूगाराच्या सफाईनं नाचत होती. चिंपूला तो वेग जमत नव्हता. आपली तोटकी, चामड्याच्या वादीसारखी बोटं हवी तशी वळवताना त्याला त्रास होत होता. पण एकेका शब्दासाठी शर्थीचा प्रयत्न करीत तो आपलं म्हणणं सांगत होता.

मध्येच तोंड वळवत त्यानं हात पालथा केला. विनवणी करण्याचा त्याचा पवित्रा होता तो.

वैतागानं हात आपटत विवेक म्हणाले,

''खोटं नको बोलूस.'' अन् तेवढ्यात देवयानीकडे लक्ष जाताच एखाद्या न्यायाधीशापुढे आपली वाजवी सत्य बाजू मांडणाऱ्या, सात्त्विक संतापाने धुमसणाऱ्या फिर्यादीसारखा तो म्हणाला,

''पाहिलंस, धडधडीत खोटं बोलतोय हा.''

''कशाबद्दल?'' बुचकळ्यात पडून देवयानीनं विचारलं.

''ते पहा, तिकडे.''

विवेकच्या बोटाच्या दिशेने तिनं सशाच्या पिंजऱ्याकडे आपली नजर वळवली. अन् विश्वास न बसून ती अस्फुटशी किंचाळली.

''ओह नो, बाई! बाई! बाई!, आय कान्ट बिलिव्ह इट.''

तो इटुकला पांढरा ससा निपचित पडला होता. गुंजेसारखे त्याचे ते तांबडे डोळे मूकपणे विचारत होते, 'हे जग एवढं निष्ठूर कसं?'

"चिंपू?" तिने विवेकला विचारले.

"प्रश्नच नाही. नो डाऊट. मला वाटतं खेळण्यासाठी त्यानं सशाला पिंजऱ्याबाहेर काढलं असावं. अन् मग काहीतरी बिनसल्यावर त्याची मान जोरात आवळली असणार. ती मोडल्यावर मग गुपचूप त्यानं त्याला परत पिंजऱ्यात ठेवून दिलं असणार."

चिंपू कान देऊन त्या दोघांचं संभाषण ऐकत होता. त्याचा अर्थ लावण्याचा निष्फळ प्रयत्न करत होता. एखादा ओळखीचा स्वर शोधण्याचा वांझोटा प्रयत्न करत होता.

विवेकनं अजून वयात न आलेल्या त्या गोरिलाकडे परत लक्ष वळवलं आणि आपली बोटं वाकवत तो सांगू लागला,

"तू इजा केलीस त्या सशाला. तू मान मोडलीस त्याची. तुझ्यामुळे ससा मेला." चिंपू यावर अतिशय गोंधळल्यासारखा झाला. ज्या तऱ्हेने, एक प्रकारच्या असाहाय्यपणे त्यानं बैठक मारली, त्यावरून देवयानीला ते ताबडतोब जाणवलं.

"नाही ससा मी मारणे. नाही ससा ओरडणे."

"पण सर, त्याला मरण म्हणजे काय ते समजत नाहीय. बिचारा चिंपू." देवयानीच्या काळजात कळ उठली. एखाद्या आईनं सहजासहजी आपल्या छकुल्याच्या साहाय्याला धावून जावं, त्याचं संरक्षण करायला सिद्ध व्हावं त्या पवित्र्यात देवयानी म्हणाली,

"त्यानं ऐकलेलाही नाही तो शब्द."

"नाही. गुड, गुड, एक्सलंट. मग नामी संधी आलीय."

"संधी सर...?"

"ऑफ कोर्स. डोन्ट यू सी? मृत्यू म्हणजे काय हे त्याला शिकवण्याची आणि मृत्यूविषयी या नॉन ह्यूमन प्रायमेटची संकल्पना काय असते हे शोधून काढायची. त्यांची प्रतिक्रिया समजून घेण्याची."

देवयानी असाहाय्यपणे पाहत राहिली होती. विवेक चिंपूची बोट वळवून त्यांना आपल्याला हव्या असलेल्या शब्दाचा आकार देत होता. परत परत त्याला शिकवत होता. त्या मुक्या प्राण्याची सुटणारी बोटं परत परत त्याच्या आकाराकडे वळवत होता. एकाच शब्दाचा ठेका धरत होता.

मरणे. मरणे. मरणे.

बिच्चारा चिंपू! देवयानीचं मन कळवळलं. शिकवायलाच हवं का त्याला हे सारं? मृत्यूचा अर्थ? आणि अपराधित्वाची भावना आणि माणसाचे सारे दोष? दुष्टपणा? क्रौर्य? स्वतःचं नाक कापूनही दुसऱ्याला अपशकून करावयास लावणारी दुष्ट प्रवृत्ती, माणसाचं माणूसपण मिटवून टाकणारी सारी पापं? साऱ्या उणिवा? चिंपूच्या चेहऱ्यावरचे भाव, त्याचा उडत असलेला गोंधळ आणि ही नवी शिकवण अंगी बाळगता येत नसल्याबद्दल वाटणारी एक प्रकारची घृणा स्पष्टपणे दाखवत होते. मध्येच तो अशा काही व्याकूळ डोळ्यांनी देवयानीकडे पाहत होता, की ती संतापाने फणफणून उठली.

पण आपला राग वांझोटा आहे, आतल्या आत धुमसण्यापलीकडे आपण काही करू शकत नाही, याचीही जाण तिला आली.

मनातल्या मनात तिने विवेकला खूप शिव्या घातल्या. डॅम विवेक. डॅम हिज रिसर्च. अभ्यासाच्या आणि संशोधनाच्या नावाखाली अशी माणुसकी हरवून बसणार असू तर आग लागो त्या रिसर्चला. एवढ्यासाठी का आईबाबांचा रोष पत्करून आपण इथे आलो?

कोणत्या क्षणी माणूस इतर जनावरांपासून वेगळा झाला? त्याची ज्ञान मिळविण्याची पद्धत वेगळी कशी ठरली? त्याची बौद्धिक उत्क्रांती कशी झाली? समज, कॉग्निशन ॲन्ड अन्डरस्टॅन्डिंग लर्निंग प्रोसेस यातल्या अनुत्तरित समस्यांची उकल करण्याचा हाच एक अघोरी मार्ग आहे? निष्पाप, निरागस जिवाला जगाच्या, जीवनाच्या काळ्याकुट्ट बाबींचा परिचय मारूनमुटकून करून द्यायचा?

मग आईला हा सगळा पोरखेळ, सारा पागलखाना वाटतो त्यात नवल ते काय!

स्वतःच्या संशोधनाच्या यथार्थतेबद्दल अशा मूलभूत शंका येऊन त्यापूर्वी देवयानी कधी अशी अस्वस्थ नव्हती झाली. मुळापासून अशी ढवळून नव्हती निघाली.

डॉ. विवेक म्हात्रेंची, सरांची ज्ञानसाधनेवरील श्रद्धा तरी सच्ची किती आणि बेगडी किती? केवळ ग्रॅन्ट्स मिळविण्यासाठी, नाव कमावण्यासाठी, आर्थिक, लौकिक स्वार्थासाठी तर सारा खटाटोप नाही ना?

तसंच असावं. नाहीतर सशाचा तो पिंजरा एवढ्या जवळ ठेवण्याचं प्रयोजनच काय? एखाद्या लहान मुलाच्या समोर नवं खेळणं ठेवलं तर ते हातात घेऊन आपटल्याशिवाय कसं राहील? आणि त्यापायी ते मोडलं तर त्या मुक्याल्या दोषी ठरविता येईल? 'ते खेळणं कचकड्याचं होतं, आपटल्यावर ते पिचेल.' एवढी समज त्या मुलाला उपलब्ध हवी अशी अपेक्षा आपण कशी धरावी?

परत ती त्याच मुद्द्यावर येऊन ठेपली होती. ज्यावरून तिचा आणि सरांचा वाद

झाला होता. नेहमीच होत असे. एखाद्या लहान मुलाचं वागणं आणि चिंपूचं वागणं एकाच मापानं तोलणंच चुकीचं होतं हे विवेकनं तिला समजावून देण्याचा प्रयत्न केला होता. माणूस आणि जनावर यात मूलभूत फरक आहे हे हजार वेळा समजावून सांगितलं होतं.

आणि तिला तेच पटत नव्हतं. नुसता फरक आहे म्हणून भागणार नव्हतं. नेमका फरक काय ते सांगता यायला हवं. उलट तेच तर कोणी सांगू शकत नव्हतं. कोणती सीमारेषा माणसात आणि जनावरात आहे हे कोणालाच दाखवता येत नव्हतं. आदिमानवानं नेमकी कोणती सीमारेषा ओलांडून मानवकोटीत प्रवेश केला याचं कोणीच उत्तर देऊ शकत नव्हतं.

खरंच! काय आहे ही सीमारेषा? अवजारांचा वापर? छे. बरेच प्राणी अवजाराचा उपयोग करतात. प्रायमेट जातीचे तर सर्वच प्राणी. भाषा? खुणांचा वापर? अमूर्त विचारशक्ती? तेही पटत नव्हतं. अमेस्लान भाषेचा वापर करणारे सारेच प्राणी या साऱ्यातही तरबेज होते. चिंपू त्यातलाच. सर्वांत हुशार.

तरीही तो एक प्राणी, एक जनावरच होता आणि तिचा छकुलाही. सरांनी तिच्या हातात ते लोकरीच्या गुंड्यासारखं वाटणारं वळवळणार बंडल दिलं. तो दिवस तिला अजूनही आठवत होता. भिजलेल्या पाखरासारख्या भेदरलेल्या त्या गोळ्यानं एका हातानं तिची केसांची बट घट्ट पकडून ठेवली होती. आणि, तिच्या छातीशी ते अधिक जवळ येऊन बिलगत होतं. एका नैसर्गिक ऊर्मीनं, ओढीनं तिच्या स्तनांच्या दिशेनं झेपावत होतं. त्याच क्षणी तिनं त्याला आपलं मानलं होतं. त्याला घट्ट आवळून घेत आपल्या ऑफिसमध्ये नेलं होतं.

अन् तेव्हापासूनच ती त्याची आई झाली होती. तिच्या कुशीत जन्माला आलं नसलं, तरी सख्खी आईसुद्धा करणार नाही इतक्या मायेनं, ममतेनं तिनं त्याला वाढवलं होतं.

आणि त्यालाच हा... हा निष्ठूर विवेक कोरडेपणानं शिकवू पाहत होता.

मरणे. मरणे. मरणे.

ससा मरणे.

''तुझ्या भल्यासाठी तर सांगतेय मी हे सगळं देवी.'' टेलिफोनमधला आवाज कातर झाल्यासारखा येत होता. ''आम्हा दोघांचा जीव एवढा तिळतिळ तुटतो तुझ्यासाठी. तुला काहीच नाही का गं वाटत त्याचं?''

''वाटतं ना आई, वाटतं.''

''अगं मला, तुझ्या बाबांना तुझ्याबद्दल माया नसती ना, तर मग आम्ही काहीच नसतो बोललो. आमची ममताच बोलतेय गं हे, कसं सांगू तुला?''

''कळतंय मला आई.''

पण वळत नव्हतं. तिची आई तिच्याच काळजीनं झुरत होती. कुठल्याही आईची स्वतःच्या मुलानं चुकीच्या मार्गावर जाऊ न देण्याची, त्याला वाचवण्याची जी नैसर्गिक ऊर्मी असते, तीच तिला वरचेवर फोन करायला लावत होती. देवयानीला वैताग येईपर्यंत तेच ते सांगायला प्रवृत्त करत होती.

जी वाट आईनं चोखाळली होती आणि म्हणूनच ती संपूर्ण सुरक्षित आहे हे तिनं अनुभवलं होतं, तीच वाट आपल्या मुलीनं चोखाळावी हा तिचा सार्थ आग्रह होता. जी मूल्यं आईनं आजवर जपली होती तीच देवयानीनं उदात्त मानावी अशी तिची माफक अपेक्षा होती. चारचौघींसारखा तिनंही संसार करावा, मुलांना जन्म द्यावा, त्यांचं लालनपालन करून त्यांना वाढवावं, कुटुंबकर्तव्य पार पाडावं एवढंच तिचं मागणं होतं.

आई आपल्यावरील प्रेमापोटी हे करतेय, याविषयी तिच्या मनात शंका नव्हती. आईच्या आपल्यावरील प्रेमाविषयी देवयानीला संदेह नव्हता. पण त्या प्रेमाचा अर्थ असा का व्हावा? त्या प्रेमाखाली असं गुदमरल्यासारखं का वाटावं?

ना ही ससा खाणे. नाही ससा हलणे. ससा मरणे. वाईट.

"चिंपू?"

चिंपू कोपऱ्यात भिंतीकडे तोंड करून बसला होता. शिक्षा केल्यासारखा. मधूनमधून आपल्या तोंडावरून हात फिरवत होता. अमेस्लानमध्ये सांगत. वाईट. वाईट.

बिचारा चिंपू. देवयानीनं त्याला परत परत आपल्याकडे बोलावण्याचा प्रयत्न केला. पण आज चिंपू तिला बधत नव्हता.

थोड्याफार रागानंच शेवटी ती ओरडली,

"चिंपू."

त्याबरोबर प्रयासानं आपली बोटं वळवत चिंपू म्हणाला,

"ससा मरणे. चिंपू ससा मरणे. चिंपू वाईट."

देवयानीच्या पोटात ढवळून आलं. म्हणजे याला पापाची ओळख करून देण्यात विवेक यशस्वी झाला तर. आग लागो त्याला. तिच्या नकळत देवयानीचा हात पुढे झाला आणि तिनं चिंपूला गोंजारायला सुरुवात केली... त्याच वेळी ती हळुवार आवाजात त्याच्या कानात कुजबुजल्यासारखं त्याला सांगतही होती.

"उगी, उगी हं चिपू. चिंपू वाईट नाहीच मुळी. ससोबा नं नुसता पडून राहिलाय. मी बरा करेन हं सशाला. तू मुळीच काळजी करू नकोस."

त्यातला एकही शब्द चिंपूला समजत नव्हता, हे तिलाही कळत होतं. पण

तिच्या आवाजातला तो हळवा सूर, मायेचा ओलावा त्याला कळेलच असं तिला वाटत होतं. नाहीतरी चारपाच महिन्याच्या मुलाला जोजवताना आई जे बोलत राहते ते तरी त्याला कुठे कळत असतं? पण या सुरातलं आईच प्रेम त्याला जाणवत राहतंच ना!

"मला चिंपूची काळजी वाटतेय गं!"

"कोणाची? ओऽ त्या माकडाची?" तिच्या आईचा सूर अगतिक झाला होता. हसावं की रडावं हेच तिला कळत नव्हतं. आपण हिला एवढं समजावण्याचा प्रयत्न करतोय आणि ही अजून त्या माकडातच हरवून बसलीय.

पण आईनं तेवढ्यात तेच सूत्र पकडून परत गाडी रुळावर आणली होती.

"त्या माकडाच्या शतांशानेही आमचा विचार करतीस ना देवी, तर..."

"म्हणजे काय गं, आई?"

"कालच तुझे बाबा काय म्हणत होते, माहितंय? ते म्हणत होते, - सरिता, देवी ही शेवटची पिढी. शेवटची केळकर. त्यानंतर वंश खतम."

"खरंच, आई मुलगा व्हायला हवा होता नाही, तुला?"

ते वाक्य बाहेर पडताक्षणीच आपण नको ते बोललो याची जाणीव देवयानीला झाली. पण उशीर झाला होता. बाण सुटून गेला होता.

"आणखी एक? कशाला? आमच्या गवऱ्या लवकर मसणात नेऊन घालायला?" कडवटपणा आईच्या शब्दाशब्दांत निथळत होता.

"आई, आणखी बरंच बोलावंसं वाटतंय गं. पण बरीच कामं पडलीत. एक पेपरही लिहायचाय महत्त्वाचा. तेव्हा..."

"तुझ्या माकडाच्या खेळापुढे आमची काय पर्वा." फोन ठेवून देतादेता ती विषादपूर्ण तक्रार देवयानीच्या कानी पडलीच.

आमची पर्वा! त्यांची पर्वा! त्यांची पर्वा करायची म्हणजे काय करायचं! त्यांनी सांगितलेल्या वाटेनं जायचं. केळकरांचं नाव राखायचं. घराण्याचं नाव उज्ज्वल करायचं. निदान त्याला बट्टा तरी नाही लावायचा.

घराण्याच्या नावाला किती महत्त्व देतात लोक! खानदान की इज्जत. त्यापायी मग मनच काय, पण शरीरही मारून टाकायला पाठीमागे पाहत नाहीत लोक.

सारासार विवेकही हरवून बसतात.

आणि घराण्याचं नाव राखायचं म्हणजे तरी काय? मुलीच्या बाबतीत केवळ प्रजोत्पादन? मुलांना जन्म द्या, वाढवा, एवढंच! आणि एवढं करूनही घराण्याचं नाव राखलं जातंच कुठं? आई सांगते तसा आपण संसार थाटलाच, तरी केळकरांचं

नाव कुठे अबाधित राहणार आहे? अर्थात लग्न करूनही सासरचं नाव न लावण्याचा हट्ट धरता येईल किंवा लग्न न करताच केळकरांची पुढची पिढी जन्माला घालता येईल; पण मग त्यानं केळकरांचं नाव राखलं जाईल? तेही एका नव्या वाटेनं जाण्यासारखंच नाही होणार? आईला आवडेल ते?

बाकी आईला आवडत नसलेल्या सध्याच्या मार्गानं जाऊन तरी काय मिळवलंय आपण? चिंपूला आपल्या ताब्यात घेतल्यापासून नियमितपणे आणि सविस्तर ठेवलेल्या या नोंदी. त्याच्या या पंधरा-सोळा वह्या. त्यातून तयार होणारा एखाददुसरा रिसर्च पेपर. त्यावरही कदाचित आपलं नाव दुसरंतिसरंच असेल. समबडी, समबडी ॲन्ड देवयानी केळकर.

काय निश्चित कमावलंय यातून आपण? किंवा कमावणार आहोत? आजवर निदान निसर्गाचं एक गूढ आपण निश्चित उलगडणार आहोत, मानवजातीच्या उत्क्रांतीचं एक रहस्य विषद करून दाखवणार आहोत, असा ठाम विश्वास तरी वाटत होता. आज तोही डळमळीत झालाय.

विचारांच्या त्या नादातच देवयानीनं मिल्कशेकचा घुटका घेण्यासाठी हात पुढे केला. प्रथम तो ग्लास हातात येण्यासाठी तिला थोडं चाचपडावं लागलं. आणि हातात ग्लास आला तोही रिकामाच.

देवयानी विषण्णपणे स्वतःशीच हसली. आजवरच्या आपल्या आयुष्याचं हा ग्लास हे प्रतीक आहे असा काहीसा चक्रम विचार तिच्या मनात चमकून गेला.

आपण निश्चित काय कमावलंय याविषयी तर शंका आहेच. पण त्या नादात चिंपूला तरी आपण काय दिलंय; माया लावलीय म्हणावं तर त्या मायेपोटीच आपण त्याला अपराधीपणाच्या भावनेपासून वाचवायला गेलो आणि काय करून बसलो!

विवेकने मृत्यू आणि अपराध या दोन्ही कल्पनांचा एकसाथ परिचय करून दिल्यापासून चिंपू भांबावून गेला होता. बिचारा!

त्याला दिलासा देण्यासाठीच ना आपण त्याला सांगितलं की ससा मेला यात तुझा दोष नाही चिंपू. सगळेच जण मरतात. मृत्यू अटळ आहे... तू नको वाईट वाटून घेऊस.

इतका वेळ आपण समजावून सांगत होतो त्याला. ते त्याला समजलं का? असणार नक्कीच. त्याशिवाय का त्यानं विचारलं.

"खुर्ची मरणे?"

"फक्त सजीवच मरतात चिंपू. ससा, माणूस आणि हो, झाडंसुद्धा."

"मी वाटणे, हिरामोती मरणे."

"हो, चिंपू. हिरामोतीसुद्धा; पण एवढ्यात नाही. खूप, खूप वेळ आहे त्याला अजून. खूप, खूप वेळ." त्यानंतर मग बोलणंच खुंटलं होतं. निदान चिंपू तरी नवीन

काहीतरी समजल्यासारखा, खोल विचारात गढून गेल्यासारखा पडून राहिला होता.

मात्र दुपारी आपण परत त्याच्या पिंजऱ्यात गेलो तेव्हा चक्रावूनच गेलो होतो. चिंपू अजूनही निपचित पडून होता. पण आता त्या सशासारखी मान टाकून.

घाबरून धावतच आपण जवळ गेलो.

"चिंपूऽऽ चिंपू..." किती हाका मारल्या कोण जाणे! थोड्या वेळाने, अनेक युगानंतर चिंपूने तोंडावरून त्या विशिष्ट प्रकारे हात फिरवत 'वाईट' म्हटलं, तेव्हाच जीव भांड्यात पडला होता. पण थोडाच वेळ, कारण चिंपूनं आपलं मौन सोडत म्हटलं होतं, "मी वाटणे, चिंपू मरणे."

त्याच्यावरच्या मायेपोटीच तर आपण त्याला वाचवायला गेलो होतो. त्याचं भावविश्व उद्ध्वस्त होऊ नये म्हणूनच सारा खटाटोप केला होता. आई तरी दुसरं काय करतेय? आपल्याला खुपणारी तिची आपल्या आयुष्यातली ढवळाढवळ मायेपोटीच होतेय ना!

रात्रभर देवयानी तळमळत होती. जरा डोळा लागला की, कसल्यातरी स्वप्नानं ती जागी होत होती. आणि जागेपणी दुसरीच स्वप्नं पाहत होती.

उजाडायच्या आधीच शेवटी ती उठली. अन् झुंजूमुंजू होताहोताच तिनं प्रायमेट सेन्टरमध्ये प्रवेश केला.

चिंपूलाही रात्रभर झोप आली नसावी. तोही अस्वस्थ होता. तिला पाहताच तोही उड्या मारत तिच्या जवळ आला. आणि आपली चामड्याच्या वादीसारखी तोटकी बोटं विलक्षण चपळाईने वाकवत विचारू लागला. परत परत वरचेवर.

"मी वाटणे, मी मरणे."

"मी रडणे."

"का. मरणे?"

"का? का! का?"

विज्ञानयुग दिवाळी, १९८८

सुटका

ओच्याला ओले हात पुसत सुनीता अवघडतच खुर्चीत टेकली. तेवढ्या श्रमानेही तिला थकल्यासारखं झालं. गळा घामानं थबथबून गेला. त्याच अर्ध्याओल्या ओच्याने गळा पुसण्याचा व्यर्थ प्रयत्न तिनं करून पाहिला. अन् मग नुसताच एक खोल सुस्कारा सोडत ती डोळे मिटून बसून राहिली.

दिवस भरत आले होते. नववा लागायला आठवडाभरही नसेल राहिला. पाळी चुकण्याच्या आधीपासून डॉक्टरांच्या देखरेखीखाली आहोत. तरीही दिवसांचा हिशेब चुकला असावा अशी शंका डॉक्टरांना येतेच आहे. आपल्या आडाख्याच्या एखाददुसरा आठवडा आधीच सुटका होईल असं त्यांना वाटतं आहे.

सुटका! सुटकाच नाही तर काय! आपली सुटका, सुधाकरची सुटका. आणि सर्वांत महत्त्वाचं म्हणजे आपल्या लाडक्या सुमीतची सुटका. त्याच्या त्या अक्षरशः जीवघेण्या आजारातनं सुटका. त्या सुटकेच्या एकमेव उपायासाठीच तर हे दिव्य पार पाडायचं. नाहीतर आता या उतारवयात हे बाळंतपण झेपणं कठीणच.

खरं म्हणजे तसं बेचाळीस-त्रेचाळीस म्हणजे उतारवय नाही. पूर्वी एकंदर आयुर्मान कमी असतानाही अगदी पाळी संपायची वेळ आली तरी बायका बाळंतपणाची उस्तवार करीतच असत. आपलीच पणजी नाही? आपली आई आणि तिचा मामा, आजीचा सख्खा भाऊ, एकाच वयाचे. अशी आई आणि मुलगी एकाच वेळी गरोदर असल्याचं त्या वेळी अप्रूपही वाटत नसे. इतक्या वयात, इतक्या उशिरा पोटुशी राहिली म्हणून त्या स्त्रीची टिंगलटवाळी होत नसे. उलट एखादीची कूस उजवणं लवकर संपलं तर पान्हा इतक्यातच आटला कसा असाच कुचेष्टेचा सूर ऐकू येई.

पण दोन-तीन पिढ्यांत 'दो या तीन'चा जमाना आला. तोही पाठी पडून 'एकच खरा'ची ललकारी ऐकू येऊ लागली. आणि लोकांच्या दृष्टिकोनातही बदल झाला. पहिलीच खेप असेल तर गोष्ट वेगळी. नाहीतर तिशी-पस्तिशीनंतर कोणाला दिवस

गेले, खास करून पांढरपेशा वर्गात, तर मग आपल्यासारखे आडून समोरून मारलेले टोमणेच कानावर पडायचे.

तिला आठवलं. पाळी चुकल्यानंतर महिन्याभराचीच गोष्ट असेल. सकाळी उठल्याउठल्याच तिला भडभडून ओकारी आल्यासारखं झालं. बाथरूममध्ये गेली तो नुसत्या कोरड्या ओकाऱ्या आणि डोकं भणभणल्यासारखं झालेलं. अंगातलं त्राणच गेल्यासारखं झालं होतं.

वास्तविक, हे कशामुळे होतंय हे तिला आणि सुधाकरलाही कळायला हवं होतं. तिची काही ती पहिलीच खेप नव्हती. सुमीतच्या वेळेस तर या मॉर्निंग सिकनेसनं तिची दमछाकच केली होती. पण सकाळी उठल्याउठल्या झालेल्या त्या प्रकारानं दोघंही भांबावून गेल्यासारखी झाली होती. शेजारच्या कुसुमताईंना तिच्याकडे जरा लक्ष द्यायला सांगून सुधाकर धावतच डॉक्टरना बोलवायला गेला.

कुसुमताई म्हणजे भलतीच भोचकमावशी. कावळ्यासारख्या नजरेनं बरंवाईट, चित्रविचित्र टिपत राहणारी. नजरेला न दिसणारं चांभारचौकशा करून माहिती करून घेणारी. आणि मग अर्ध्यामुर्ध्या कणीचा खंडीभर भात करीत गावभर डांगोरा पिटत राहणारी. डॉक्टर यायच्या आतच सराईत नजरेनं तिनं सारा प्रकार ओळखला होता. कोपऱ्यात हिरमुसल्या तोंडानं उभ्या असलेल्या सुमीतला जवळ घेत मानभावीपणे त्याच्या चेहऱ्यावरून हात फिरवत ती त्याला म्हणाली होती,

"बरं का सुमीत, आता तुझ्याशी खेळायला ना एक कुक्कुलं बाळ येणार आहे. खरं ना, सुनीताबाई?"

"म्हणजे?"

"म्हणजे काय! ही सारी कशाची लक्षणं आहेत हे ओळखू न यायला ही काही पहिलीच खेप नाही तुमची." पहिल्या खेपेला सुनीताला ते सांगण्यात आलं तेव्हा ती लाजून चूर झाली होती. आपला चेहरा तिनं ओंजळीत लपविला होता. सुधाकरला सांगतानाही ती लाल लाल होऊन गेली होती. आता त्या नवथर लाजेचा स्पर्श तिला झाला नव्हता. एखाद्या कार्याची मुहूर्तमेढ व्यवस्थित रोवली गेली म्हणजे वाटणाऱ्या समाधानाची लहर तिच्या सर्वांगातून दौडत गेली होती. तरी खात्री करून घेण्यासाठी तिनं कुसुमताईंना विचारलं होतं.

"खरंच सांगताय ना, कुसुमताई?"

"घ्या. जे दिसलं ते सांगितलं. मनचं थोडंच बनवून सांगतेय. बाकी आता या वयात... वाटलं नव्हतं हो. सुमीतला बारावं लागलं ना हो?"

"हो तर. तीन महिन्यांपूर्वी नाही का त्याचा वाढदिवस केला!"

"तेच म्हणते मी. सुधाकरभावजी आता या वयातही इतके हिरवे असतीलसं नव्हतं वाटलं हो. तुमचीही कमाल आहे बाकी!"

ती आणखीही काही बोलली असती. पण तेवढ्यात डॉक्टर आले म्हणून तिनं काढता पाय घेतला. तरीही संध्याकाळपर्यंत ती बातमी साऱ्या कॉलनीभर झाली. आणि मग त्या वेळी बोलायचं राहिलेलं कुसुमच काय पण इतर कितीतरी जणी नंतर बोलत राहिल्या. अगदी तिच्या तोंडावर नसलं, तरी तिच्या कानांवर जाईल अशा बेतानं.

त्यातल्या काही बोलण्यांनी तर तीही घायाळ होई. लक्ष द्यायचं नाही म्हटलं तरी हट्टी मन एखाद्या शब्दाचा, तिखट वाक्याचा पाठपुरावा करतच राही. आपली चूक झाली, हे नसतं साहस आपण करायला नको होतं असं तिला वाटे. पण क्षणभरच. आरामखुर्चीत बसून राहिलेला, दमलेला, मलूल चेहऱ्याचा सुमीत दिसला की साऱ्या शंकाकुशंका कुठच्याकुठे पळून जात. आपण करतोय तेच योग्य आहे, या नव्या जाणिवेनं तिचा निर्धार पक्का होई. ज्या जीवघेण्या पेचात आपण अडकलो आहोत त्यातून सुटका होण्याचा तोच एकमेव मार्ग आहे, याविषयीची तिची अधिकच खात्री पटे अन् कुचाळक्यांकडे दुर्लक्ष करायचा तिचा निश्चयही अधिक दृढ होई.

पहिलाच मुलगा झाला तेव्हा आपण - आणि सुधाकरसुद्धा - किती हरखून गेलो होतो. आता सरकारचा 'एकच पुरे'चा आदेश पाळायला कसलीच आडकाठी येणार नाही, असं एकमेकांना कसं बजावून सांगितलं होतं. खुळेपणाच होता तो सारा! खुळेपणाच नाही तर काय? मुलगा काय किंवा मुलगी काय दोघंही सारखीच. मुलीही मुलाच्या बरोबरीनं जबाबदारी उचलू लागल्याला किती वर्षं लोटली. तरीही पिढ्यान् पिढ्या, शतकानुशतकं झालेले मनावरचे संस्कार एखाद्या हट्टी मुलासारखे, चिकटून राहतात. सहजासहजी आपली जागा सोडत नाहीत. म्हणून तर मुलगा हवा हा ध्यास.

ते काहीही असलं, तरी पहिलाच मुलगा झाल्यावर हायसं वाटलं हे खरं. कदाचित मुलगा नाही तेव्हा परत एकदा चान्स घ्यावा ही सबब उरली नाही म्हणूनही असेल. पण सुमीतचंच नीट पालनपोषण करायचं, त्यालाच व्यवस्थित मोठा करायचा, त्याचाच विकास नीट घडवून आणायचा, असा निर्धार त्यांनी पक्का केला होता.

सुमीतवरच त्यांनी आपलं सारं लक्ष, साऱ्या आकांक्षा केंद्रित केल्या होत्या. सुमीतही त्यांच्या अपेक्षांना खतपाणी घालतच वाढत होता. त्यांच्या स्वप्नांना बळकटी आणत होता. अधिक महत्त्वाकांक्षी स्वप्नं पाहण्याची उमेद देत होता.

अन् मग एकाएकी काय झालं कोण जाणे. वर वर जाणारा, दिमाखात उंच चढणारा पतंग एकाएकी दोरी तुटून वेडावाकडा हेलकावू लागावा, कारण नसताना त्याचा आधार तुटावा तसं झालं होतं. त्यांच्या तोवरच्या निरोगी संसाराला कीड

लागली होती. त्यांचे हितसंबंधी मित्रच म्हणू लागले होते की, सुमीतला कोणाची तरी दृष्ट लागली. सुनीताची आई तर कोणी करणी केली असं खात्रीपूर्वक सांगू लागली.

कसल्या बाष्कळ अंधश्रद्धेच्या गोष्टी म्हणून आपणच नाही का त्या उडवून लावल्या? त्यांच्यावर विश्वास ठेवण्याचं नाकारलं? अजूनही नाकारतोय. पण वरचेवर सुमीत आजारी पडू लागला हे मात्र खरं. मोलकरणीच्या सांगण्यानुसार आपण त्याच्यावरून कोंबडं उतरून टाकलं नाही हे खरं आणि आईच्या सांगण्यावरून गाणगापूरला जाऊन महापूजा घातली नाही हेही खरं.

पोटात कळ आल्यासारखं वाटलं तशी सुनीताची विचारशृंखला तुटली. ओटीपोटावर हात देत ती कळ दाबण्याचा तिनं प्रयत्न केला. आतला, पोटातला जीव आपल्या अस्तित्वाची जाणीव करून देत होता. आपली आता वाढ झाली आहे, या जगात पाऊल ठेवायला आपण उत्सुक आहोत हेच तो सांगत असल्याचं तिला समजलं. तो जीव आता लवकरच येईल, भोवंडून टाकणाऱ्या या आवर्तातून सर्वांनाच बाहेर काढील, सर्वांचीच सुटका करील या जाणिवेनं ती सुखावली.

कपाळावरून डोळ्यांत उतरलेला घाम पदराच्या शेवानं पुसत तिनं डोळे मिटून घेतले. पापण्यांआडच्या अंधारात भूतकाळच्या आठवणींचा चित्रपट सुरू झाला.

मोलकरणीच्या, आईच्या अंधश्रद्धांवर विश्वास न ठेवता सुमीतला स्पेशालिस्टांकडे नेण्याचा विषय तिनं फॅमिली डॉक्टरांकडे काढला होता. फॅमिली डॉक्टर कसले! खरं म्हणजे आपल्या कुटुंबातलेच होते ते एक. त्यांच्याकडे हा विषय काढायचा कसा, तसं करणं म्हणजे त्यांच्या ज्ञानाला, त्यांच्या आपल्या कुटुंबाबद्दलच्या आत्मीयतेला आव्हान देण्यासारखं होतं. निदान आपल्याला तसं वाटत होतं. पण डॉक्टरांनी एका शब्दानंही तसं भासू दिलं नाही. त्यांची भुवई कृतककोपानं किंचितही वाकडी झाली नाही. त्यांच्या चेहऱ्यावरच्या सुमीतच्या काळजीच्या सुरकुत्या जराशाही सैलावल्या नाहीत की त्यांच्यावर रागाची झालरही चढली नाही. कदाचित त्यांनाही अवघडलेल्या स्थितीतून सुटका झाल्यासारखं वाटलं असावं की तोही आपला समजच! काही असो, सुमीतला स्पेशालिस्टांकडे नेताना आपण उमेदीनं आणि उत्साहानं गेलो होतो. सुमीतची परवड संपेल आणि आपल्या संसारावर धरलेली ही काजळी दूर करता येईल या आशेनं.

पण त्या स्पेशालिस्टांनी तर ती काजळी अधिकच गडद, अधिकच भेसूर केली. तसा दोष त्यांचा नव्हता. बऱ्याच टेस्ट्स करूनही त्यांना सुमीतच्या आजारपणाचं मूळ गवसत नव्हतं. काही शंका त्यांना आल्या होत्या. त्या धड दूर करता येत

नव्हत्या की त्यांना बळकटी आणणारा पुरावा त्यांच्या हाती लागत नव्हता. हे सारं त्यांनी आपल्या डॉक्टरांना नंतर समजावून सांगितलं. त्या वेळी आपल्याला मात्र त्यांनी ऑल इंडिया कॅन्सर इन्स्टिट्यूटमध्ये जाण्याचा सल्ला दिला होता. कर्करोगाचं नाव ऐकताच आपण तर हातपायच गाळले होते. सुधाकरही हवालदिल झाले होते; पण त्यांनी आणि डॉक्टरांनी मिळून कसाबसा धीर धरला आणि डॉक्टर माथुरांची भेट घेतली होती.

तिला अजूनही तो दिवस स्पष्ट आठवत होता. बऱ्याच वेगवेगळ्या तपासण्या केल्यानंतर माथुरांनी दोघांनाही भेटायला बोलावलं होतं. धडधडत्या अंतःकरणांनी दोघांनीही माथुरांच्या समोरच्या खुर्चीत बसकण मारली होती. फाशीच्या संभाव्य शिक्षेची टांगती तलवार ज्याच्या डोक्यावर लोंबकळत आहे असा कैदी निकालाच्या दिवशी आरोपीच्या पिंजऱ्यात कोणत्या मनःस्थितीत बसत असेल याची आपल्याला दोघांनाही त्या वेळी पुरेपूर कल्पना आली होती.

आपल्या पांढऱ्याशुभ्र भरदार कुरळ्या केसांवरून हात फिरवत काही क्षण माथूर त्यांच्याकडे एकटक नजरेनं पाहत राहिले होते. जणू आपल्या डोळ्यांत रोखून पाहत आपल्या मनःस्थितीचा अंदाज घेत होते. भीतीनं आधीच कातर झालेले आपले जीव अधिकच व्याकुळले होते. पण मग ओठांच्या कडा रुंदावणारं स्मितहास्य करताना माथुरांच्या डोळ्यात मायेचं मार्दव फुलल्याचं आपल्याला जाणवलं होतं.

"मिस्टर नामजोशी, मिसेस नामजोशी, कॅन्सर हा शब्दही उच्चारला तरी माणसं कशी हाय खातात हे पाहिलंय मी."

क्षणभर माथूर थांबले. आपल्याकडून काही प्रतिसाद त्यांना अपेक्षित असावा. पण सुधाकरची आणि आपली दातखिळी बसल्यासारखं झालं होतं. त्याबरोबर माथुरांनी पुढे बोलायला सुरुवात केली होती.

"त्यामुळेच आमच्या या इन्स्टिट्यूटमध्ये कोणालाही यायला सांगितलं की तो माणूस अर्धी उमेद हरवून बसतो. वास्तविक तसं होण्याचं कारण नाही. कर्करोग पूर्वीसारखा भयावह किंवा उपचार नसलेला राहिलेला नाही. शिवाय कर्करोग झालाय याचं निश्चित निदान जसं फक्त इथंच करता येतं, तसंच कर्करोग झालेला नाही हेही निश्चितपणे इथल्या तपासणीनंतरच सांगणं शक्य होतं." आपलं म्हणणं आम्हाला समजतंय की नाही, हे पाहण्यासाठी माथूर परत क्षणभर थांबले होते. त्यांच्या शब्दातला अनुस्वारही चुकू नये म्हणून आपण कान एकाग्र करून ऐकत होतो. त्या शब्दांचा अर्थ मनाला भिडायला काही वेळ लागत होता. त्यांच्या शेवटच्या वाक्याचा अर्थ मनावर उमटणार तोच माथुरांनी पुढे बोलायला सुरुवात केली होती.

"तुमच्या मुलाला, सुमीतला ल्युकेमिया, ब्लड कॅन्सर झालाय, असा संशय तुमच्या डॉक्टरांना आला होता."

"संशय, डॉक्टर माथूर?" उतावीळपणे आपल्या तोंडातून शब्द बाहेर पडले होते. मिच्च काळोख्या रात्री, गर्द झाडीनं घेरलेल्या आसमंतात दूरवर कुठंतरी दिवा मिणमिणल्याचा भास व्हावा तसं वाटत होतं. "सांगतो, सगळं सांगतो." किंचित हसत माथूर म्हणाले होते. "त्यांना तसा संशय येणं, त्यांचं तसं निदान बनणं स्वाभाविक होतं. त्यांच्या हाती ज्या तपासण्यांचे रिपोर्ट्स होते त्यावरून तोच एक निष्कर्ष निघू शकत होता. तो कन्फर्म करण्यासाठीच त्यांनी तुम्हाला इथं पाठवलं. ते योग्यच केलं. कारण इथल्या टेस्टसनंतरच त्यांची भीती खरी की खोटी, हे कळणं शक्य होतं. तसं न करता कॅन्सरच झालाय असं समजून त्यांनी ट्रीटमेंट सुरू केली असती तर ती चूकच झाली असती."

"चूक डॉक्टर?" आपण अधिकच अधीरतेने विचारलं होतं.

"येस. इट वुड हॅव बीन ए मिस्टेक. कारण तुमच्या सुमीतला ल्युकेमिया झालेला नाही. त्याच्या आजारपणाचं कारण ल्युकेमिया नाही."

त्याच क्षणी उठून माथुरांला कडकडून मिठी मारावी असं वाटलं होतं. चहूबाजूंनी अंधारून आलेलं असतानाच, आपल्याला वेढणारा तो काळाकुट्ट अजगर आपल्याला क्षणोक्षणी आवळत जाणाऱ्या मिठीनं आपलं जीवनसत्त्वच शोषून घेणार असं वाटत असतानाच अकस्मात हे मळभ वितळून जावं आणि कोवळ्या उन्हाचा सडा पडावा तसं वाटलं होतं. युरेका, युरेका, असं ओरडत सुटणाऱ्या आर्किमिडीजसारखं बेभान अवस्थेत धावत जावं आणि सुमीतला उचलून त्याचे पटापट मुके घ्यावेत, असं वाटलं होतं.

पण का कोण जाणे, कसं कोण जाणे आपण आपल्याला आवरलं होतं. आणि तेच बरं केलं होतं. कारण न थांबता माथूर सांगतच राहिले होते.

"पण त्याच्या आजाराचं कारण तितकंच, हाऊ शैल आय पुट इट, इन्ट्रिगिंग आहे. त्याला एका विलक्षण इम्युनोडेफिशिएन्सीन घेरलं आहे."

इम्युनोडेफिशिएन्सी! शब्द तसा म्हटलं तर परिचित वाटत होता. कॉलेजात शिकताना अनेकवार कानांवरून गेला होता. त्याचा अर्थ मात्र लक्षात येत नव्हता. समोर कोणीतरी वर्षानुवर्षांची ओळख असल्यासारखं दाखवत उभं असावं, त्याचा चेहराही ओळखीचा वाटावा पण काही केल्या त्याचं नाव तेवढं आठवू नये तसं झालं होतं. अवघडल्यासारखे आपण दोघंही बावळट चेहऱ्यानं बसून राहिलो होतो. "या विश्वात अनेक, असंख्य रोगजंतू आहेत, नामजोशी." माथूर शांतपणे समजावून सांगू लागले, "तरीही माणूस बहुतांशी निरोगी जीवन जगतो. कारण या रोगजंतूंशी मुकाबला करणारी एक नामी संरक्षण यंत्रणा निसर्गानं आपल्याला बहाल केलीय. हे एक वरदानच दिलंय. निसर्गानं आपल्यावर चढवलेली कवचकुंडलं आहेत ही. पण लाख-दोन लाखांत असा एखादा जीव निघतो, की ज्याच्या अंगावर ही कवचकुंडलं

चढवायला निसर्ग विसरतो. विसरतो म्हणण्यापेक्षा तोही एक निसर्गनियमच आहे म्हणा ना.''

''पण का? असा नियम का असावा? आणि तो नेमका आमच्या सुमीतच्याच वाट्याला का यावा?'' व्याकुळतेनं निथळणाऱ्या शब्दांत आपण विचारलं होतं.

''का?... याचं उत्तर नाही मला देता येणार, मिसेस नामजोशी, तात्कालिक कारणं सांगता येतील; पण मूलभूत कारण नाही देता यायचं. निसर्गात अशा अनेक गोष्टी घडतात. जमिनीला पाण्याची एवढी गरज आहे. म्हणून पाऊस पडतो; पण काही ठिकाणी पाण्याचा टिपूसही न पडता तिथं वैराण वाळवंट का तयार होतं? सहारातल्या कोणी जर विचारलं की आमच्याच वाट्याला हा भोग का, तर काय उत्तर देणार त्याचं! घाणेरीच्या फुलांनी म्हटलं की गुलाबासारखा सुगंध माझ्या अंगी नाही असं का, तर काय बोलणार आपण!''

''पण, तात्कालिक का काय ते कारण–'' इतका वेळ मुकाट्यानं ऐकत राहणाऱ्या सुधाकरनी कसंबसं विचारलं होतं.

''ते सांगता येईल. तुमच्या सुमीतच्या अंगात ॲडिनॉसिन डिअमिनेज नावाचं एन्झाईम तयार होत नाहीय. त्यामुळे त्याच्या शरीरातील संरक्षणयंत्रणा दुबळी झालीय. खिंडार पडलेल्या तटबंदीतून कोणीही आत शिरावं, आतल्या रसदीवर डल्ला मारावा तशी स्थिती झालीय तुमच्या सुमीतची.''

''पण यावर उपाय काय, डॉक्टर? ही भगदाडं बुजवता नाही यायची? तुमचं कसलं ते एन्झाईम नाही ना त्याच्या अंगात? मग त्याचं इन्जेक्शन...''

''...देऊन काही उपयोग व्हायचा नाही. तसं एक औषध आहे. पीइजी नावाचं. त्याचा उपचार तुम्ही म्हणत असाल तर करू. पण त्याच्यावर फारसा भरवसा ठेवणं ठीक होणार नाही. त्याचा फारसा फायदा होईल अशी आशा मला नाही.''

''मग काय करायचं डॉक्टर? सुमीतला तिळतिळ झिजत जाताना नुसतं अगतिक होऊन पाहत राहायचं! मी त्याची आई, हे त्याचे वडील, धडधाकट असताना, खंबीर असताना त्याचे असे लचके तुटत असलेले डोळे कोरडे करून बघत बसायचं! की डोळ्यांवर कातडं ओढून स्वस्थ बसायचं!''

डॉक्टर सुमीतचा विचार एक पेशंट म्हणून अलिप्तपणे करू शकत होते. मला ते कसं शक्य होतं? त्यांचं ते तत्त्वज्ञान, ते स्टॅटिस्टिक्स, माझ्या काय कामाचं होतं? मी आई होते त्याची. आपल्या मुलासाठी वाटेल ते दिव्य करायला मी तयार असताना डॉक्टर निसर्गनियमांची भाषा करू लागले तर मी काय निमूटपणे ऐकून घ्यायचं?''

डॉक्टर माथूर आपल्या त्या तळमळीच्या, आतडं पिळवटून आलेल्या शब्दांनी गलबलले की काय कोण जाणे, पण इतका वेळ संथ, अविचल राहिलेल्या त्यांची

चुळबुळ सुरू झाली हे नक्की. बोलावं की बोलू नये अशा द्विधा मनःस्थितीत त्यांनी दोनचारदा तोंड उघडलं. पण शब्द बाहेर पडण्यापूर्वीच जीभ चावली. अन् मग मनाशी काहीतरी निश्चय केल्यासारखे ते म्हणाले,

"एक उपाय आहे, पण..."

"...आता पण परंतु करत बसू नका डॉक्टर. उपाय आहे तर तो करा."

"सबूर. सबूर... उपाय आहे पण एक्सपरिमेन्टल आहे. अमेरिकेत दोनचार केसेसमध्ये तो केला गेला आहे. त्याचे रिझल्ट्सही तसे मॉडेस्टच आहेत. शंभर टक्के यशाची खात्री त्यावरून मिळत नाही. आपल्याकडे तर तो अजून केला गेलेला नाही. मी तो केला तर माझ्या दृष्टीनं तरी तो एक निव्वळ प्रयोगच होईल. त्याची कसलीही गॅरंटी मी देऊ शकत नाही. शिवाय तो तसा..."

"...तसा काय, डॉक्टर? सांगा थांबलात का?"

"तसा तो, आपलं, अवघड आहे. आपलं, अघोरी आहे."

"चालेल डॉक्टर कसाही असला तरी चालेल. कितीही अघोरी असला तरी चालेल. अगदी जिवंतपणी माझ्या अंगातले प्राण काढून सुमीतच्या अंगी घालायचे म्हटलंत तरी त्यालाही माझी तयारी आहे."

"जवळजवळ तसंच काहीतरी करावं लागणार आहे. सुमीतच्या अंगातील बोनमॅरो, त्याच्या हाडांच्या पोकळीत असणारा तो लापशीसारखा पदार्थ, दूषित आहे. त्याचमुळे त्याची संरक्षण यंत्रणा निकामी झाली आहे. तो दूषित बोनमॅरो काढून टाकून त्या जागी स्वच्छ, निरामय बोनमॅरोची स्थापना करायची आहे. गाडीच्या इंजिनातलं तेल खराब झालं की ते काढून टाकून आपण त्या जागी नवं कोरं शुद्ध तेल नाही का भरत, तसंच."

"पण, पण, हा बोनमॅरो कुठं मिळेल?"

"रक्त द्यायचं झालं तर कुठं मिळतं? दुसऱ्या कोणाकडून तरी जुळणाऱ्या गटाचं रक्त घ्यावं लागतं ना? मग तसंच इथंही जुळणाऱ्या गटाचा बोनमॅरो दुसऱ्या कोणाकडून तरी घ्यायला हवा. मात्र ही गटांची जुळणी अधिक अवघड आहे, रक्तगटांपेक्षाही अवघड आहे. म्हणून मग जवळचंच, कोणीतरी..."

"...आहे. मी तयार आहे. हे तयार आहेत. घ्या आमचा बोनमॅरो आणि भरवा सुमीतच्या शरीरात. आई आहे मी त्याची आणि हे वडील. जन्मदाते आहोत आम्ही. आमचा बोनमॅरो नक्कीच जुळेल त्याच्याशी."

पण तिथंही नशीब, माथुरांच्या शब्दात सांगायचं तर निसर्ग, आडवा आला होता. आम्ही, आम्ही त्याचे प्रत्यक्ष आईवडील, आमच्या रक्तापासून त्याचं रक्त तयार झालेलं, पण आमचा बोनमॅरो सुमीतच्या बोनमॅरोशी जुळत नव्हता आणि आमचाच जुळत नव्हता तर इतर कोणाचा कसा जुळणार होता! आमच्या संसारावर

वेटोळं करून बसलेल्या त्या यक्षप्रश्नातून सुटका होण्याचा मार्ग खुंटला होता.

अन् त्याच वेळी माथुरांनी सहज म्हणून विचारलं होतं.

"नामजोशी सुमीतला भावंड नाही एखादं?"

"नाही डॉक्टर. सुमीत आमचा एकुलता एक. पण असतं त्याला एखादं भावंडं तरी काय उपयोग होता? आमचाच बोनमॅरो जुळत नाही त्याच्याशी तर..."

"तसं नसतं, मिसेस नामजोशी. तोही एक स्टॅटिस्टिक्सचाच भाग आहे. जास्त खोलात जात नाही मी. पण हेच बघा ना, तुमच्या दोघांपासून जन्म होऊन सुमीतनं थोडे गुण एकाचे, थोडे गुण दुसऱ्याचे असं करत तुमच्यापेक्षा वेगळा बोनमॅरो पैदा केलाच ना! मग तसाच दुसऱ्या मुलाचाही तुमच्यापेक्षा वेगळा पण त्याच्याशी जुळता असणं का शक्य होणार नाही!"

तेव्हापासून सुनीतानं तोच ध्यास घेतला होता. तसा जुळणारा बोनमॅरो असणारं सुमीतचं भावंड जन्माला घालायचं. सुमीतची, आपली सर्वांचीच या जीवघेण्या चक्रव्यूहातून सुटका करणारा रामबाण आपणच बनवायचा. त्यासाठी तिनं कोणाचंच ऐकलं नव्हतं. सुधाकरचीही तशी आडकाठी नव्हती. पण तो अनोखा, जगावेगळा उपाय अमलात आणण्यासाठी सुनीताचा निर्धार पाहून डॉक्टर माथूर जसे भारावले होते तसाच तोही. आपल्या सुरुवातीच्या साऱ्या शंकाकुशंका विसरून तिच्या मदतीला मनोभावे उभा राहिला होता.

सुनीतानं मग कशाचीच पर्वा केली नव्हती. तिला शारीरिक कष्ट काही कमी पडले नव्हते. सुरुवातीची ती हॉर्मोनची इंजेक्शन्स, तिच्या ओव्हरीतून काढलेली ती अनेक बीजांडं, त्यांचं प्रयोगशाळेत केलं गेलेलं फलन, त्यातून आकाराला आलेल्या गर्भांकुरांची केलेली तपासणी, त्यात न जुळणाऱ्या गटाचा बोनमॅरो निघाला की त्यातून होणाऱ्या निराशेपायी झालेली तिची तडफड, नव्या टेस्टकडे परत उमेदीनं पाहतापाहताच अपयशाच्या हुरहुरीनं होणारी तिची घालमेल, सगळा मानसिक ताण सहन करत तिनं पोटी योग्य तो अंकुर रुजवला होता.

तो व्यवस्थित रुजतोय की नाही याचीही सुरुवातीला डॉक्टरांना धास्ती वाटली होती. त्यांनी तशी ग्वाही देईपर्यंत झालेल्या तिच्या मनाच्या दोलायमान स्थितीची इतरांना कल्पनाही आली नसती आणि ती ग्वाही दिल्यानंतरही इतर साळकाया म्हाळकायांचा शाब्दिक मार तिनं ज्या सहनशीलतेनं आणि ठाम निश्चयानं झेलला होता त्यालाही तोड नव्हती.

हे सारं तिनं सहन केलं होतं ते एकाच अपेक्षेवर. आपल्या सुमीतची सुटका होणार आहे या एकाच आशेवर. अर्जुनाला दिसणाऱ्या फक्त माशाच्या डोळ्यासारखी तिला फक्त सुमीतची सुटका दिसत होती. आईची आपल्या मुलावर किती माया असते, त्यापायी ती किती आणि कसलं दिव्य करायला तयार असते याचा एक

आधुनिक आदर्श घालून द्यायच्या वेडानं ती झपाटली होती. आणि त्या विचारानंच तिला तिच्या त्या सत्त्वपरीक्षेतून पार पडायचं मनोबळ दिलं होत.

एकाएकी सुनीताला धाप लागल्यासारखं झालं. अलीकडे हे असं वरचेवर होऊ लागलं होतं. काहीही कारण नसताना श्वास अडखळल्यासारख होई. शारीरिक ताणामुळे हे असं होतंय, या उतारवयात इतक्या अवधीनंतर आलेल्या या गरोदरपणाचा हा परिणाम आहे, असं डॉक्टरांनी तिला सांगितलं होतं. सुधाकरही तिला नुसती पडून विश्रांती घ्यायचा आग्रह करत होता. प्रसंगी धमकावूनही सांगत होता.

पण धाप तर अशी नुसती बसल्याबसल्याही लागत होती. पोटी वाढत असलेल्या जिवाची हालचाल सुरू झाली, आपल्या अस्तित्वाची जाणीव करून देणारी त्याची धडपड सुरू झाली तेव्हापासून हे असं होऊ लागलं होतं. त्यापाठी शारीरिक श्रमांचं कारण तर होतंच. पण केवळ तेवढंच नव्हतं असं सुनीताला वाटू लागलं होतं. पोटातल्या जिवानं कूस बदलली की तिच्या मनातले विचारही पलटी खात असत. तिला अस्वस्थ करून सोडत असत. तिच्या मनोनिश्चयाला कुठेतरी सुमीतच्या शरीरातील इम्युन सिस्टिमसारखं भगदाड पाडण्याचा प्रयत्न करत असत.

आजवर तिनं साऱ्या शारीरिक, मानसिक ताणांना तोंड दिलं होतं ते सुमीतच्या सुटकेच्या आशेवर आणि पोटच्या मुलावरच्या मायेवर. दोन ध्रुवांसारख्या त्या दोन भावबंधांमध्ये तिचं सारं जग फिरत होतं. पण त्या ध्रुवांच्या अढळपणाला अलीकडे कुठेतरी धक्का पोचू लागला होता. अविचल न राहता ते थोडेफार डळमळू लागले होते.

सुमीतची सुटका खरोखरीच होणार आहे का? माथुरांनी तशी शंभर टक्के गॅरंटी कुठे दिली आहे? आणि तशी सुटका नाही झाली तर मग या यमयातना भोगल्या त्या व्यर्थच म्हणायच्या का? आपण मारे आईच्या मायेच्या गोष्टी करतो आहोत, आपल्या रक्तामांसाच्या जिवासाठी घोर तपश्चर्या करण्याच्या बाता मारतो आहोत. मग या पोटी असणाऱ्या जिवापुरता तो मायेचा पाझर का आटलेला आहे? तोही आपल्याच पोटचा गोळा ना! आपल्याच रक्तामांसाचा ना! मग त्याच्याकडे केवळ एक औषधाची गोळी म्हणून आपण का पाहतो आहोत? त्याच्या जन्माकडे ममतेच्या ओलाव्यापोटी आतुरतेनं पाहण्याऐवजी, त्याचं कोवळं जावळ हुंगताना मिळणाऱ्या अभूतपूर्व आनंदाची उत्सुकतेनं वाट पाहण्याऐवजी, आपली, सुमीतची सुटका करणारी एक जडीबुटी मिळणार या अपेक्षेनं का पाहतो आहोत? त्याचा बोनमॅरो काढताना त्याची जी तगमग होईल ती आपल्याला बघवेल? टेस्टसाठी आपल्या माकडहाडातून बोनमॅरो काढण्यासाठी सुई खुपसली होती तेव्हा ब्रह्मांड आठवलं होतं. मग त्या कोवळ्या जिवाचे काय हाल होतील या कल्पनेनंही आपल्याला गलबलल्याशिवाय राहील? त्याच्या त्या अजूनही टणक न झालेल्या

हाडामध्येही सुई खुपसलेली आपल्याला उघड्या डोळ्यांनी पाहवेल? आणि डोळे मिटून घेतले तरी वेदना आपल्याला जाणवल्याशिवाय राहील? त्या वेळी त्यानं फोडलेल्या टाहोनं आपलं काळीज फाटल्याशिवाय राहील? की ते दगडाचं बनून फक्त सुमीतच्या सुटकेचाच विचार करीत राहील? आपल्याच पोटच्या त्या दोन जीवांमध्ये असा टोकाचा भेदभाव करणं आपल्याला जमेल? आणि देव करो तसं न होवो, पण झालंच तर सुमीतची सुटका न होता त्या नवीन जिवाच्या आयुष्याची नासाडी केल्याचं पाप माथी घेऊन अश्वत्थाम्यासारखं कायमची चिघळती जखम घेऊन जगणं जमेल आपल्याला?

पोटातून एक जोराची कळ आली तशी सुनीता हडबडून गेली. त्या क्षणी तिच्या तोंडून बाहेर पडलेला चीत्कार त्या या जगात येण्यासाठी उतावीळ झालेल्या जिवाचा आहे असं तिला वाटून गेलं आणि पोटातल्या कळांच्या शारीरिक श्रमांबरोबरच दुबळ्या बनत चाललेल्या मनावरचा ताण सहन न होऊन ती ग्लानी येऊन शुद्ध हरपत चाललेल्या स्थितीत पडून राहिली.

वसुधा, दिवाळी, १९९०

ययाती

सूर्यापोटी शनैश्चर!

माझ्यापाठी लोक माझ्याविषयी काय बोलत हे मी पुरेपूर जाणून होतो. कोणी कितीही लपविण्याचा प्रयत्न केला, तरी अशा गोष्टी शेवटी कानावर पडतातच. शिवाय इथे त्या माझ्या कानावर पडाव्या असाच काही जण प्रयत्न करीत असत.

त्यात त्यांचं चुकत होतं असंही नाही. ते म्हणत ते खरंही होतं. माझे वडील - डॅड, एक नामवंत वैज्ञानिक होते. नोबेल पारितोषिकाचे मानकरी होते. एका प्रख्यात राष्ट्रीय प्रयोगशाळेचे डायरेक्टर होते.

आणि मी इतर अनेक आल्सोरॅन असल्यापैकी एक. वडिलांच्याच प्रयोगशाळेतील एक वैज्ञानिक. त्यांच्या वशिल्यामुळेच मी तिथे चिकटलो असं कोणी म्हणालं तर इतर कोणीही त्यावर विश्वास ठेवला असता. ते खरं नसूनही.

अठरा-वीस वर्षांपूर्वी जेव्हा मी माझ्या रिसर्च करिअरला सुरुवात केली, तेव्हा मी एक ब्रिलियंट विद्यार्थी होतो. नॅशनल लेव्हल सिलेक्शन हायस्कूलमधून पास होऊन माझ्या वडिलांच्या युनिटमध्ये काम करण्याचा हक्क मी मिळविला होता. त्या वेळची माझी हुशारी पाहून इतर अनेक आघाडीवर असलेल्या, माझ्या वडिलांचे कॉम्पिटिटर असलेल्या शास्त्रज्ञांनी मला आपल्या युनिटमध्ये घ्यायचे मान्य केले होते.

पण मी गेलो नाही. डॅडनीही जाऊ दिलं नाही. आता वाटतं ती चूक झाली. गेलो असतो तर कदाचित ती उज्ज्वल गुणवत्ता फळली असती, फुलली असती. आज मीही डॅडइतका नाही, तरी थोडाबहुत ख्यातनाम नक्कीच झालो असतो. माझ्या स्वतःच्या कर्तृत्वावर ओळखला गेलो असतो. 'माय डॅड्स सन' अशी ओळख नसती सांगावी लागली. डॅड आणि मी मनानं एकमेकांजवळ कधी येऊच शकलो नाही. त्यामुळेच तर कामावर कॉन्सन्ट्रेट करणं, एकाच सिद्धान्तासाठी अनेक प्रयोग करणं, एकाच उद्दिष्टांचा इतर सारं विसरून पाठपुरावा करणं हे मला कधी शक्यच

झालं नाही. रिसर्च इज ए फुलटाइम ऑक्युपेशन. त्यात मोठं यश मिळवायचं तर मन द्विधा होऊन नाही चालत. तेच मला नाही करता आलं. डॅडला जमलं. त्यांच्याकडे ती अॅबिलिटी होतीच.

आय हॅव बीन ए फेल्युअर. या अपयशाची बोचच असेल कदाचित, पण माझ्या स्वतःच्या लाइफमध्येही फारसा इंटरेस्ट नाही राहिलाय मला.

ही या समोरच्या फोटोतली माझी बायकामुलं. ही अरुंधती, माझी लाडकी अरुंधती. या फोटोत दिसते इतकी सुंदर; पण प्रत्यक्षात आता तिच्या डोळ्यांखाली काळी वर्तुळं पडलीत. चेहरा सारा काळजीने काळवंडलेला असतो. हातावर एवढ्यातच सुरकुत्या पडायला लागल्या आहेत. सततच्या कामाने ती थकतेही. मुलांना एकटीनेच सांभाळायचं, वाढवायचं. झोप नाहीच तिला.

समजतं मला. सगळं कळतं. पण काय करू? कळूनही मी त्यांच्यासाठी काही करू शकत नाही. अरुंधतीला कधी सिनेमा, नाटकाला नेलं नाही. मुलांना चौपाटीला किंवा झूमध्ये घेऊन जात नाही.

याची भरपाई डॅड करतात ना! दर रविवारी न चुकता अरुंधतीला आणि मुलांना कुठे तरी घेऊन जातात. त्यांच्याबरोबर मजेनं दिवस घालवतात. अरुंधतीच्या चेहऱ्यावर त्या दिवसापुरता परत तो जुना तजेला येतो. मुलं तर जाम खूश असतात.

मला सांगत सुटतात.

मी त्यांना काय सांगू? मला डॅडनी कधीही असं बीचवर नेलं नाही! माझ्याशी कधी साधा स्क्रॅबलचा खेळही खेळला नाही! आम्ही दोघं तसे एकमेकांपासून हातभर अंतर राखूनच राहिलो. आई गेली तेव्हाही दुःखाचे आपआपले स्वतंत्र कोष निर्माण करून त्यात गुरफटून पडून राहिलो.

डॅडच्या या अशा वागण्यामुळेच तर नाही ना माझ्या मनात नकळत रिसर्चबद्दल एक प्रकारची घृणा निर्माण झाली? डॅडविरुद्ध उघडपणे झगडता न येणाऱ्या माझ्या मनाने आपला धिक्कार प्रकट करण्याची ही क्लृप्ती तर नाही शोधून काढली? कोण जाणे! नाही सांगता यायचं मला. मी दुर्लक्ष करतोय म्हणून डॅड माझ्या बायको मुलांची काळजी घेताहेत. की ते अरुंधती आणि मुलांमध्ये इंटरेस्ट दाखवताहेत म्हणून मी त्यांच्यापासून दूर जातोय, हे नीटसं समजलं नाहीये मला...

एक मात्र खरं, डॅडींनी स्वतंत्रतेला फुलू देण्याची कोणतीच कोशिश केली नाही. आपलं बोट धरून मी चालावं. नेहमीच. हीच त्यांची इच्छा राहिलीय. कधी त्यांनी ती उघड बोलून दाखवलीय. कधी समझनेवालोंको काफी होणारा इशारा दिलाय. इतकाच फरक.

हे तरी कितपत खरं आहे! की परत माझ्या मनाचेच खेळ! कारण मेटॅबॉलिकल बायोकेमिस्ट्री हा विषय त्यांनी घ्यायला लावला नाही मला. माझा मीच निवडला.

त्यांच्याच युनिटमध्ये रिसर्च करण्याचा निर्णयही माझाच. त्या वेळी उपलब्ध असलेल्या दुसऱ्या संधी नाकारून घेतलेला.

खरोखरच माझा? की तो नुसता आभास आहे? सुप्तपणे माझ्या हळव्या मनावर त्यांनी त्यांच्या आकांक्षांचा ठसा तर नाही उमटविला? की निर्णय माझा असूनही सदोदित त्यांच्याबरोबर तुलना केली गेल्याने बंड करून उठलेल्या माझ्या मनानेच असहकाराचा, बेदरकारीचा हा मार्ग पत्करला?

काही कळेनासं झालंय. साराच गुंता झालाय. जाणवतंय ते एवढंच की, आज चाळिशीच्या जवळपास पोचल्यानंतरही डॅड अजून मला लहान समजतात. माझ्या प्रत्येक बाबतीत लक्ष घालू पाहतात. नाक खुपसू पाहतात असं म्हटल्यासही ते खोटं ठरणार नाही.

महिना- दोन महिन्यांपूर्वीचीच गोष्ट. त्यांनी मला बोलावून फायर केलं. कामचुकारपणाबद्दल. माझ्या कामात मी हयगय करतो असा आरोप करून.

त्यांचं म्हणणं तसं चूक होतं असंही नाही. सगळ्यावरूनच माझं लक्ष उडत चाललं होतं आजकाल. दुसऱ्या कुणी तसा आरोप केला असता तर मी तो ऐकूनही घेतला असता. पण डॅडनं तसं म्हणणं हे माझ्या बंडखोर मनाला सहन झालं नाही.

"माझ्या नावानं खडे फोडायची सवयच आहे तुम्हाला. कितीही केलं तरी ते तुम्हाला नेहमी कमीच वाटत आलंय. जीव तोडून खपतोय मी."

"जीव तोडून?" एक तुच्छतेने निथळणारा हुंकार सोडत डॅड म्हणाले, "लॅबोरेटरीत काम करायचं तर माझ्या लॅब टेक्निशियनबरोबर रासक्रीडा करण्यासाठी वेळ कसा मिळेल?"

"हे खदखदतंय तर तुमच्या त्या बरबटलेल्या मनात? यू नो दॅट यू आर हिटिंग बिलो दी बेल्ट... यूऽ यू!" रागाने माझ्या तोंडून शब्द फुटेना.

शिवाय सुरेखा राणेत मी पार गुरफटून पडलोय याची माझं मन मला परत परत जाणीव करून देत होतं. पण डॅडनी माझ्या मामल्याची दखल घ्यावी हे तर मला आवडलं नव्हतंच; पण त्यांनी वापरलेला रासक्रीडा हा शब्द मला विशेष झोंबला होता. सुरेखाला माझ्याबद्दल काय वाटतं आणि माझ्या तिच्याविषयी काय भावना आहेत हे शब्दांत नसतं सांगता आलं मला. त्यात शारीरिक भोगाचा भाग नव्हता असं तरी मी कुठल्या तोंडानं सांगणार! निदान त्या बाबतीत माझा मला तरी मी फसवू नसतो शकलो; पण केवळ शरीरसुखाच्या हव्यासापायी आम्ही एकत्र आलो होतो हेही खरं नव्हतं.

सुरेखानं माझं मन जाणून घेण्याचा प्रयत्न केला होता. जेव्हा जेव्हा मी डिप्रेस होऊन बसलो होतो, तेव्हा तेव्हा तिनं मला दिलासा दिला होता. आधार दिला होता. अशा वेळी ज्याची जास्त जरुरी असते, असं आपल्या माणसाचं प्रेम दिलं होतं.

अरुंधतीच्या आणि माझ्या सहजीवनाच्या सुरुवातीच्या काळात मी असाच आनंदी राहिलो होतो. पण माझ्या पहिल्या मुलाच्या जन्माच्या वेळी अरुंधतीची प्रकृती नाजूक झाली होती. त्या वेळी डॅडनी आपल्या ओळखीनी गावातल्या सर्वांत उत्तम डॉक्टरची व्यवस्था केली होती. त्या निमित्ताने ते वरचेवर येत राहिले आणि कुठेतरी, कधीतरी माझ्यातल्या आणि अरुंधतीमधल्या त्या खास रेशमी बंधाला कांच पडला. पूर्ण भरात आलेलं, दिमाखानं उभं राहिलेलं हिरवंगार पीक वाऱ्याच्या एकाच सपाट्यासरशी माना टाकून पडावं तसं काहीसं झालं होतं. विस्कटलेली ती घडी परत नीट बसलीच नाही. प्रयत्न करूनही.

तो खास तलम, नाजूक मुलायम बांध आज सुरेखाने परत विणला होता. पण हे डॅडला समजत नव्हतं. कधी समजलंच नाही.

कसं समजणार! कारण त्यांना माहीत होतं ते एवढंच की, एक दिवस अकस्मात माझ्या लॅबोरेटरीत ते आले असता त्यांना मी आणि सुरेखा एकमेकाला घट्ट, पॅशोनेट मिठी मारून बसलेलो दिसलो होतो.

त्या वेळी त्यांनी चेहऱ्यावर कसलीच प्रतिक्रिया दाखविली नाही. काहीच झालं नाही अशा थाटात त्यांनी सुरेखाला इन्स्ट्रक्शन्सही दिल्या. नंतरही सुरेखाला कामावरून काढून टाकण्यासाठी प्रयत्न केला नाही. ती एक उत्तम लॅब टेक्निशियन होती. म्हणूनही असेल. दुसरी कोणी सहजगत्या मिळाली नाही, मिळत नाही म्हणूनही असेल.

पण झाली गोष्ट ते विसरले नव्हते. मला डिवचण्यासाठी आणखी एक संधी मिळाली म्हणून कदाचित खूशही झाले असतील ते.

मी मात्र त्या प्रकाराने खजील झालो होतो. लॅबोरेटरीत तरी सुरेखापासून चार हात दूर राहून कामावर सारं लक्ष केंद्रित करण्याचा निश्चय केला होता मी.

त्याचा परिणामही झाला. दोन चांगले एक्सपरिमेन्ट पार पडले. डॅडनंही दाद दिली. दहा वर्षांपूर्वी आम्ही दोघांनी मिळून ते प्रोजेक्ट तयार केले होते. 'बिहेव्हियरल फिजियॉलॉजी'मधले.

डायर्नल ऱ्हिदम, बायॉलॉजिकल क्लॉक वगैरे नावाने ओळखल्या जाणाऱ्या दिवसरात्रीच्या या चक्राचा शारीरिक क्रियांवर नेमका काय व कोणता परिणाम होतो याचं कुतूहल मला व डॅडना नेहमीच वाटत आलंय. दिवसरात्रीच्या या तालावर आपल्या शरीराचं तापमान, ब्लडप्रेशर, इतरही अनेक मेटॅबोलिक प्रक्रिया का नाचतात? कशा नाचतात? त्या तालावर पडणारी त्यांची पावलं महिनोन्‌महिने, वर्षानुवर्षं कशी नाचत राहतात? त्यांच्यात कधी चूक कशी होत नाही?

मी आणि डॅडनी चर्चा केली. यात पृथ्वीच्या गुरुत्वाकर्षणाचा काही प्रभाव असावा असं माझं म्हणणं होतं. या ग्रॅव्हिटेशनल इन्फ्लूएन्सेसचं मला आकर्षण

वाटलं होतं. डॅडला मात्र हा सारा पृथ्वीच्या चुंबकाच्या, मॅग्नेटिक फील्डच्या प्रभावाखाली होणारा खेळ वाटत होता. त्यानुसार मग मी ग्रॅव्हिटेशनल इफेक्टचा अभ्यास करावा आणि डॅडनं फील्डवर भर द्यावा असं ठरलं.

नशीब तरी आमचं कसलं गांडू! फासे सारे डॅडच्या बाजूनं पडले. खरं म्हणजे हे खरं नाही. मेंदूचं कार्य विद्युतरासायनिक संदेशांच्या द्वारे चालतं, हे तोपर्यंत माहीत झालं होतं. तेव्हा मॅग्नेटिक फील्डचा त्यावर जास्त प्रभाव पडणार हे तोवर माझ्या लक्षात यायला हवं होतं. पण एनी वे. डॅडला भराभर रिझल्ट मिळत गेले. बायोपोटेन्शियल्स व बायोलॉजिकल क्लॉक यांचा परस्परसंबंध दाखविणारे नवीन सिद्धान्त डॅडने मांडले. ते सिद्ध करून दाखविले. ते जगन्मान्य झाले. डॅडला नोबेल पारितोषिक मिळाले.

मला डॅडचा अभिमान वाटला; पण डॅडच्या आणि माझ्यातला दुरावा जास्तच वाढला. मलाही त्यांच्याचसारखं बनविण्याचा त्यांचा अट्टहास वाढू लागला, तसं तसं माझं मन जास्त बंडखोर बनू लागलं. आपलं जीवन यशस्वी झालंय हे डॅडचं म्हणणं सार्थ होतंच. पण म्हणून तोच आदर्श मीही पाळावा हे मला मान्य नव्हतं. मला माझी वाट स्वतंत्रपणे चोखाळायची होती.

त्यानंतर काही महिन्यांनी तोच झगडा उभा राहिला.

मी माझ्या लॅबोरेटरीत काहीतरी असंच थातुरमातुर काम करीत बसलो होतो. बाजूला सुरेखाची लगबग सुरू होती. ती आसपास आहे एवढं माझ्या मनाला समाधानी राखायला पुरेसं होई. डॅडला हे कसं कळावं! दोन व्यक्ती मनानं इतक्या जवळ येऊ शकतात हे त्यांना कसं पटावं!

पण हे डायग्रेशन होतंय, तर असा मी बसलो होतो आणि डॅडने आपल्या लॅबोरेटरीत बोलावले. मला तर जायची फारशी इच्छा नव्हती, पण डॅड भलतेच एक्साइट झाल्यासारखे वाटत होते. म्हणून मी गेलो.

त्यांच्या पुढ्यात उभा राहिलो. त्यांच्या डोळ्यांत डोळे रोखून पाहिलं. अन् प्रथमच जाणवलं. डोक्यावरचे संपूर्ण रुपेरी झालेले केस आणि आता सुरकुतलेली त्वचा सोडली तर माझ्यात आणि डॅडमध्ये किती साम्य होतं! पंचवीस-तीस वर्षांपूर्वी डॅड कसे दिसत होते हे माझ्याकडे पाहून सांगता आलं असतं. माझा आजचा फोटो हा डॅडचा त्या काळातील फोटो म्हणून सहज खपला असता. अन् आणखी वीस वर्षांनंतर मी कसा दिसणार होतो हे डॅडकडे पाहून मला समजू शकत होतं. ''काय आहे?'' त्यामुळेच कदाचित नसावं पण मी थोडंसं चिडून विचारलं.

''आय वॉन्ट टु शो यू समथिंग... तुझं काय मत आहे हे ऐकायचंय मला.''

''माझं मत?'' मी थोडंसं कुत्सितपणे म्हणालो. ''माझ्या मताला केव्हापासून किंमत यायला लागली?''

"टु हेल वुइथ युवर सेल्फ पिटी. अरविंद, ॲरो ऑफ टाइमबद्दल, काळाच्या दिशेबद्दल काय वाटतं हे विचारायचंय मला."

माझा राग निवळला. या काळाच्या दिशेबद्दल, काळ नेहमी एकाच दिशेने का जातो, कालप्रवाह नेहमी भूतकालाकडून भविष्याकडेच का वाहतो, उलट का जात नाही, यावर आमच्या बऱ्याच चर्चा झाल्या होत्या. या एका विषयाचं डॅडला भारी आकर्षण होतं. त्या एका प्रश्नानं ते झपाटल्यासारखे झाले होते. आम्ही दोघे जर कधी एकमेकांच्या जवळ आलो असू तर ते या चर्चांच्या वेळीच.

"तुला माहीतच आहे." डॅड म्हणाले, "सूक्ष्मविश्वाचा, मायक्रो लेव्हलचा विचार केला तर कालप्रवाहाची निश्चित दिशा कोणतीच नाही. स्थितीगतीची दिशा समीकरणं आहेत.- इक्वेशन्स ऑफ मोशन - त्यामध्ये कालप्रवाहाची दिशा मायनस धरली म्हणून काही एक फरक पडत नाही. टाइम ही व्हेक्टर क्वान्टिटी नाही, निदान तसं धरलं जात नाही."

"पण स्थूल मानानं विचार केला, मॅक्रो लेव्हलवरच्या घटना पाहिल्यानंतर मात्र त्या दिशेला महत्त्व प्राप्त होतं, डॅड. जर तसं नसतं तर जगात एक वेगळ्याच प्रकारची सिमेट्री दिसली असती. शरीराच्या सर्वच रचनेत. तशीच शारीरिक क्रियांमध्ये, फिजियोलॉजिकल प्रोसेसमध्येही; पण तसं दिसत नाही. हृदय घ्या, त्यापासून निघणारी महारोहिणी पहा. सिमेट्रिक नाही."

"यू आर राइट, माय बॉय. ॲब्सोल्यूटली राइट." का कोण जाणे पण मी रोमांचित होऊन उठलो. डॅडनं माझं म्हणणं बरोबर आहे असं सांगावं याचा मला स्वच्छ आनंद का होतोय हे सांगता नसतं आलं. यानंही मी गोंधळून जातो. डॅडविरुद्ध बंड करून जावंसंही वाटतं आणि त्यानं आपलं कौतुक करावं अशीही इच्छा होते. अपार इच्छा होते.

"याचाच अर्थ असा, अरविंद, की तू ज्याला मायक्रोस्कोपिक लेव्हल म्हणतोस ती या विश्वाच्या संदर्भात. म्हणजेच आपल्या या पृथ्वीबद्दल बोलायचं झालं तर ते मायक्रोस्कोपिक लेव्हलपुरतंच मानावं लागेल. म्हणूनच इथे आपल्याला ती सिमेट्री दिसत नसली तरी या साऱ्या अफाट विश्वात तशी ती नसेल असं नाही छातीठोकपणे सांगता यायचं आपल्याला... तू म्हणतोस तसं हदय डाव्या बाजूलाच असलं आणि महारोहिणी वरच्या दिशेनेच निघत असली, तरी या विश्वात सर्वत्र तसंच असेल. त्याच्या उलट परिस्थिती नसेल असं ठामपणे आपण कसं म्हणू शकू?"

मी हसलो. "धिस इज नॉट ए न्यू आर्ग्युमेंट डॅड. फिजिसिस्ट तर हे केव्हापासून सांगत आलेत. प्रत्येक फन्डामेन्टल पार्टिकलचं प्रतिबिंब ठरावा असा ॲन्टिपार्टिकल असल्याचं त्यांनी दाखवलंच आहे. या सृष्टीच्या बरोबर उलटी असणारी प्रतिसृष्टी अस्तित्वात असल्याचा त्यांचा दावा आहे."

“राइट अगेन. आर्ग्युमेंट जुनं असेल पण सिद्धान्ताला पूरक आहे. कारण मला असं म्हणायचंय, की इथे या पृथ्वीवर कालप्रवाह एका दिशेने वाहतो. म्हणून आपण लहानाचे मोठे होतो. तारुण्यापासून वृद्धत्वाकडे प्रवास करतो. इतरत्र याच्या उलटही होत असेल. माणसं दिवसेंदिवस जास्तीत जास्त तरुण होत असतील.”

“म्हणजे काय होत असेल? लहान होत होत बालक म्हणून राम म्हणत असतील. जमिनीत गाडले जात असतील आणि आईच्या पोटातून गलितगात्र, सुरकुतल्या शरीराचे, अनेक व्याधींनी पोखरलेले, असे बाहेर पडत असतील.”

“हम्बग! हेच हेच मला आवडत नाही.” डॅड उसळून म्हणाले, “यू कान्ट सिरियसली कॉन्सन्ट्रेट ऑन एनिथिंग फार लाँग. तुला सारी थट्टाच वाटते. यू वॉन्ट टु ट्रिव्हियलाइज एव्हरीथिंग.”

“सॉरी डॅड.” मी सिन्सिअरली म्हणालो, “पण तुमच्या म्हणण्याचा अर्थ तसाच नाही का होत?”

“इट्स नो यूज टॉकिंग टु यू!” हताश होत डॅड म्हणाले. कोसळल्यासारखे आपल्या खुर्चीत बसले. आपला पाइप पेटवून त्यांनी रागाने दोन-चार भले मोठे धुराचे लोट सोडले. पुढच्याच क्षणी उठून काही न बोलता, माझा दंड खेचत खेचतच ते मला ॲनिमल हाउसकडे घेऊन गेले. एका पिंजऱ्यासमोर उभे राहून पाइपच्या टोकाने माझं लक्ष त्यातील माकडाकडे वळवत त्यांनी केवळ भुवया उंचावत माझ्याकडे पाहिलं.

मी पाहत राहिलो. आत एक अतिशय अशक्त, म्हातारपणानं जर्जर झालेलं माकड होतं. डोळे निस्तेज झाले होते. हात उचलणंही त्याला मुश्कील झालं होतं. ते जिवंत राहिलं होतं हेच मुळी एक आश्चर्य होतं.

“ओळखलंस? कोण आहे सांग बरं?”

“नाही बुवा सांगता येत.”

“ते तर मोती माकड आहे.”

“काय? मोती?”

माझा विश्वासच बसेना. कसा बसावा? मोती फारतर दोन वर्षांचा होता. इतका म्हातारा! पण पायात ओळख पटविण्यासाठी घातलेल्या कड्याकडे आता माझी नजर गेली आणि कसलाच संशय राहिला नाही. मी काय बोलावं हेच न सुचून परत डॅडकडे नुसतंच पाहिलं. आनंदानं त्यांचा चेहरा फुलला होता. या वेळी माझं लक्ष त्यांनी पलीकडे पिंजऱ्याबाहेरच्या कोपऱ्यात ठेवलेल्या एका यंत्राकडे वळवलं.

“पाहिलंस ते?” त्या यंत्रापासून निघालेली तारांची भेंडोळी, एक कॉइल पिंजऱ्याभोवती वेढल्याचंही आता माझ्या लक्षात आलं. “दॅट इज माय मॅग्नेटिक फील्ड जनरेटर.”

"आय सी."

"नो यू डोन्ट यट्- मी त्या जनरेटरचा उपयोग करून दर मिनिटाला आठ वेळा दिशा बदलणारं मॅग्नेटिक फील्ड तयार केलं. ते या पिंजऱ्याभोवती खेळवायला सुरुवात करताच मोतीच्या शारीरिक क्रिया, त्याच्या मेटॅबॉलिक प्रोसेसेसही त्याच तालावर नाचायला लागल्याचं दिसून आलं. त्या तालाला त्या संपूर्णपणे रुळल्याची माझी खात्री झाल्यावर मी त्या फील्डची आंदोलनं वाढविण्यास सुरुवात केली. त्याबरोबर शारीरिक क्रियांचा वेगही वाढला. वय वाढण्याची क्रियाही झपाट्याने होऊ लागली आणि काय परिणाम झाला, ते तू पाहतोच आहेस."

"पण... पण... पण," अनेक प्रश्न एकाच वेळी माझ्या मनात गोंधळ घालू लागले. एकमेकांच्या तंगड्या अडकून पडू लागले. बरंच काही विचारावंसं वाटूनही माझ्या तोंडून एकही प्रश्न फुटेना.

माझ्या पाठीवर थोपटत, डॅडनी एक जाडजूड रजिस्टर माझ्या हातात दिलं. "तुझ्या शंकांची उत्तरं यात मिळतील. माझ्या नोट्स आहेत या. नीट वाचून पाहा." काहीही न बोलता मी ते बाड घेऊन परत माझ्या लॅबोरेटरीत निघालो. अविश्वासानं मी मान हलवत होतो. पाहतो आहोत ते स्वप्न नव्हतं याची खात्री करून घेण्यासाठी मी मान वळवून परत एकदा मोतीकडं पाहिलं.

डॅड तोंडावर विजयी हास्य घोळवत उभे होते. माझी नजर त्यांच्याकडे जाताच त्यांनी मला परत बोलावलं. "त्या नोट्स नीट वाच. कारण वय वाढण्याची क्रिया वेगाने करण्याचा माझा प्रयोग सफल झाला आहे. आता ही क्रिया उलट्या दिशेने होईल किंवा वेग मंदावेल असं तू करावंस असं मला वाटतं. त्याची सुरुवात कशी करावी लागेल या संबंधीचे बरेच क्लूज तुला त्या नोट्समध्ये मिळतील. त्याचा पाठपुरावा करून तू ते साध्य करावंस अशी माझी इच्छा आहे. मी तुझ्यासाठी कधीच काही करत नाही असा आरोप तू करतोस; पण आय ऑल्वेज थिंक ऑफ यू माय बॉय... गो अहेड!" त्यांनी केलेल्या त्या यशस्वी प्रयोगाच्या प्रयत्नाने मी इतका भारावून गेलो होतो की काहीही न बोलता मी परत माझ्या लॅबोरेटरीमध्ये गेलो. गेल्या गेल्या मी त्या नोट्स वाचायला सुरुवात केली. अधाशासारख्या त्या वाचून काढल्या. हातातून त्या खाली ठेवणं शक्यही नव्हतं. एखाद्या अद्‌भुत कादंबरीसारखी मोहिनी त्या नोट्सनी घातली होती. अगदी बारीकसारीक तपशिलांसहित सर्व तर्कही स्ट्रिक्टली लॉजिकल नोट्स ठेवण्याची डॅडची सवय मला माहीत होती. तरीही या नोट्स म्हणजे... सिंपली फॅसिनेटिंग.

डॅडनी कमाल केली होती यात शंकाच नव्हती. त्यांचा शोध खळबळ उडवून देणारा ठरेल यात मला शंका नव्हती. तरीही तो इतक्यात प्रसिद्ध करण्यास ते तयार नव्हते. त्याला जोड देणारा प्रयोग मी करावा आणि त्यानंतरच तो संयुक्तपणे

जगासमोर ठेवावा असा त्यांचा इरादा होता. त्यामुळे माझंही नाव सर्वत्र झालं असतं. मलाही मानसन्मान मिळाले असते. माझ्याही जीवनाला अर्थ प्राप्त झाला असता. माझ्या आयुष्याला सोनेरी किनार लाभली असती.

क्षणभर मी उल्लसित होऊन उठलो, पण क्षणभरच. कारण पुढच्याच क्षणी मला जाणवलं की हे सारं मिळालं असतं, पण ते डॅडमुळेच. माझ्या आयुष्याला पाहिजे ती दिशा देण्याच्या प्रयत्नात डॅड यशस्वी झाले असते. आजवरचे तसे सारे प्रयत्न मी बंड करून सारे उधळून लावले होते. या वेळचा त्यांचा डाव भलताच इन्जिनिअस होता. मोह पाडणारा होता. माझ्या तो लक्षातही आला नव्हता.

पण एकदा तसा तो आल्यावर त्याला मान तुकवायला माझं मन तयार नव्हतं. स्वतःच्याच हातानं आपण आपले पंख छाटून टाकतो आहोत, याची जाणीव असूनही डॅडबद्दलचा माझ्या मनातला दुरावा मिळणाऱ्या लाभापेक्षा वरचढ ठरत होता. समोर वाढून आलेलं ताट झिडकारणं सोपं नसतं; पण डॅडबद्दल माझ्या मनात राहिलेली नफरत तेही करण्याचं बळ मला देत होती.

दुसऱ्याच दिवशी सकाळी मी त्या नोट्स घेऊन परत डॅडकडे गेलो. न बोलताच त्या त्यांच्या हातात ठेवल्या.

"मग केव्हा सुरुवात करतो आहेस? आणि व्हेअर डू यू वॉन्ट टु बिगिन?"

"नो नेव्हर."

"म्हणजे?"

"म्हणजे थँक्यू, बट नो थँक्यू."

"आय डोन्ट अन्डरस्टॅन्ड."

"खरं आहे ते. तुम्हाला नाही समजायचं ते. तुम्हाला कधीच नाही समजलेलं ते. कधी समजू शकणार नाही तुम्ही. आय डोन्ट वॉन्ट धिस रिफ्लेक्टेड ग्लोरी. असं परप्रकाशित नाही, स्वयंप्रकाशित जगायचंय मला. मग तो प्रकाश पणतीसारखा मिणमिणता का असेना."

"आय सी. म्हणजे..."

"यू डोन्ट सी. तुमचं बोट धरूनच, त्या आधारावरच मी सतत चालत राहावं, अशी नेहमीचीच तुमची इच्छा राहिली आहे. मला ते पसंत नाहीय. मला माझ्या हिमतीवर जगायचंय. माझ्या हिमतीवर पुढे जायचंय."

"तेच करतो आहेस गेली तीस-पस्तीस वर्षं. काय कमवलंस? बायका मुलंसुद्धा नाही सांभाळता आली तुला."

"म्हणून तुम्ही माझ्या बायकोला, मुलांना सांभाळता आहात ना? म्हणूनच तुम्ही त्यांना कवेत घेत आहात ना? अरुंधतीच्या पाठीवरून तुमचा हात कुरवाळत फिरतोच आहे ना?"

"यू... यू आर अनग्रेटफुल, स्काऊंड्रल! तुला त्या पोरीच्या- सुरेखाच्या मांड्यांमध्येच गुरफटून पडायचंय. तिथेच तुझी बुद्धी, सारी क्रिएटिव्हिटी खर्ची पाडायचीय म्हणून तर कुठलंही सिरियस काम करायला नकोय. हे खरं कारण आहे. हे सारे प्रयोग करायचे तर मग सुरेखाबरोबर कामक्रीडा करायला वेळ कसा मिळेल? तिच्याबरोबर लीला करत झिम्माफुगडी कोण घालेल? यू आर ए वेस्ट्रेल. उडाणटप्पूपणा करत आयुष्य उधळून टाकायचं, ते नासाडून टाकायचं तुला माहीत आहे आणि तू ते करू नयेस असं सांगतो म्हणून मी वाईट. म्हणून माझ्यावर राग. यू डोन्ट डिझर्व एनिथिंग. असाच उकिरड्यावर खितपत पडायच्या लायकीचा आहेत तू."

आजवर डॅड माझ्यावर अनेकवार चिडले आहेत. पण असे रागावलेले त्यांना मी प्रथमच पाहत होतो. काहीही न बोलता मी माझ्या लॅबोरेटरीत येऊन बसलो. आपलं कदाचित चुकलं असावं, आपण या वेळी नको तितकं ताणून धरलं असावं, डॅडच्या रागापायी आपलं कधीही न भरून येणारं नुकसान केलं असावं अशी शंका मनाला चाटून गेली. नाही कशाला म्हणू? पण परत डॅडविषयीच्या आयुष्यभर साचून राहिलेल्या चिडीनं आपला वरचश्मा मिळवला.

डॅडनी तर माझ्याशी बोलणंच सोडलं. समोरून मी येताना दिसलो तरी ते तोंड फिरवून निघून जात. अरुंधतीला व मुलांनाही ते माझ्या पश्चातच भेटत. त्यांनाही डॅडनी काही सांगितलं असावं. कारण तीही सर्व जण कामापुरतंच माझ्याशी बोलत असत. एकटी सुरेखाच मला धीर देत होती. आपल्या मानसन्मानापेक्षा वरचढ काही नाही असं पटवत होती. तरीही मधूनमधून उपटणाऱ्या शंका त्या मन:शांतीला कुरतडतच होत्या आणि अकस्मात एक दिवस ध्यानीमनी नसता, डॅडनी मला त्यांच्या लॅबमध्ये बोलावलं. या आश्चर्याच्या भरातच मी त्यांच्या समोर उभा राहिलो. परत एकदा न बोलता ते मोतीच्या पिंजऱ्याकडे घेऊन गेले. मी पाहिलं आणि माझे डोळे आश्चर्यानं विस्फारले, तोंडात बोट घालायचंच मी बाकी ठेवलं होतं.

मोती परत पूर्वीसारखा जवान झाला होता. त्याच्या पायातलं कडं पाहून मी खात्री करून घेतली. शंकाच नव्हती. शंकेला जागाच नव्हती.

"आय सी, म्हणजे तुम्ही ते एक्सपरिमेन्ट करण्यातही यशस्वी झालात तर! यू हॅव रिव्हर्सड एजिंग. स्लोड डाऊन मेटॅबॉलिक प्रोसेस."

"दॅटस राइट. म्हातारा झालेला मोती परत जवान झालाय. मी त्याला त्याचं तारुण्य, त्याची जवानी परत दिलीय."

हे आपण करू शकलो असतो, हे यश आपलं असतं हे मला जाणवलं, स्वतःविषयी वाटणारी कीव मला जाळत गेली. आपण काय गमावलं हे समोर स्पष्ट दिसत होतं. त्याच्या बदल्यात काय कमावलं याचा ताळेबंद मन तयार करू लागलं. डॅडनी या वेळी सर्वार्थानं आपल्यावर मात केली असं माझं मन वारंवार सांगू लागलं.

झाल्या चुकीची भरपाई करावयास हवी हेही बजावू लागलं.

म्हणून मी म्हटलं, "डॅड, काँग्रेच्युलेशन्स! हे तोंडदेखलं बोलत नाहीये मी. आय वुड लाइक टु प्रूव्ह इट. हा प्रयोग माकडावर यशस्वी केला गेलाय. तुम्ही माणसावर करायला उत्सुक झाला असाल. मी त्यासाठी गिनीपिग व्हायला तयार आहे."

"खरंच गिनीपिग व्हायचंय? फॉर प्युअरली सायन्टिफिक रिझन्स? या निमित्ताने परत जवानी मिळवायचीय? वीस वर्षांची सळसळती जवानी? सुरेखाला खूश करता येईल नाही?"

डॅडबद्दल वाटत असलेला जिव्हाळा त्या एका वाक्यानं लेसरनं वाफ करून टाकल्यासारखा उडून गेला.

"तुम्हाला माझ्याविषयी कधी खात्री वाटलीय ती आता वाटेल! यू हॅव नेव्हर ट्रस्टेड मी. आता तरी कशाला माझ्यावर विश्वास दाखवाल!"

"प्रश्न तो नाही माय बॉय! कारण तो प्रयोगही मी केलाय या आधीच. ऑलरेडी. वेट अ मिनिट. असं म्हणत ते आपल्या लॅबोरेटरीतल्या बाथरूममध्ये गेले. मी त्यांच्या पाठी हिप्नोटाइज झाल्यासारखा जातच होतो. त्यांनी बेसिनवर जास्त साबणाने तोंड स्वच्छ धुतले. त्याबरोबर चेहऱ्यावरचा मेकअप पुसला गेला आणि समोर माझं आरशातलं प्रतिबिंब पाहिल्यासारखं मला वाटलं.

डॅड तरुण होते. त्यांनी फुल स्लीव्हचा लॅबकोट आणि ग्लोव्ह्ज घातल्यामुळे हातांकडे लक्षच गेलं नव्हतं; पण चेहरा तजेलदार होता. डॅड थेट माझ्यासारखे दिसत होते. माझा जुळा भाऊ असल्यासारखे. माझ्या डोक्यात फटाक्यांची माळ उडाल्यासारखं झालं. परत एकदा तिडीक उठली. डॅडबद्दलची घृणा, राग उफाळून वर आला.

"आय सी. याचसाठी मी प्रयोग करायला हवे होते. तुम्हाला तुमचा स्वार्थ साधण्यासाठी. तुम्हाला तुमची जवानी परत मिळावी यासाठी."

"मुळीच नाही. तू रागावलायस नेहमीसारखा म्हणून असं बोलतोयस. माझ्या प्रयोगांची ही लॉजिकल अशी पुढची पायरी होती."

"अस्सं!" कुत्सित सुरात मी विचारलं... "मग यापुढची लॉजिकल पायरी म्हणजे अरुंधतीची बेडरूम असेल!"

"यूऽऽ यूऽऽ यू स्वाईन..." डॅड रागाने काळे निळे झाले होते.

"आजवर माझं सारं तुम्ही हिरावून घेतलंत. माझं बालपण, माझं तारुण्य, माझी बायको, माझी मुलं, माझी करिअर. आता माझं शरीरही बळकावून बसलात तुम्ही! आय हेट यू. आय हेट यू."

"गेट लॉस्ट. गेट लॉस्ट." डॅड माझ्या अंगावर धावून आले. क्षणभरही मी

तिथं थांबतो तर माझा गळा घोटण्यास त्यांनी पाठीपुढे पाहिलं नसतं. मी तसाच तिरीमिरीत बाहेर पडलो. कुठे जात होतो, काय करत होतो हे मला समजत नव्हतं. सुरेखानं मला थांबवण्याचा प्रयत्न केल्याचं अंधुक अंधुक जाणवलं; पण माझं कशाकडेच लक्ष नव्हतं. मी तसाच एका बारमध्ये जाऊन बसलो. पीत राहिलो बेसुमार. शुद्ध हरपेपर्यंत बेहोश होईपर्यंत. शुद्ध आली त्या वेळी मी एका खुर्चीत बसून होतो. डोकं जडावल्यासारखं झालं होतं. अर्धमिटल्या डोळ्यांनी पाहत होतो. समोरचं टेबल मला अनोळखी वाटलं. माझ्या टेबलावर इतके नीटनेटके रचून ठेवलेले कागद, इतक्या नीटनेटक्या रचून ठेवलेल्या फायली कधीच सापडल्या नसत्या.

इतक्यात माझी नजर पडली डॅडनी नोबेल पारितोषिक स्वीकारलं त्या वेळच्या फोटोवर. चांदीच्या फ्रेममध्ये ठेवलेला तो फोटो मी कैकदा पाहिला होता. मला तो नेहमीच वाकुल्या दाखवीत असे. कुठे बरं पाहिलाय मी? शेजारच्या पाइपकडे लक्ष जाताच ध्यानात आलं. हे तर डॅडचं टेबल. आजूबाजूला पाहिलं मी, त्यांचंच ऑफिस! काचेपलीकडे दिसणारी त्यांचीच लॅबोरेटरी!

इथं काय करतोय मी? मला कळेना. समोरचा कागद वाचावा म्हणून मी तो घेण्याचा प्रयत्न केला. हात उचलायला मला परिश्रम पडले. उचलल्यावर त्या कागदावरची अक्षरंही दिसेनात. अंधुक अंधुक वाटत होती. समोरच एक चश्मा पडलेला दिसत होता. तो उचलून मी डोळ्यांवर चढवला. त्याबरोबर अक्षरं स्पष्ट झाली. ते डॅडला आलेलं पत्र होतं. मी ते वाचणार तोच माझं लक्ष माझ्या हातांकडे, बोटांकडे गेले. त्यावरची कातडी सुरकुतलेली होती. हाडं वर दिसत होती. संधिवातानं जखडल्यासारखी वेड्यावाकडी झाली होती. हात थरथरतही होते. सत्तरीच्या आसपास पोचलेल्या माणसासारखे.

मी घाबरलो. हे असं काय झालंय. स्वप्न तर नाही ना पाहत मी. दारूच्या नशेत पडलेलं एक दुःस्वप्न.

इतक्यात समोर सुरेखा दिसली. तिला मी बोलावलं,

"रेखा, रेखा हे बघ काय झालंय?"

मी तिला रेखा म्हणून हाक मारावी याचं तिला आश्चर्य वाटल्यासारखं दिसलं. पण तरीही ती माझ्याजवळ आली. त्याबरोबर मी तिचा हात हातात घेतला. घट्ट धरून ठेवला. धडपडणाऱ्या छातीशी तो नेत मी म्हणालो, "रेखा, रेखा हे बघ गं, काय झालंय, काय होतंय. मला चिमटा घेऊन सांग. मी स्वप्नात आहे, जागा नाही. बेटर स्टिल, किस मी अगेन रेखा."

अंगावर पाल पडल्यासारखा तिनं माझा हात झटकून टाकला. भूत पाहिल्यासारखं ती किंचाळली आणि धावतच बाहेर गेली.

मी पाहतच राहिलो. सुरेखाला हे असं काय झालं तेच मला कळेना. टेबलावरच्या चकचकीत काचेत मी वाकून पाहिलं. अन् उलगडा झाला. डॅडचा चेहरा मला वेडावत त्या काचेतून माझ्याकडे रोखून पाहत होता. तो पुसून टाकण्यासाठी मी माझा हात पुढे करताच त्यांचाही हात पुढे झाला. मनात अनेक भावना एकाच क्षणी कल्लोळ करू लागल्या. कसलासा आवाज झाला म्हणून मी प्रयासाने मान उचलून पाहिलं.

दारात हसत हसत मी उभा होतो. रादर माझ्या शरीरातले डॅड आणि मी गलितगात्र असा इथेच बसून होतो.

डॅडने असा सूड उगवला होता तर! पण मला हार मान्य नव्हती. घाईघाईने उठता येईना म्हणून बसूनच मी बोललो, "माझं जे काही तुम्ही हिरावून घेतलंत, माझी बायको, माझी मुले, माझा संसार, माझी जवानी... सारं काही क्षणभंगुर आहे. उलट मला तुमचं नोबेल पारितोषिक, तुमचा मान, तुमची ख्याती मिळालीय. कोण जिंकलं विचार करा."

यावर विकट हास्य करीत डॅड निघून गेले अन् मी मलाच सांगत राहिलो, डॅडच जिंकले. कारण तो सारा मान डॅडच्याच नावे राहणार होता. त्यांच्या या गलितगात्र शरीरात मी उपऱ्यासारखाच वावरणार होतो. तो मी आहे हे फक्त डॅडला आणि मलाच माहीत होतं. दुसरं कोणीच त्यावर विश्वास ठेवणार नव्हतं. सुरेखाचाही विश्वास नाही बसला. तर इतरांची काय कथा? डॅडच जिंकले होते.

मी हरलो होतो.

सुगंध, दिवाळी, १९८८

अनुरूप

"**रो**को! नारायण, गाडी रोको."

अनुराधा एकदम ओरडली. गाडी चालविणारा नारायणही तिच्या त्या अकस्मात आणि एवढ्या मोठ्यानं ओरडण्यानं दचकला. त्यामुळे गाडी समोरच्या म्हातारीवरच जाऊन आदळायची, पण नारायण होता त्यामुळे ते टळलं. तिला वाचवून त्याने गाडी पुढे काढली. कारण ती थांबवण्यासाठी अनुराधा कितीही ओरडली, तरी पार्किंग स्पेस तर मिळायला हवी! शिवाय रस्त्यात मध्येच थांबवायची, अगदी क्षण दोन क्षण थांबवायची तरी ते जोखमीचं होतं. कारण पुढच्याच वळणावर हवालदार उभा आहे हे त्याच्या ड्रायव्हरच्या सराईत नजरेनं तेवढ्यातही टिपलं होतं.

थांबवता येईल अशा जागेच्या शोधात गाडी पुढेपुढे निघाली तशी अनुराधाची चडफड अधिकच वाढली. मघाशी गाडीतून ओझरती पाहिलेली पाटी तिला अजूनही वेडावत होती. जिच्या शोधात आपण बाहेर पडलो तीच ती, असं तिला एका बाजूनं राहून राहून वाटत होतं. तर दुसऱ्या बाजूनं आपलं अधीर मन आपल्याशी खेळ तर नाही ना खेळत, ही शंकाही तिला कुरतडत होती. खाली उतरून खात्री करून घेतल्याशिवाय तिला चैन पडणार नव्हतं; पण हा मेला ट्रॅफिक तिला उतरू देईल तर ना!

शेवटी एकदाची जागा मिळाली आणि नारायणाने ब्रेक दाबले. पाठच्या काचेतून मान वाकडी करून ती पाटी शोधण्याचा निष्कळ प्रयत्न करण्यातच मग्न झालेल्या अनुराधाला क्षणभर गाडी थांबल्याचं लक्षातच आलं नाही. नारायणानं जेव्हा 'बाईसाहेब...' असं म्हणत तिचं लक्ष वेधण्याचा प्रयत्न केला तेव्हाच ती भानावर आली.

पुढच्याच क्षणी बाहेर पडून ती आल्या दिशेने धावत सुटली. कार्डिगनच्या खिशातला तो कागद उजव्या मुठीत घट्ट पकडून तिची नजर इमारतींवरच्या पाट्या

भराभर वाचत होती. वाचून नाकारत पुढच्या पाटीकडे वळत होती. त्या धांदलीत हव्या असलेल्या पाटीवरूनही ती पुढे सरकली. अन् मग घाईघाईत चूक करीत आहोत हे ध्यानात येताच तिने नजरेला आणि पायांना एकदमच ब्रेक लावला.

समोरच ती पाटी होती.

'अप्सरा क्लिनिक...'

तिने ती परत परत वाचली. आइसक्रीमचा लपका तोंडातल्या तोंडात घोळवत त्याची चव चाखत राहावं तसं ते नाव तिनं जिभेच्या शेंड्यावर एक-दोन वेळा घोळवलं.

अन् तेच आपल्याला हवंय याची पक्की खात्री करून घेण्यासाठी तिनं घाईघाईनं कार्डिगनच्या खिशातला, मुठीत पकडून पकडून ओला झालेला कागद बाहेर काढला.

तेच नाव होतं. अप्सरा क्लिनिक. जाहिरातीचं कात्रण जरी काही शब्द हरवून बसलं असलं, तरी ती जाहिरात पाठ झाली होती. क्लिनिक हिडिंबेलाही अप्सरा करण्यात, शूर्पणखेलाही सौंदर्यवती बनविण्यात किती आणि कशी वाकबगार आहे याचं ते रसभरित वर्णन कोणाच्याही काळजाला हात घालून गेलं असतं. अनुराधाला त्यानं हेलावून सोडलं, भारून टाकलं यात नवल नव्हतं.

म्हणजे अनुराधा तशी हिडिंबा किंवा अशोक वनातल्या सीतेच्या पहारेकऱ्यांसारखी होती अशातला भाग नव्हता. पण चारचौघीत उठून दिसणारी खास नव्हती. चारचौघींइतपतही नव्हती. 'प्राप्ते तु षोडशे वर्षे गर्दभी अप्सरायते' असा संस्कृत कवींनी सांगितलेला नियम सिद्ध करणारा अपवाद ती होती असं म्हटलं तर फारसं वावगं झालं नसतं. काहीतरी गफलत होऊन सुरवंट सुरवंटच राहावा, त्याचं फुलपाखरू होऊ नये असं काहीसं झालं होतं.

सुरुवातीला तरी आपल्याजवळ सौंदर्य नाही याचं तसं तिला वैषम्य वाटलं नाही. कारण सौंदर्याचं नसलं तरी संपत्तीचं वरदान तिला नक्कीच लाभलं होतं. छप्पर फाडफाडके देणाऱ्या खुदानं आपला हात केवळ पैशाच्याच बाबतीत मोकळा सोडला होता. अगदी 'देता किती घेशिल दो कराने' अशी परिस्थिती निर्माण केल्यावर मग आता आणखी द्यायचं काही राहिलं नाही या समजुतीनंच मग तो विश्रांती घ्यायला गेला असावा.

त्याचमुळे सुरुवातीला तरी अनुराधाला आपल्यात काही कमी आहे असं कधी वाटलंच नाही. सारं काही पैशानं विकत घेता येतं ही लहानपणापासून मिळालेली शिकवण तोपर्यंत तरी अबाधित राहिली होती. त्याचमुळे मग पैशाचं पाठबळ अनुरूप असल्यावर सिंड्रेलाला परीराणीच्या जादूच्या कांडीची जरुरी का भासावी असंच तिला वाटत राहिलं होतं. काचेचा बूट तिच्या पायात फिट बसतो का हे

शोधत बसण्याऐवजी आलेला राजकुमार आपल्याच कातड्याचे जोडे तिच्या पायात घालायला राजीखुशीनं तयार होईल याच समजात ती वावरली.

तिच्या त्या समजात असं वावगंही काही नव्हतं. तिच्या मते तिच्यापेक्षाही वेड्याविद्र्या दिसणाऱ्या मुलींना जोडीदार मिळाले होते. त्यांना घट्ट बिलगत बाजूच्या जगाला विसरत, चालत जाताना तिनं पाहिलं होतं. मग ती का पाठी राहावी?

तसं म्हटलं तर हे सगळं लॉजिकल होतं; पण हे जगच मुळी इल्लॉजिकल आहे. त्याला कोण काय करणार! वर्षं जात चालली तसं वयही वाढत चाललं आणि तरीही सप्तपदीच्या दिशेनं काही वाटचाल होत नव्हती. तिला ज्यांच्यामध्ये इंटरेस्ट होता, त्या साऱ्यांनाच रंभा, उर्वशी, मेनका हव्या होत्या. गेला बाजार निदान रती, मदालसा तरी. आणि तिला ज्यांच्यात फारसा इंटरेस्ट नव्हता अशांनाही फक्त तिच्या पैशात इंटरेस्ट होता. बेरजेचं तसलं एकीकरण तिच्या दृष्टीनं वजाबाकीचं होईल याविषयी बाकी तिच्या मनात संदेह नव्हता.

यावर मग उपाय एकच होता. जादूची कांडी फिरवून सुरवंटाचंच काय पण अळीचंही रंगीबेरंगी फुलपाखरात रूपांतर करणाऱ्या परीराणीला शोधून काढणं. पण या आधुनिक, वैज्ञानिक, हायटेक युगात परीराणी मिळावी कुठून!

पण जमाना बदलला, बैलगाडी जाऊन अंतराळयान आलं. चंद्रावरचे डाग त्याच्या गालावरील तीळ नसून पृष्ठभागावरील खोल खड्डे आहेत हे लक्षात आलं म्हणून काय झालं! सिंड्रेला जशी अमर आहे तशीच परीराणीही अमर आहे. हं, आता बदलत्या जमान्यानुसार तिनंही जरासं बदललेलं वेगळं रूप धारण केलंय एवढंच.

ते बदलतं रूप म्हणजेच अप्सरा क्लिनिक!

ती जाहिरात पाहताच अनुराधानं ते ओळखलं होतं. म्हणूनच तर ती तशीच धावत धावत आली होती. त्याच्या समोरच ती उभी होती. त्याच्यावरची नजर न हलवता तिनं रस्ता क्रॉस केला. जणू तिनं डोळा जरा जरी हलवला असता, तरी ते तिथून गायबच झालं असतं.

क्लिनिकचा मेन दरवाजा बंद होता. ते पाहून क्षणभर ती गांगरलीच. इतकी धडपड केल्यानंतर आता आत जायला मिळणार नाही या शंकेनं ती भरकटल्यासारखीच झाली. तेवढ्यात दाराशेजारीच असलेलं कॉलबेलचं बटण तिला दिसलं, आणि उडायला आलेले तिचे होश परत जागेवर आले.

तिनं बेल वाजवताच दार उघडलं गेलं. समोरच एक हिंदी सिनेमातल्या कुठल्याही भुक्कड हिरोला मिळणाऱ्या कंडा हिरॉईनसारखी दिसणारी एक मुलगी हात जोडून स्वागत करत उभी होती. विमानात शिरताना दाराशीच नाही का निर्विकार चेहऱ्यानं, आलेला कंटाळा आतल्या आत दाबत एअरहोस्टेस उभ्या असतात, तशीच.

तिच्याकडे लक्ष दिल्या न दिल्यासारखं करत अनुराधा पुढे गेली. दरवाजा आपल्या पाठी बंद झाल्याचं आवाजावरून तिनं ओळखलं, पण त्याची तिला पर्वा नव्हती.

कारण समोरच एका सुबक टेबलापलीकडे एक अतिशय देखणा तरुण बसला होता. त्याच्या उजव्या हाताला असलेल्या दुसऱ्या एका छोट्या टेबलावरच्या कॉम्प्युटरबरोबर त्याचा कसला तरी निःशब्द संवाद चालला होता; पण अनुराधा टेबलाजवळ पोचताच त्यानं फिरत्या खुर्चीच्या गिरकीबरोबरच नजरही कॉम्प्युटर स्क्रीनवरून तिच्याकडे वळवली. तिच्याकडे लक्ष जाताच त्यापेक्षा तो कॉम्प्युटर स्क्रीनच अधिक प्रेक्षणीय आहे असं त्याला वाटल्यावाचून राहिलं नसावं; पण धंद्यात मोरवळ्यासारख्या मुरलेल्या त्याच्या सराईत हावभावांनी तिला त्याची जाणीव होऊ दिली नाही. उलट तिच्या हृदयाचे दोन ठोके चुकवणाऱ्या मधाळ आवाजात तो म्हणाला, "ॲट युवर सर्व्हिस, मॅम! व्हॉट कॅन आय डू फॉर यू?"

आपली पर्स उघडत तिनं त्यात गुंडाळून एका सिनेसाप्ताहिकात आलेला एक रंगीत फोटो काढला. त्याच्यावरच्या चुरगळ्या हाताने काढून टाकत तिनं त्याच्या समोर धरला...

"पाहिलंत!" ती म्हणाली, "मी अशी दिसायला हवीय मला. असा बदल करू शकाल तुम्ही!"

"मी?"

"तुम्ही म्हणजे तुमचं क्लिनिक. जाहिरात करता ना तुम्ही..."

"हो करतो, पण..."

"पण काय? अडचण कसली आहे?"

"अडचण नाही तशी, पण खर्च बराच येईल..."

"येऊ दे. खर्च कितीही येवो. मी डरत नाही त्याला. खर्चाची काळजी करू नका तुम्ही. तेवढं ट्रान्सफॉर्मेशन कम्प्लिट मात्र व्हायला पाहिजे..."

त्यावर त्यानं काहीही न बोलता समोरच्या पॅनेलवरचं एक बटण दाबलं. त्याबरोबर उजवीकडून एक जांभळ्या मखमलीने भरविलेला सोनेरी रंगाचा ऐसपैस कोच सरकत तिच्या दिशेनं आला. दरबारी कुर्निसात केल्याचा आव आणून त्यानं तिला त्या कोचावर बसायला सांगितलं आणि त्याच आविर्भावात तो म्हणाला,

"चला बाईसाहेब, सौंदर्यनगरीच्या प्रवासाला निघा. तुमचं सध्याचं रूप इथेच ठेवून सौंदर्यांचा नवा खजिना घेऊन यायला."

भारावून गेल्यासारखी ती त्याच्याकडे व कोचाकडे आळीपाळीने पाहत राहिली. अन् त्या तंद्रीतच काहीही न बोलता ती त्या कोचावर जाऊन बसली. त्याबरोबर त्यानं परत एक बटण दाबलं आणि ती निघाली, अप्सरेचं रूप ल्यायला.

एखाद्या परीमहालात शिरलेल्या लहान मुलीच्या डोळ्यांनी ती आसपास पाहत होती. क्षणाक्षणाला अधिकाधिक अचंबित होत होती. झोपेत चालणाऱ्याला आजूबाजूच्या जगाचं भाग राहू नये तसं तिला झालं होतं. त्यामुळे तो कोच थांबला केव्हा, हे प्रथम तिच्या लक्षातच आलं नाही.

ती भानावर आली ती कोणाच्या तरी खिदळण्याच्या आवाजाने. समोर गुलाबी रंगाचा युनिफॉर्म घालून दोघी जणी उभ्या होत्या. काही न बोलता पण ओठावर स्मितहास्य खेळवत त्यांनी एक आरसा तिच्यासमोर धरला. 'ओळखलंत हिला?' त्यांनी विचारलं.

त्या आरशातल्या प्रतिमेकडे ढुंकूनही न पाहता कृत्रिम स्वरातच ती त्यांना म्हणाली,

"पुरे, पुरे. तुमची ही सेल्स टेक्निक्स तुमच्याकडेच ठेवा. मला तुमच्या ऑपरेशनचं महत्त्व पटवून द्यायची काही एक गरज नाही. उगीच तुमचा अन् माझा दोघांचाही वेळ खाऊ नका."

आजवर त्यांना अशी समज देणारं कोणी भेटलं नसावं. कारण कानांवर विश्वास न बसून, डोळे विस्फारून त्यांनी तिच्याकडं पाहिलं अन् मग नाकं मुरडत त्यांच्या समोरच्या पॅनेलवरचं आणखी एक बटण दाबलं.

तो कोच परत आपल्या पुढच्या प्रवासाला निघाला केव्हा आणि तो प्रवास संपवून एका मोठ्या आकाराच्या व्यवस्थित सजवलेल्या दालनात येऊन थांबला केव्हा ते अनुराधाला समजलंच नाही. नियंत्रित केलेला मंद, चांदण्यासारखा प्रकाश, कानाला गोंजारणाऱ्या आवाजातलं मधुर संगीत, डोळ्यांना सुखावणारी, संपूर्ण भिंत व्यापणारी तैलचित्रं आणि नाकपुड्या चाळवणारा सुगंधी दरवळ... अनुराधाच्या चित्तवृत्ती त्या साऱ्यानं प्रफुल्लित झाल्या. मनातली अजूनही चुकचुकण्याचा प्रयत्न करणारी शंकेची पाल केव्हाच पळाली होती.

कोणीतरी तिचा हात धरून तिला समोरच्या गुबगुबीत खुर्चीत बसवत होतं. स्वप्नातून जाग आल्यासारखं सुखाच्या अर्धवट ग्लानीत तिनं पाहिलं. डॉक्टरसारखा पांढरा कोट घातलेला एक मध्यमवयीन गृहस्थ हसऱ्या चेहऱ्यानं तिच्याकडे पाहत होता. त्याचं ते हसू कृत्रिम आहे, त्याचे डोळे निर्विकार, चेतनाहीन आहेत हे त्या धुंदीत तिच्या लक्षातही आलं नाही.

"काय हवंय तुम्हांला?" हळुवार आवाजात, तिची तंद्री भंग तर पावणार नाही ना अशी काळजी घेतल्यागत त्यानं विचारलं.

"हे!" हातातलं ते छायाचित्र त्याच्यापुढे उलगडत अनुराधा म्हणाली. अजूनही ती त्या प्रकाश- संगीत- सुगंधाच्या धुंदीत होती. कारण तिचा आवाज आणि आविर्भाव त्याच्यावर जणू मात करत आहेत असा होता.

त्या डॉक्टरनं मात्र जराही विचलित न होता ते छायाचित्र नीट न्याहाळून पाहिलं. एखाद्या इंजिनिअरनं नवीन वास्तू बांधायला घेण्यापूर्वी त्याची ब्ल्यू प्रिंट अभ्यासावी तसं. आणि मग कोरड्या, भावनेचा लवलेश नसलेल्या आवाजात तो म्हणाला,

"जरा उठून उभ्या राहा पाहू." ती उभी राहताच सराईत नजरेनं तिला न्याहाळत तो म्हणाला, "आता जरा स्वत:भोवती सावकाश फिरा पाहू... हुं - हुं."

हनुवटी चोळत विचारात पडल्यासारखा तो परत म्हणाला, "ठीक आहे. तुमची मागणी पुरी करता येईल. पण खूप खर्च येईल."

"त्याची कल्पना आहे मला. आताच बाहेर..."

हात उंचावून तिचं बोलणं मध्येच थोपवून धरत त्यानं परत सांगायला सुरुवात केली,

"शिवाय आमची ॲडव्हान्स घ्यायची पद्धत आहे. रोकड किंवा चेक दिल्यास तो वटेपर्यंत थांबायला हवं..."

"नाही... नको... कॅश आहे ना. किती पाहिजे ॲडव्हान्स?"

"संपूर्ण ट्रीटमेंट हवी असल्यास..."

"संपूर्ण-संपूर्ण... काही बाकी ठेवू नका."

"तुमच्या बाबतीत त्याची गरजही आहे. तेव्हा सध्या... सध्या... एक लाख आणलेत?"

काहीही न बोलता आपल्या पर्समधून पाचशेच्या नोटांची दोन बंडलं काढून अनुराधानं त्याच्यापुढे ठेवली. ती तशीच टेबलावरून सरकवत त्यानं वरच्या ड्रॉव्हरमध्ये टाकली आणि तिला परत त्या कोचावर बसवत पॅनलवरचं बटण दाबलं.

"गुड लक."

त्याचे ते शब्द तिच्या कानात घुमत राहिले. या बटणं दाबून तिला नुसतंच इकडून तिकडे पाठवण्याचा तिला आता कंटाळा आला होता. रागही यायला लागला होता. सुरुवात का नाही करत हे आपल्या कामाला! माझ्या ट्रीटमेंटला! आता कोणी भेटला की त्याला चांगलं खडसावून विचारलं पाहिजे. खणखणीत लाखभर रुपये मोजलेत, आणि त्याच्या बदल्यात आत्तापर्यंत दिलंय काय! तर फक्त गुड लक! गुड लक! लक... म्हणजे... म्हणजे... गॅरंटी नाही की काय! लकचा संबंधच काय! ते काही नाही. आता जो कोणी समोर येईल त्याची सणसणीत हजेरीच घेतली पाहिजे.

पण या वेळी समोर आल्या त्या गुलाबी रंगाचे मिनी स्कर्ट घातलेल्या आणि पापण्याची जीवघेणी उघडझाप करणाऱ्या दोन चटपटीत पोरी. तिला पाहताच चिवचिवत त्या तिच्या जवळ गेल्या. तिनं अजूनही हातात धरून ठेवलेली, वाऱ्याच्या मंद झुळकेबरोबर फडफडणारी पावती त्यांनी पाहिली मात्र, आणि त्यांचा

चिवचिवाट बंद पडला. आतापर्यंत उघड्या पडलेल्या त्यांच्या तोंडात जीभ नुसतीच लाळघोटेपणा करीत राहिली.

''अय्या!'' कशीबशी सावरत आणि श्वास अडवल्यागत धापा टाकत त्यातली एक म्हणाली, ''म्हणजे फुल ट्रीटमेंट! फुल ट्रीटमेंट घेणार तुम्ही!''

''मला त्याची जरुरी आहे असं नाही वाटत तुला?'' तिच्या त्या स्पष्ट वक्तव्याचं त्यांच्याइतकंच तिलाही स्वतःला आश्चर्य वाटलं.

''आणि सर्वच्या सर्व ॲडव्हान्सही भरलाय तुम्ही!''

''हो तर. मग केव्हा सुरू करताय तुम्ही ट्रीटमेंट!'' तिच्या स्वरातील अधीरता, त्या दोघींनाही जाणवली. ती नर्व्हस होण्यापायी आली असावी अशा समजुतीनं त्या एक सुरात म्हणाल्या,

''काही काळजी करू नका. अगदी फुल ट्रीटमेंट मिळेल तुम्हाला आणि हो, सारं काही ठीक होईल. आमच्याकडेच पहा ना. आम्हीही ट्रीटमेंट घेतलीय ती. त्यापूर्वी आम्ही अशाच सुमार दिसत होतो.''

तिच्या डोळ्यांत रागाची छटा तरळलेली पाहून त्यांनी जीभ चावली. तरीही एक जण म्हणालीच, ''आणि आम्हाला काही फुल ट्रीटमेंट नाही मिळाली.''

तिच्या या बोलण्यात माहिती देण्याचा भाग किती व असूयेचा भाग किती याचा विचार अनुराधा करत असतानाच ती सरळ ऑपरेशन थिएटरमध्येच दाखल झाली.

दिवस कसे गेले याचा पत्ताच अनुराधाला लागला नाही. डिस्चार्ज मिळून घरी परतायचा दिवस उजाडला तशी तिची नजर कॅलेंडरवर गेली. आणि आपल्याला इथे येऊन जवळजवळ महिना उलटून गेल्याची तिला जाणीव झाली. बाकी इतका वेळ गेल्याचं लक्षात आलं असतं तरच नवल. कारण पहिले दोन आठवडे ती अर्धवट गुंगीतच असे. गेले सात-आठ दिवसच ती पूर्ण शुद्धीवर होती. तरी सतत काही ना काही टेस्ट्स चालूच असत.

घरी जाण्याची तयारी करायला लागल्यावरच तिनं स्वतःमध्ये नक्की काय फरक पडलाय हे पाहायचं ठरवलं. अंगावरचे सारे कपडे उतरत ती आरशासमोर उभी राहिली. सावकाश गिरकी घेत स्वतःची रूपसंपदा न्याहाळू लागली. एवढी लुसलुशीत कांती, शरीराची प्रमाणबद्ध घोटीव गोलाई, उभार, दिमाखाने मिरवता येणारा स्तनसंभार... आपण आपल्या प्रेमात पडू अशी भीती तिला वाटू लागली.

अगदी आपल्याला पाहिजे तशी स्वप्नातली परी समोरच्या आरशात उभी आहे याची तिला खात्री पटली. आपल्या पाठी आता उमद्या तरुणांच्या झुंडीच्या झुंडी लागतील याविषयी तिच्या मनात शंका उरली नाही. ती मात्र आता त्यांच्याकडे ढुंकूनही पाहणार नव्हती. तिचे डोळे आता शोध घेणार होते, तो तिच्या मनीच्या राजकुमाराची.

तिच्या हास्याचा, निर्भेळ आनंदाच्या हास्याचा किणकिणाटही स्वरूप बदलून आल्यासारखा वाटला तिला.

क्लिनिक सोडून जाण्यापूर्वी शेवटच्या टेस्टसाठी येण्याबद्दल तिला आवर्जून सांगण्यात आलं होतं. घरी जाण्याच्या लगबगीत ती ते विसरतच होती.

"प्लीज, सिट डाउन." तिच्यावर देखरेख करणारी ती डॉक्टर म्हणाली. ती बसेतोवर समोरच्या फाइलच्या ढिगाऱ्यामधून तिनं अनुराधाची फाइल शोधून काढली होती. त्यातून एक फोटो काढून तिच्यासमोर धरत तिनं विचारलं,

"ओळखलंत या स्त्रीला?"

"अर्थात मीच आहे ती." ज्या आवाजात ती हे म्हणाली, त्यानं कोणाही पुरुषाच्या काळजात झपताल सुरू केला असता.

ती डॉक्टर मात्र निर्विकार होती. त्याच नेहमीच्या धिम्या आवाजात ती म्हणाली, "चांगलाच बदल झालाय नाही? काही काही वेळा वाटतं आपणसुद्धा ही ट्रीटमेंट घ्यावी." कातर झालेला तिचा आवाज परत क्षणभरातच ताळ्यावर आला. "तुमच्या मनासारखं झालंय ना सगळं?"

"होय तर!"

"परत मूळपदावर येणं आता नक्कीच आवडणार नाही!"

काही वेळ भीषण शांतता पसरली. अनुराधाच्या गळ्यात घुंगरासारखं घोटाळणारं खळखळतं हास्य पळालं. तिच्या चेहऱ्यावर कृष्णछाया पसरली आणि किंचित चिडक्या स्वरात तिनं विचारलं,

"मूळपदावर?"

"तसं घाबरायचं काही एक कारण नाही." आपला आवाज मुळीच विचलित होऊ न देता ती म्हणाली, "हे एखादं स्वप्न नाही की आता जाग येऊन तुम्ही परत मूळपदावर याल; पण त्या सिंड्रेलासारखं तुमचं रूप बदललंय. तेव्हा त्या सिंड्रेलाला परीराणीनं काय सांगितलं होतं ते लक्षात घ्या. फरक एवढाच की, इथे परीराणी म्हणजे आम्ही डॉक्टर आहोत आणि आमच्या हातातली जादूची कांडी म्हणजे अनेक रसायनं आहेत. तुमच्या शरीरातील ग्रंथींना जागं करून, चुचकारून त्यांच्याकडून मिळविलेले स्राव आहेत. काही तर तुमच्या शरीरात तयार न होणारेही आहेत. त्यांचा समतोल आम्ही सध्या साधला आहे; पण तो कायमचा तसाच राहणार नाही. दहा-बारा दिवसांनी काही इंजेक्शन्स घेणं आवश्यक आहे. ती सारी या डबीत आहेत." बोलताबोलताच ड्रॉव्हरमधून एक हिरव्या रंगाची प्लॅस्टिकची डबी काढून तिनं अनुराधापुढे ठेवली होती. "तुमचं सारं सौंदर्य या कुपीवर अवलंबून आहे. तिची कदर राखाल तोवर तेही अबाधित राहील. सौंदर्याच्या मग्रुरीत तिला विसरू नका. ही इंजेक्शन्स कशी घ्यायची याच्या साऱ्या सूचना झाकणाच्या आतल्या बाजूला

कोरून ठेवल्या आहेत. त्यांच्याच शेजारी चांगली आठवण राहावी म्हणून पूर्वीच्या रूपातला फोटोही सील केला आहे. हे सामान सहा एक महिने पुरेल. त्यानंतर रिफिल मिळविण्यासाठी परत इथे किंवा आमच्या ब्रांचेसमध्ये यावं लागेल. बारीकसारीक तक्रारीही आम्ही त्याच वेळी अटेंड करू. आलं लक्षात?''

खरोखरच ते लक्षात आलंय की नाही हे पाहण्यासाठी डॉक्टर क्षणभर थांबली. तोच क्षण साधून ती हिरवी डबी घेत अनुराधा उठली. त्या डॉक्टरच्या तोंडावर आपल्या नव्यानं मिळविलेल्या, कोणालाही पागल बनविणाऱ्या स्मिताचा तुकडा फेकत ती वळली आणि, ''राहील माझ्या लक्षात. आय वोन्ट फर्गेट. माझा स्वप्नीचा राजकुमार मिळवायचाय ना मला!'' असं म्हणत ती उड्या मारतच तिथून निघाली.

तीन महिन्यांनंतरच्या त्या थाटामाटाच्या विवाह समारंभानं साऱ्याच सोसायटी मॅगेझिन्सना भरपूर खाद्य पुरवलं. लक्ष्मीनारायण, रतिमदन वगैरे वापरून वापरून झिजलेली बिरुदं त्यांच्या पूर्ण दिमाखातही एकदम तोकडी ठरली असती असाच तो जोडा होता. वराच्या उंच्यापुऱ्या, तगड्या देखणेपणाने लग्न होऊन दोन मुलं झालेल्या पुरंध्रीच्या काळजातही असूयेची जीवघेणी कळ उठत होती. आणि भ्रमरवृत्तीच ज्याचा स्थायिभाव अशा त्यांच्या नवऱ्यांची नजर अनुराधाच्या शरीरावरच्या वळणावळणांवर थबकत होती. तिथेच गुंतून पडत होती. केवळ पुढचं वळण अधिकच मोहक म्हणून पुढे सरकत होती. इंद्रासारखे हजार डोळे आपल्याला असते, तर आज कामी आले असते असं राहून राहून त्यांना वाटत होतं.

कधी एकदा समारंभ संपतोय आणि आपण एकांतात एकमेकांना भेटतोय असं दोघांनाही झालं होतं. तो क्षण आल्यावर मात्र अवघडल्यासारखे ते एकमेकांकडे पाहत उभेच राहिले. कदाचित हॉटेलातल्या त्या हनीमून सूटचा अनोळखी परिसरही त्याला कारणीभूत असावा. कदाचित...

''डार्लिंग,'' अनुराधा कसंबसं पुटपुटत म्हणाली, ''आलेच मी. जरा जरा फ्रेशअप होऊन येते.''

''काय गरज आहे त्याची, आहेस तीच इतकी सुंदर दिसते आहेस. आणखी सुंदर झालीस तर होशच उडतील आमचे,'' तिला पकडण्याचा प्रयत्न करीत तो म्हणाला; त्याचा आवाज घोगरा होऊ लागला होता.

हसत हसत त्याच्या पकडीतून निसटत ती बाथरूममध्ये पळाली. दारात थांबून ती म्हणाली, ''टू मिनिट्स, बस्, हं.''

''ऑल राइट, ऑल राइट!'' हसत हसत समोरच्या पलंगावर स्वतःला झोकून देत तो म्हणाला.

बाथरूममध्ये दार नीट लावून घेत अनुराधानं बरोबर जपून आणलेला तो हिरवा प्लॅस्टिक बॉक्स उघडला. त्याबरोबर तिला नेहमीच शिसारी आणणारा तो फोटो

तिला वाकुल्या दाखवू लागला. आणि त्याच्या शेजारचा तो संदेशही- 'अप्सरा क्लिनिक विचारतंय, आठवण आहे ना?''

''कशी विसरेन मी!'' स्वतःशीच पुटपुटत इंजेक्शनची तयारी करायला अनुराधानं सुरुवात केली.

बाहेरचा तिचा तो हॅन्डसम नवराही कपडे बदलत होता. बॅगमधून त्यानं नाइट सूट काढला. त्याबरोबर त्यातून एक तांबड्या रंगाची प्लॅस्टिकची डबी बाहेर पडली.

''माय गॉड! विसरतच होतो मी!'' घाईघाईनं झाकण उघडत आणि शर्टची बाही वरवर गुंडाळत तोही स्वतःशीच पुटपुटला अन् त्याच क्षणी त्यानं चोरून बाथरूमचं बंद असलेलं दारही पाहून घेतलं.

अपूर्व, दिवाळी, १९८८

विश्वविक्रम

हातातल्या घड्याळाचा गजर झाला, तसा अविनाश भानावर आला. उंच उडीची स्पर्धा सुरू व्हायची वेळ झाली होती. ज्या उत्सुकतेनं तो या विशिष्ट स्पर्धेची वाट पाहत होता, ती पाहता इतका वेळ तो स्वस्थ कसा बसू शकला याचंच त्याला स्वतःलाही आश्चर्य वाटलं. लगबगीनं तयारी करून स्टेडिअममधील खास प्रेस बॉक्सकडे तो जायला निघाला. पण निघण्यापूर्वी ज्यो फर्नांडिसला, त्याच्या फोटोग्राफर सहकाऱ्याला, टेलिफोटो लेन्सची आठवण करायला मात्र तो विसरला नाही.

सरत्या वसंतात अथेन्स नगरी नटूनथटून ऑलिम्पिकचा सोहळा साजरा करायला सज्ज झाली होती. आधुनिक ऑलिम्पिक सामन्यांची शताब्दी- जिथं त्यांची सुरुवात झाली त्या अथेन्समध्ये– ऑलिम्पिक पर्वताच्या कुशीतच साजरी व्हावी यात नाही म्हटलं तरी औचित्यच होतं.

पण १९६४ च्या टोकिओ ऑलिम्पिकनं त्या सोहळ्याला एक खास दर्जा प्राप्त करून दिल्यानंतर तो राखण्याचं उत्तरदायित्व त्यानंतरच्या साऱ्याच यजमान राष्ट्रांवर पडलं होतं. साहजिकच ऑलिम्पिक सामने भरविणं ही अतिशय खर्चीक बाब झाली होती. अमेरिकेसारख्या संपन्न देशालाही यजमानपद स्वीकारण्यापूर्वी चारचार वेळा विचार करावा लागे, तर मग ग्रीससारख्या त्या मानानं युरोपातील गरीब देशाला ते परवडणं कसं शक्य होतं.

म्हणून तर अथेन्सचं नाव मागे पडलं होतं. मॉन्ट्रियल, मेलबोर्न येथे पूर्वी सामने भरवले असतानाही त्यांनी आपलं घोडं पुढं दामटण्याचा प्रयत्न केला होता. पैशाच्या पाठिंब्यावर जोरदार प्रचारही केला होता. पण जग भावनाशून्य झालं नव्हतं. केवळ व्यवहाराचा विचार करत नव्हतं. ऑलिम्पिक सामन्यांपाठची भावना पैशाला विकली गेली नव्हती, याचं प्रत्यंतर आलं आणि यजमानपदाची माळ अथेन्सच्या गळ्यात पडली.

अथेन्सच्या नागरिकांनीही मग कसूर केली नाही. आपलं आदरातिथ्य यत्किंचितही कमी पडू नये, पाहुण्यांचा पाहुणचार अगत्यानं व्हावा यासाठी त्यांनी पराकाष्ठा केली होती. त्यांच्या आदरातिथ्यात पंचतारांकित भपका नसेल, पण सच्च्या मैत्रीचा ओलावा जरूर होता. अविनाशला तर तो पदोपदी जाणवला होता. आणि केवळ दिखाऊ भपकेबाज आतिथ्याला न भुलणारं त्याचं भारतीय मन अथेन्सच्या प्रेमळ वागणुकीनं भरून आलं होतं.

तरीही तिथं आल्यापासून नाही म्हटलं तरी तो अस्वस्थ होता. आज तर त्याची हुरहुर अधिकच वाढली होती. कालच्या हॉकी सामन्यात भारतानं साखळीत संयुक्त जर्मनीच्या बलाढ्य संघाला चक्क चार विरुद्ध शून्य गोलांनी हरवलं होतं. तरीही त्याच्या मनावरचं सावट दूर झालं नव्हतं. त्याच्या काळजाला कुरतडणारा भुंगा उंच उडीची स्पर्धा पार पडल्याशिवाय स्वस्थ बसणार नव्हता. आणि त्यानंतर... त्यानंतर कदाचित काळजीची जागा शरमेनं घेतली असती. त्याच्या चित्तवृत्ती कदाचित अधिकच कोमेजून गेल्या असत्या.

ऑलिम्पिकसाठी भारतीय चमूची निवड करण्याची प्रक्रिया सुरू झाली, तेव्हा उंच उडीसाठी विनोद पांडेचं नाव घेतलं गेलं. तेव्हापासून खरं म्हणजे अविनाश अस्वस्थ झाला होता. वास्तविक विनोद हा उंच उडीतील जागतिक दर्जाचा एकमेव खेळाडू आहे, हे त्यालाही मान्य होतं. विनोद हा उगवता तारा असताना, त्याची गुणवत्ता ओळखून त्याला प्रमोट करण्यात अविनाश आघाडीवर होता आणि त्यामुळे मिळालेल्या प्रोत्साहनाला प्रतिसाद देऊन विनोदनं भरीव कामगिरीही केली होती. आशियाई सामन्यात त्यानं सुवर्णपदक पटकावलं होतंच, पण इतरही काही सामन्यांमध्ये अजिंक्यपद मिळवून आपल्या तोडीचा दुसरा खेळाडू निदान आशिया खंडात तरी नाही हे त्यानं सिद्ध करून दाखवलं होत.

पण नंतर काय झालं कोण जाणे! त्याचं यश विनोदच्या डोक्यात गेलं म्हणा, त्याचे शिक्षक विश्वेश्वरप्रसाद यांचा आडमुठेपणा म्हणा, विनोदची कामगिरी ढेपाळत गेली. इतर खेळाडूंना लागू असलेले नियम आपल्याला लागू नाहीत, अशी समजूत त्यानं करून घेतल्यासारखी होती. त्याचे शिक्षक व तो यांना हव्या असलेल्या स्पर्धेतच तो भाग घेत असे. नियामक मंडळाला आपल्या बाबतीत अपवाद करायला ते दोघे लावत असत. शिस्तपालन तर त्यांच्या गावीही नव्हतं.

ऑलिम्पिकच्या निवडीसाठी चाचण्या सुरू झाल्या, तेव्हा सुरुवातीपासून आपली निवड चाचणीशिवाय व्हावयास हवी, असा आग्रह विनोदनं, विशेषत: विश्वेश्वरप्रसाद यांनी धरला. सरावात खंड पडेल, चाचणीची जागाच योग्य नाही, दुखापत होण्याचा धोका पत्करावयास विनोद तयार नाही, वगैरे न पटणाऱ्या अनेक लंगड्या सबबी त्यानं पुढे केल्या. त्याचे मिंधे असणारे क्रीडापत्रकार होतेच. त्यांनीही त्याची तळी

उचलून धरण्याचा प्रयत्न केला; पण अविनाशने आणि इतर दोघातिघांनी मात्र विनोदच्या या वर्तनाचा कडक शब्दांत निषेध केला. त्याच्यावर खरमरीत टीका केली. सर्वांना सारखेच नियम लागू आहेत. खेळाच्या मैदानावर पंक्तिप्रपंच किंवा चातुर्वर्ण्य मानण्यात येता कामा नयेत, असं त्यांनी ठासून सांगितलं. चाचणीमध्ये आपली पात्रता सिद्ध केल्याशिवाय कोणालाही, मग तो कितीही मोठा खेळाडू असो, ऑलिम्पिकला पाठविता कामा नये, असा लकडा त्यांनी लावला.

उठलेल्या या गदारोळानं नियामक मंडळातील काही सदस्यांनाही धीर आला. त्यांनीही नेट लावला. विनोदला चाचणीसाठी येणं भाग पाडलं. कसाबसा कुरकुरत तो हजर झाला. त्याला कोणत्याही प्रकारची दुखापत झाल्यास त्याची जबाबदारी टीकाकारांवर राहील, अशा इशारा तरीही विश्वेश्वरप्रसादांनी दिलाच.

पण चाचण्या पार पडल्या आणि अविनाशचं आणि मंडळींचं म्हणणंच खरं झाल्याचं दिसून आलं. विनोदची तिथली कामगिरी अतिशय खराब झाली. स्वतःच्या उच्चांकापर्यंतही तो पोचू शकला नाही. जागतिक उच्चांक आठ फूट दोन इंचाचा असताना, गेल्या वर्षभरात विनोदनं कधी साडेसात फुटांची मजल मारली नव्हती. एका इंचाच्या दशांश भागानंही जिथं सुवर्णपदकाचं रौप्यपदकात रूपांतर होऊ शकतं किंवा ब्राँझपदकही गमावलं जातं, तिथं आठ इंचांचा हा फरक विनोद कसा काय भरून काढणार, असा तर्कसंगत सवाल अविनाशच नव्हे, तर इतरही अनेक आता करू लागले होते.

पण त्याचं उत्तर द्यायला विनोद जागेवर होताच कुठं! चाचणी संपते न संपते तोच तो आणि विश्वेश्वरप्रसाद कोणालाही न सांगता गायब झाले होते. पत्रकारांना तर तो निघून गेल्याचंही बऱ्याच उशिरानं कळलं. त्यांचा पत्ताही कोणी सांगेना. विनोदच्या काय किंवा विश्वेश्वरप्रसादांच्या काय, घरीही टाळी लागली होती. विनोदचा भाऊ एका मोठ्या कारखान्यात इंजिनिअर होता, पण तोही रजेवर गेल्याचं सांगण्यात आलं होतं.

आपल्या चाचणीतील अपमानास्पद कामगिरीनंतर विनोद कोणालाही तोंड दाखवू इच्छित नसणं स्वाभाविक होतं. अविनाशची, इतरांचीही तशीच समजूत झाली. विनोद शिक्षकांसह अज्ञात स्थळी गेल्याची बातमी देऊन त्यांनी आपलं लक्ष दुसरीकडे वळवलं.

विनोद प्रकरणाकडे परत लक्ष देण्याचं एरवी त्यांना कारण पडलं नसतं. पण ऑलिम्पिक चमू जाहीर झाला आणि त्यात विनोद व विश्वेश्वरप्रसाद यांची नावं पाहून सारेच जण चकित झाले.

पात्रतापातळी न गाठलेल्या इतर अनेकांना संघात स्थान नव्हतं. असं असताना, विनोदची निवड कोणत्या निकषावर झाली हे अविनाशनं वारंवार विचारलं; पण

ऑलिम्पिक असोसिएशनचे अध्यक्ष राजकीय पुढारीच होते. अविनाशसारख्या पत्रकारांची बोळवण कशी करायची व त्यांच्या प्रश्नांची वासलात कशी लावायची, याचा पुरेपूर अनुभव त्यांना होता.

पण अविनाशही काही कच्च्या गुरूचा चेला नव्हता. त्यानं नेट धरला. आपल्या सदरातून टीकेचं मोहोळ उठविलं आणि सरकारनं विनोदच्या सहभागाला अनुमती देऊ नये, असा लकडा लावला.

सरकारनं ज्यांच्या नावाला संमती दिली होती; अशांची यादी जाहीर झाली. त्या वेळी त्यात विनोदचं नाव नव्हतं. साहजिकच अविनाश आणि त्याला पाठिंबा देणारे काही पत्रकार खूश झाले. शेवटी या देशात न्यायाची चाड आहे, अन्यायाची चीड आहे, असं वाटून त्यांनी सरकारला धन्यवाद दिले. सरकारी कारवाईची भलावण केली.

पण त्यांचा हा आनंद जेमतेम दोन दिवसच टिकला. कारण त्यानंतर एक खास प्रेस कॉन्फरन्स बोलावून क्रीडामंत्र्यांनी विनोद व विश्वेश्वरप्रसाद यांनाही ऑलिम्पिक चमूमध्ये समाविष्ट करण्याचं सरकारनं ठरविलं असल्याचं जाहीर केलं. इतक्या झटपट सरकारनं अशी कोलांटी उडी मारल्याचं पाहून सारेच पत्रकार अवाक झाले होते. अविनाशसारखे काही तर पहिल्यापासूनच विनोदच्या विरोधात बोलत होते. पण आता इतरांनाही कुठंतरी पाणी मुरत असल्याचा संशय आला होता. साहजिकच सर्वांनी मंत्र्यांवर प्रश्नांचा भडिमार केला.

"मंत्रिमहोदय, परवा जाहीर केलेल्या यादीत विनोद पांडे व त्यांचे शिक्षक या दोघांचीही नावं नव्हती..."

"बरोबर. म्हणूनच तर आजची ही कॉन्फरन्स बोलावली गेलीय."

"पण परवा त्यांची नावं का जाहीर करण्यात आली नव्हती?"

"ती केवळ पहिली यादी होती."

"याचा अर्थ तिसरी, चौथी यादी यानंतर जाहीर होऊन आणखीही काही जणांचा समावेश होणार आहे की काय?"

"ती शक्यता नाकारता येणार नाही."

"पण अशी टप्प्याटप्प्यानं नावं जाहीर करण्याचं काय कारण आहे?"

"ऑलिम्पिक स्पर्धांमध्ये भाग घेणारा खेळाडू देशाचं प्रतिनिधित्व करत असतो. त्यांना सरकार सांस्कृतिक राजदूत मानतं. साहजिकच त्यांची निवड करण्यापूर्वी अनेक बाबींचा विचार केला जातो. त्यांच्याविषयी अनेक प्रकारची माहिती मिळविली जाते. ती जसजशी उपलब्ध होते, तसतशी एकेकांची नावं क्लिअर केली जातात."

"पण मग थांबून सर्वांची क्लिअर झाली की एकदमच जाहीर नसती का करता आली?"

“असती ना, पण खेळाडूंना पुढच्या तयारीला जास्तीत जास्त वेळ मिळावा अशी सरकारची इच्छा आहे.”

“असं जर आहे, तर मग ज्यांची नावं उशिरा जाहीर होतील त्यांना...”

“...त्यांनाही भरपूर वेळ मिळेल याची काळजी घेतली जाईलच.”

प्रश्नांचा भडिमार होत असला, तरी ते भलत्याच दिशेने भरकटत जात असल्याचं पाहून अविनाश अस्वस्थ झाला होता. आतापर्यंतच्या प्रश्नांनी क्रीडामंत्र्यांना पेचात पकडलं नव्हतं, मंत्रालयाच्या निर्णयातील उणिवांवर नेमका हल्ला चढवला नव्हता. ज्या सहजतेनं, हसतखेळत क्रीडामंत्री पत्रकारांना तोंड देत होते त्यावरून हेच सिद्ध होत होतं. एरवी त्यांची वार्ताहर परिषद हाताळण्याबाबत फारशी चांगली ख्याती नव्हती.

मध्येच प्रश्न संपल्यासारखं झाल्यानं कोणीच काही बोलत नसल्याचं पाहून अविनाश पुढे सरसावला. नमनालाच घडाभर तेल सांडणाऱ्यातला तो नव्हता. त्यामुळे त्यानं सरळ विषयालाच हात घातला.

“पण दोन दिवसांत असा काय साक्षात्कार झाला की विनोदचं नाव क्लिअर झालं?” त्यानं विचारलं.

अविनाश काही अवघड प्रश्न विचारेल याची मंत्र्यांना खात्री असली, तरी ‘साक्षात्कार’ या शब्दानं ते काहीसे गडबडल्यासारखे झाले.

“साक्षात्कार.. साक्षात्कार, मिस्टर गोरे?”

“साक्षात्कारच नाहीतर काय! त्याशिवाय का सरकारनं दोनच दिवसांत आपला निर्णय बदलला!”

या वेळेस उत्तर देण्यासाठी क्रीडामंत्र्यांऐवजी अंतराळ संशोधन मंत्री पुढे आले. वास्तविक क्रीडाखात्याशी संपूर्णपणे संबंधित असलेल्या या वार्ताहर परिषदेत त्यांचं काय काम, असा प्रश्न अविनाशला, इतरांनाही पडला होता.

“निर्णय बदलण्याचा प्रश्नच उद्‌भवत नाही. दोन दिवसांपूर्वी फक्त पार्शल लिस्ट जाहीर केली होती. विनोद पांडेचं नाव त्यात नव्हतं. याचा अर्थ त्याच्या सहभागाला मंजुरी नाही, असा अर्थ तुम्ही पत्रकारांनी लावला होता. सरकारनं तसं म्हटलं नव्हतं.”

“मग त्या दिवशी त्याचं नाव जाहीर न करता आज करण्याचा आणि तेही फक्त त्याचंच, याचा अर्थ आम्ही काय घ्यायचा?”

“अथेन्समधील त्यांची, कोणाचीही कामगिरी देशाच्या प्रतिष्ठेला साजेशी होईल, याविषयी आम्ही अनेक रिपोर्ट्‌सची तपासणी करत होतो. ती तशी केल्यानंतरच कोणाचीही अंतिम निवड झाली आहे. विनोदबद्दलचे एकदोन रिपोर्ट्‌स यावयाचे होते. ते काल मिळाल्यावर त्याच्या संभाव्य कामगिरीबद्दल सरकारला विश्वास वाटू

लागला. त्यामुळे त्याचं नाव पक्कं झालं. आणखी काही दिवस थांबून इतरांबरोबर त्याचंही नाव जाहीर करता आलं असतं. पण मग परत तुम्ही मंडळींनीच तुमच्या डोळ्यांत धूळ फेकण्यासाठी सरकारनं इतरांची नावं घेतली, असं म्हटलं असतं. सरकारला तसं करायचं नाही. एकदा एखादा निर्णय खात्रीपूर्वक घेतल्यानंतर तो जाहीर करण्यास सरकार डगमगत नाही, हेच आजच्या या परिषदेत सिद्ध होतंय.''

अंतराळमंत्र्यांनी आक्रमक पवित्रा घेऊन पत्रकारांवर बाजी उलटविल्याची जाणीव सर्वांनाच झाली. त्यामुळे त्यानंतर दोनचार प्रश्न विचारले गेले, तरी त्यात दम नव्हता. परिषदेच्या वार्तांबरोबर काही वृत्तपत्रांमधून टीकात्मक टिप्पणीही प्रकाशित झाली. पण तीही अविनाशचा अपवाद वगळता गुळमुळीतच होती.

त्यानंतर सर्व खेळाडूंचा चमू अथेन्सला जाण्यासाठी एकत्र जमेपर्यंत फारसं काही घडलंच नाही. विनोद आणि विश्वेश्वरप्रसाद तर कुठं लपून बसले होते, याचा छडा अविनाशही लावू शकला नाही. त्यांना गाठून त्याला त्यांची मुलाखत घ्यायची होती. काही अवघड प्रश्न विचारायचे होते; पण शेवटपर्यंत त्यांचा पत्ता त्याला लागलाच नाही.

पण ज्या विमानातून सगळा चमू अथेन्सला रवाना झाला, त्यात विनोद व विश्वेश्वरप्रसाद नसल्याची बातमी सगळीकडे पसरलीच. टीकेच्या मोहोळाला परत एकदा घोंघावायला मिळालं; पण लोकांनाही आता त्यात फारसं स्वारस्य उरलं नव्हतं. अविनाशचा अहंभाव कुठंतरी दुखावल्यासारखा झाला असल्यानं तो त्या प्रकरणात अधिक रस घेत होता. त्याच्या संपादकांनीही तो मर्यादेचं उल्लंघन करत असल्याबद्दल त्याला एकदा चापलं होतं.

त्यामुळे आतल्या आत धुमसत अविनाश गप्प राहिला होता. एकदा का खुल्या मैदानात विनोद तोंडघशी पडला की, मग आपण साऱ्यांना परत जाब विचारू शकू. आपलं म्हणणं खरं ठरल्याचं साऱ्यांच्या नाकावर टिच्चून उच्चस्वरात ओरडू शकू, असं त्यानं स्वतःचं समाधान करून घेतलं होतं.

त्याचं मन त्याबद्दल त्याला अधूनमधून खात असे. नाही असं नाही. विनोदची कामगिरी निराशाजनक झाली, तर त्यात तुझी फत्ते होईल, पण देशाची नाचक्की होईल, त्याचं काय, असा अडचणीत टाकणारा प्रश्न त्याच्या मनात वरचेवर डोकं वर काढण्याचा प्रयत्न करीत राही. त्यापेक्षा तुझा स्वाभिमान दुखावला तरी चालेल. पण देशाची मान उंचावणारी कामगिरी विनोदच्या हातून पार पडो, अशी अपेक्षा तू का नाही करत, असा काटेरी सवालही त्याला टोचत राही.

खेळांच्या उद्घाटन सोहळ्यातील संचलनाच्या वेळी विनोद वा विश्वेश्वरप्रसाद दिसले नाहीत. तेव्हा परत एकदा छोटंसं वादळ उठलं. अविनाशनं तर शेफ द मिशनवर प्रश्नांचा भडिमार केला होता; पण सैन्यात अधिकारी असलेल्या त्या

गृहस्थानं रणांगणावर होणाऱ्या तोफांच्या भडिमारापुढेही कधी स्वतःची वर वळवलेली मिशी वाकडी होऊ दिली नव्हती, तो असल्या केवळ शब्दांच्या फैरींपुढे काय डगमगणार! शिवाय हा हल्ला तसा अपेक्षितच होता.

विनोदचं पोट बिघडल्यामुळे तो संचनलात भाग घेऊ शकला नाही; पण स्पर्धेच्या दिवसापर्यंत तो फिट होईल, असा निर्वाळाही त्यांनी दिला. मात्र तो कुठं आहे व त्याच्यावर कोण उपचार करत आहे, हे सांगण्यास त्यांनी नकार दिला.

म्हणूनच मग अविनाशानं आपलं सारं लक्ष इतर स्पर्धा सोडून उंच उडीवर केंद्रित केलं. संपादकांकडून त्याला तगादेच येत होते. म्हणून तो कसंबसं आपलं रोजचं वार्तापत्र धाडत होता एवढंच. त्याच्या लेखनातली वाचकांना आवडणारी, ती धार मात्र गायब झाली होती. विनोदसारखीच तीही गुप्त झाली होती.

प्रेस बॉक्समधली मोक्याची जागा पटकावत अविनाशनं ज्योला आपल्याजवळ बोलावलं. त्याची टेलिफोटो लेन्स व्यवस्थित काम करत असल्याची खात्री करून घेण्यासाठी, त्याला वारंवार बजावत तो उंच उडीच्या स्पर्धेच्या रिंगणाकडे पाहू लागला.

हळूहळू खेळाडू जमत होते. इकडेतिकडे धावत वॉर्मअप करत होते. एक, दोन, चार, पंधरावीस जण जमले. पण स्पर्धा सुरू व्हायला दहाच मिनिटं उरली तरी विनोदचा पत्ता नव्हता. भाग न घेताच हा माणूस नुसतीच अथेन्सची ट्रिप पदरात पाडून घेणार की काय? अविनाश मनातून अतिशय चिडला आणि सुखावलाही. आता बघतो एकेकाला बच्चमजी!

ज्योनं आपल्या कोपरानं त्याला ढोसलं तसा तो परत मैदानाकडे पाहू लागला. विनोद व विश्वेश्वरप्रसाद स्पर्धेच्या रिंगणाकडे चालले होते.

"सी दॅट, अविनाश, लुक मॅन, विनोद कसा चालतोय ते. स्ट्रेन्ज मॅन." ज्योनं टेलिफोटो लेन्स त्याच्यावर व्यवस्थित फोकस करत म्हटलं. लेन्सशिवायही अविनाशला त्याची चाल विचित्र वाटत होती. आपली बायनॉक्युलर काढून त्यातून पाहायला लागल्यावर तर शंकाच राहिली नाही.

विनोद दुडक्या चालीनं चालत होत. मध्येच बेडकासारखा पाऊल पुढे टाकत होता. मध्येच पावलात पाऊल अडकल्यासारखा अडखळत होता. मध्येच झेप घेतल्यासारखं पाऊल पुढे टाकत होता.

तर पुढच्याच क्षणी मणामणाची बेडी पायात असल्यासारखं जड पाऊल जेमतेम पुढे सरकवत होता. विश्वेश्वरप्रसाद त्याच्या दंडाला धरून त्याला आधार देत चालवत होते.

ज्यो भराभर त्याची चाल आपल्या कॅमेऱ्यातून टिपत होता. स्टिल आणि मूव्ही, दोन्ही कॅमेरे त्यानं चालू केले होते.

अविनाशने विश्वास न बसून आपली मान हलवली. त्याच्या तर झोकांड्या जाताहेत. त्याला धड नीट चालता येत नाहीये. हा कसला फिट आहे स्पर्धेत भाग घ्यायला!

त्यातल्या त्यात समाधान एवढंच होतं की, इतरांचं कोणाचं फारसं लक्ष त्याच्यावर नव्हतं. साहजिकच होतं ते. अविनाशला जरी विनोदचं ऑब्सेशन झालं असलं, तरी जगाच्या तो खिसगणतीतही नव्हता. जगाचं लक्ष लागलं होतं सध्याचा आठ फूट दोन इंचांचा जागतिक उच्चांक ज्याच्या नावे होता त्या क्यूबाच्या थिओफेलो गेव्हाराकडे. त्याला आव्हान देण्याऱ्या रशियाच्या सर्गेई व्होरोशिलॉव्हकडे. अमेरिकेच्या जेसी ल्युईसकडे. त्यांच्या आसपास पोचणाऱ्या एकदोघा युरोपियन खेळाडूंकडे. विनोदकडे त्यांचं ध्यान जावंच कशाला!

विनोदच्या पहिल्या उडीसाठी बार साडेसात फुटांवर ठेवला होता. तोवर कोणीतरी आठ फुटांचा उच्चांक प्रस्थापित केला होता. तसे ज्योनं आपले कॅमेरे सज्ज केले. अविनाशला डोळे घट्ट मिटून घ्यावेसे वाटले.

प्रयासाने ते उघडे ठेवून तो पाहू लागला. विनोद आता बारच्या दिशेने धावू लागला होता. मागच्या दुडक्या चालीसारखी त्याची ही धावही उडती वाटत होती. दहा-बारा वर्षांपूर्वी पाकिस्तानतर्फे खेळणाऱ्या अब्दुल कादिर या लेग स्पिनरच्या बोलिंग स्टार्टची अविनाशला आठवण झाली. त्याच्या त्या छोट्या धावेसारखीच विचित्र वाटणारी पाहणाऱ्याच्या डोळ्यांना कष्ट देणारी ती धाव होती.

धावता धावताच एका क्षणी जोर करून विनोदनं उडी घेतली. अविनाश डोळ्यांची पापणीही न लववता त्याच्याकडे पाहत होता. विनोद उंच उडाला आणि फॉसबरी फ्लिपचा उपयोग करत त्यानं साडेसात फुटांवरचा तो बार लीलया पार केला.

"ज्यो, बारच्या पाच-सहा इंच उंचावरून गेला काय रे तो?" स्वतःच्या डोळ्यांवर विश्वास न बसून अविनाशनं विचारलं.

"आय थिंक सो मॅन, भलतीच उडी घेतली त्यानं. ग्रेट, मॅन. "

विनोदचा स्वतःचा उच्चांक सात फूट साडेआठ इंचांचा होता. त्यामुळे अविनाशनं स्वतःला फारसं आश्चर्य वाटू दिलं नाही. केली असेल तयारी त्यानं गेल्या चार-पाच महिन्यात. चला, पहिला अडथळा तर पार केला त्यानं, अगदीच 'इज्जतचा फालुदा' नाही केला!

पुढच्या उडीसाठी नियमानुसार बार पावणेआठ फुटांवर ठेवला गेला. श्वास रोखून अविनाश पाहत होता. विनोद परत धावत येत होता. तीच दुडकी, माकडासारखी विचित्र धाव! ही कुठली स्टाइल शिकलाय हा, अविनाशला कळेना.

पण स्टाइल विचित्र असली, तरी तिचा विनोदला फायदा होत असावा. कारण

त्यानं ती पावणे आठ फुटांची उंचीही सहज गाठली. स्वतःच्या नकळत अविनाशानं टाळ्या वाजवल्या. स्वतःचाच उच्चांक विनोदनं मोडला होता.

अन् मग मंत्रमुग्ध झाल्यासारखा अविनाश पाहतच राहिला. एकेक उंची विनोद सहज गाठत होता. मिनिट-दोन मिनिटांपूर्वी नोंदलेले स्वतःचेच उच्चांक मोडत होता. नवे प्रस्थापित करत होता. नवे सार्क उच्चांक. नवा आशियाई उच्चांक. म्हणता म्हणता विनोद फायनल राउंडमध्ये पोचला.

आजवर कोणीही भारतीय तिथवर पोचला नव्हता. विनोदला आता एखाद्या पदकाची आशा धरता येत होती. ते मिळालं नसतं तरी हरकत नव्हती. स्वतःची, देशाची मान त्यानं उंचावली होती. आता अविनाशच नव्हे तर इतर सारे पत्रकार, भारतीयच नव्हे तर इतर देशांचेही त्याच्याकडे लक्ष देऊ लागले होते. स्वतः न पाहिलेल्या पण त्याविषयी सीनिअर्सकडून भरपूर ऐकलेल्या आणि वाचलेल्या रोम ऑलिम्पिकची आणि मिलखा सिंगची आठवण अविनाशला प्रकर्षानं झाली. आपल्या पराक्रमानं त्या 'फ्लाइंग शिखा'नं ती चारशे मीटर्सची शर्यत चिरस्मरणीय केली होती आणि आता विनोद पांडे आपल्या पराक्रमानं ही अथेन्स ऑलिम्पिक्स व उंच उडीची स्पर्धा चिरस्मरणीय करू पाहत होता.

फायनल्स सुरू झाल्या, तसा ताण असह्य होत गेला. विनोद इंचाइंचानं पुढं सरकत होता. उंच उडत होता. अविनाशचं हृदय धडधडत होतं. मध्येच ठोके चुकत होते. अन् नव्या आवेशानं परत पुढच्या उडीकडे ध्यान देत होते.

बघता बघता दोघेच जण उरले. आठ फूट एक इंचाची उंची गाठणारे. एक विनोद पांडे आणि दुसरा अमेरिकन जेसी ल्युईस. रजतपदक तर निश्चित झालं होतं. बार आणखी एका इंचानं उंचावला गेला.

पहिली पाळी होती विनोदची. नेहमीसारखा विनोद धावत आला. उडाला. बारला चाटून पलीकडे जाऊन पडला. बार क्षणभर डगमगल्यासारखा झाला. तो पडणार असं वाटत असतानाच स्थिर झाला. पंचाचं पांढरं निशाण वर गेलं. विनोदची उडी वैध ठरली होती. अविनाश टाळ्या वाजवणार तोच लुईसची उडी बाकी असल्याचं त्याच्या लक्षात आलं.

तोवर लुईस धावत निघालाही होता. विवक्षित खुणेच्या जागेवरून उडालाही होता आणि तो बार आपल्याबरोबर घेऊन खाली पडलाही होता. काय झालंय याची नोंद क्षणभर अविनाशच्या मनावर झालीच नाही. झाली तेव्हा सर्व जण टाळ्या वाजवून विनोदचं अभिनंदन करत होते. विनोदनं सुवर्णपदक पटकावलं होतं. स्पर्धा संपली होती. अविनाश जागा सोडून खेळाडूंच्या दिशेनं जाणार, तोच त्याला बार आणखी उंचावण्यात येत असल्याचं दिसलं. म्हणजे विनोद आता विश्वविक्रम करण्याचा प्रयत्न करणार होता तर! उभा राहूनच अविनाश बघू लागला.

परत त्याच कुरूप चालीनं धावत विनोद आला. आणखी एक पाऊल तो पुढे टाकणार असं वाटतावाटता त्यानं आकाशाच्या दिशेनं झेप घेतली. तसाच तो वरवर जात राहिला आणि हवेतच तो पाठीवर आडवा झाला कधी अन् त्या बारच्या पलीकडे झेपावला कधी कळलंच नाही.

सारं स्टेडिअम श्वास रोखून होतं. त्यामुळे विनोद खालच्या गादीवर पडला तरी सारं शांत होतं. अविनाशला तर स्वतःच्याच हृदयाचे ठोकेही देवळातल्या घंटेसारखे स्पष्ट ऐकू येत होते. पुढच्याच क्षणी उठून विनोदनं उडी मारली. त्याबरोबर काय झालंय ते सर्वांच्या लक्षात आलं. नवा विश्वउच्चांक स्थापन झाला होता. सारं स्टेडिअम जयजयकार करत उठून उभं राहिलं.

गर्दीतून वाट काढत अविनाश उंच उडीच्या रिंगणापाशी पोचला, तेव्हा त्याला विनोद कुठंही दिसेना. विश्वेश्वरप्रसादांचाही पत्ता नव्हता. अविनाशला त्यांना गाठायचं होतं. त्यांचं अभिनंदन करायचं होतं. त्यांची माफी मागायची होती आणि त्यांच्या या अनपेक्षित विजयाचं रहस्यही विचारायचं होतं.

पण ते होतेच कुठे? बाकीचे सारे खेळाडू हजर होते. पदकं बहाल करण्याचा समारंभ पार पडल्यानंतरही ल्युईस व ब्रॉन्झपदक विजेता व्होरोशिलॉव्ह आपली पदकं आपल्या मित्रांना, चाहत्यांना अभिमानानं दाखवत उभे होते. नव्हता तो सुवर्णपदक विजेता विनोद पांडे.

अविनाशनं चौकशी केली, तेव्हा तो युरिन सॅम्पल द्यायला गेल्याचं कळलं. अविनाशनं आपला मोर्चा तिकडे वळविला.

लॅबोरेटरीच्या इमारतीपासून काही अंतरावर असतानाच विश्वेश्वरप्रसाद व विनोद घाईघाईनं बाहेर पडत असताना त्याला दिसले. काही वेळापूर्वी त्यानं पाहिलं होतं तसा विनोद परत दुडक्या चालीनं अडखळत चालत होता. त्याला आधार देत विश्वेश्वरप्रसाद त्याला चालवत होते.

त्या स्थितीत त्याला पाहणाऱ्या कोणाचाही याच गृहस्थानं काही वेळापूर्वी उंच उडीतला नवा विश्वविक्रम प्रस्थापित करत सुवर्णपदक मिळवलंय, यावर विश्वास नसता बसला.

अविनाशलाही त्याचं आश्चर्य वाटलं. असा चालताही न येणारा आणि अनफिट वाटणारा विनोद असा पराक्रम करू शकतोच कसा? हे काय गौडबंगाल आहे? त्याचा छडा लावण्याचा अविनाशचा निर्धार अधिकच पक्का झाला. तो घाईघाईनं विनोदला हाका मारत त्यांच्या पाठी निघाला.

विनोद आणि विश्वेश्वरप्रसाद दोघेही त्याला चांगलेच ओळखत होते. त्यामुळे त्याच्या हाका ऐकताच थांबण्याऐवजी त्यांनी पळायला सुरुवात केल्याचं पाहून त्याला आश्चर्यच वाटलं. विनोदची दुडकी चाल तर आता अधिकच वेग घेत होती.

उडी मारण्यापूर्वी धावत निघाल्यासारखा तो पळत होता. अविनाश त्यांना परत हाका मारणार तोच त्यांनी समोर आलेली एक टॅक्सी पकडली आणि त्यातून ते पसार झाले.

विनोदला प्रथम दुडक्या चालीनं मैदानावर येताना पाहिलं होतं, तेव्हाच अविनाशच्या मनात संशयाचं बी पेरलं गेलं होतं. आताच्या या विनोदच्या वागण्यानं त्याला चांगलंच खतपाणी मिळालं. ते रोपटं तरारू लागलं. पुढचा मागचा विचार न करता त्यानंही मिळेल ती टॅक्सी पकडली आणि विनोदचा पाठलाग सुरू केला.

गेम्स व्हिलेजकडे न जाता, विनोदची टॅक्सी विरुद्ध दिशेनं जाताना पाहून तर अविनाशच्या मनातला संशयाचा निवडुंग अधिकच काटेरी बनला. ग्रीक भाषेत 'अधिक वेगानं' याअर्थी काय म्हणतात ते आठवत मोडक्यातोडक्या भाषेत तो आपल्या ड्रायव्हरला जोरानं पाठलाग करायला सांगू लागला.

गावाबाहेरच्या आडबाजूला असलेल्या एका पेन्सियॉवजा हॉटेलबाहेर विनोदची टॅक्सी थांबल्याचं पाहून त्यापासून काही अंतरावर अविनाशनंही आपली टॅक्सी थांबवली. अन् पुढचा रस्ता चालत लपतछपतच त्यानं पार पाडला.

हॉटेल. हॉटेल कसलं! एका कुटुंबानं चालवलेलं गेस्ट हाउसच होतं ते. विनोद कुठं आहे ते अविनाशला विचारावंही लागलं नाही. त्याला पाहताच तोही त्या इंडियन पाहुण्यांपैकी एक असावा या समजुतीनं मालकानं त्याला वरच्या मजल्यावरच्या खोलीचा रस्ता दाखवला.

खोलीच्या बंद दारावर आपल्या उजव्या हाताची थाप अविनाश मारणार, तोच आतून हसण्याखिदळण्याचा आवाज आला. मधूनच बाटलीचं बूच उडाल्याचा आवाजही आला. त्याबरोबर सर्वांनी टाळ्या वाजवल्याचाही आवाज आला. विजयोत्सव साजरा होत असल्याची ती निशाणी होती. त्याचबरोबर त्या खोलीत विनोद व विश्वेश्वरप्रसाद यांच्या व्यतिरिक्त आणखीही कोणीतरी असल्याचंही अविनाशनं जाणलं.

त्याची थाप दारावर पडल्यानंतर एकाएकी आतले सर्व जण चूप झाले. आवाज एकदम बंद झाला. काही वेळ संपूर्ण शांतता पसरली. आतून कसलीही हालचाल होत असल्याचा आवाज येत नव्हता. अविनाशनं परत दरवाजा खटखटावला.

कोणीतरी दबल्या पावलांनी पुढं आलं आणि दार किलकिलं करून फटीतून त्याच्याकडे पाहू लागलं. अविनाशनं विश्वेश्वरप्रसादांना ओळखलं. त्याच क्षणी त्यांनाही अविनाशची ओळख पटली. त्याबरोबर ते उघडलेलं दार बंद करण्याची घाई करू लागले.

अविनाशला ते अनपेक्षित होतं. त्याच्या संशयात भर टाकणारी ही वागणूक होती. स्पर्धेपूर्वी त्यांनी अविनाशला टाळणं समजण्यासारखं होतं. पण आता! आता

त्याला टाळण्यात काय मतलब होता.

बंद झालेलं दार अविनाशनं जोरजोरात वाजवायला सुरुवात केली. आणि त्याचबरोबर आपला आवाज उंचावून तो म्हणाला,

"विनोद, आय नो यू आर देअर, प्लीज... दार उघडा. आय मस्ट टॉक टु यू."

"कशासाठी? आणखी शिव्या देण्यासाठी? आट डोन्ट वॉन्ट हिम टु टॉक टु यू!" विश्वेश्वरप्रसादांनी रागीट स्वरात जबाब दिला, "गो अवे. गो अवे ऑर..."

"तुमचा काहीतरी गैरसमज झालाय. आय वॉन्ट टु कॉंग्रॅच्युलेट यू बोथ..."

"...काही गरज नाही. चालायला लागा. नाहीतर..."

आता अविनाशही चिडला. तो एवढ्या मोठ्या मनानं स्वतःची चूक कबूल करायला आला होता. अन् यांची ही अशी वागणूक!

"ठीक आहे. जातो मी. पण मग उद्या विनोदच्या त्या विचित्र चालण्याबद्दल आणि तुमच्या आधाराशिवाय तोल जाण्याबद्दल फोटोसकट मजकूर प्रसिद्ध होईल तेव्हा..."

त्याचं वाक्य पुरं होण्याआधीच आतून कोणाचा तरी "दार उघडा. येऊ दे त्याला आत," असा हुकूमवजा आवाज आला आणि त्याला खाऊ का गिळू अशा अविर्भावात त्याच्या वाटेत दार अडवून उभे असलेले विश्वेश्वरप्रसाद त्याला दिसले.

"कॉंग्रॅच्युलेशन्स!" अघळपघळ हसत अविनाश म्हणाला, "मला आत येऊ देताय ना?"

अनिच्छेनंच विश्वेश्वरप्रसाद बाजूला झाले. आतल्या मंडळींना पाहताच अविनाश दचकला. विनोद तिथं होता. ते अपेक्षितच होतं. शेफ द मिशन होते. तेही अनपेक्षित नव्हतं. पण अंतराळ संशोधन राज्यमंत्री आणि अंतराळ संशोधन आयोगाचे अध्यक्ष यांना पाहून अविनाश अवाक झाला. गोंधळून गेला.

"याऽ या. मिस्टर गोरे. जॉइन अस." मंत्रीमहाशय म्हणाले, "हॅव सम शॅम्पेन. आम्ही सेलिब्रेट करतोय. अर्थात मी शॅम्पेन घेत नाहीये. हे तुम्ही पाहतच आहात." मिस्कीलपणे हसत त्याला अधिकच गोंधळात टाकत मंत्री म्हणाले.

स्वतःच्या नकळत अविनाश पुढे झाला. त्यानं शॅम्पेनचा ग्लास घेतला. त्याचे घुटके घेताना त्यातून उडणाऱ्या बुडबुड्यांनी त्याच्या नाकाला गुदगुल्या केल्या. तसा तो त्याच्या मनात उठलेल्या विचारांच्या आवर्तातून बाहेर येऊ लागला.

"साहेब, तुम्ही... तुम्ही इथं?" थोडंफार चाचरत त्यानं विचारलं, "आणि हे, हे... डॉक्टरसाहेबही..." आयोगाच्या अध्यक्षांकडे अंगुलिनिर्देश करत तो म्हणाला.

"का? का? सायंटिस्ट झालो म्हणजे खेळांमध्ये विशेषतः ऑलिम्पिक खेळांमध्ये आम्हाला इंटरेस्ट असू नये की काय! तुम्हाला ठाऊक नसेल मिस्टर गोरे. पण

कॉलेजात चॅम्पियन ॲथलिट होतो मी.''

''तरीही साहेब, तुम्ही आता इथं केवळ त्यापायी आलेले नाही आहात.'' धीर चेपून अविनाशही आता व्यवस्थित बोलू लागला. त्याच्यातला हाडाचा पत्रकार जागा झाला होता. ''आणखी काहीतरी निश्चित कारण आहे त्याला. विनोदचं नाव अनाउन्स झालं तेव्हाच्या प्रेस कॉन्फरन्सलाही आपण हजर होताच. त्याचा, त्यानंतर विनोद गुप्त होण्याचा, आताच्या त्याच्या विश्वविक्रम मोडण्याचा आणि त्याच्या त्या विचित्र, दुडक्या, झोकांड्या देत चालण्याचा काहीतरी निश्चित संबंध आहे. काय तो अजून माझ्या लक्षात आलेला नाहीये. पण, बाय जोव्ह, त्याचा छडा लावल्याशिवाय राहणार नाही मी.''

क्षणभर कोणीच काही बोललं नाही. विनोद तर सुरुवातीपासूनच गप्प होता. पण आता तो घाबरल्यासारखा झाला. विश्वेश्वरप्रसादांच्या चेहऱ्यावरची रागीट छटाही कुठल्या कुठं गळून गेली. तिची जागा काळजीनं, चिंतेनं घेतली. मंत्रीमहोदय आणि आयोगाचे अध्यक्ष वरकरणी शांत होते, पण त्यांच्यात काहीतरी नेत्रपल्लवी होत असल्याचं अविनाशच्या नजरेतून सुटलं नाही.

हातातला शॅम्पेनचा ग्लास रिकामा करून समोरच्या टेबलावर ठेवत अविनाश उठला.

''थँक्यू जंटलमेन. येतो मी. उद्याच्या अंकात माझा रिपोर्ट वाचालच तुम्ही.''

अविनाश दारातून बाहेर पाऊल टाकणार तोच खाकरत स्वतःचा घसा साफ करत मंत्रीमहोदय म्हणाले,

''ओह मिस्टर गोरे, डोन्ट बी इन सच अ हरी. बसा.''

तो वळून परत बसल्यावर त्यांनी पुढं बोलायला सुरुवात केली.

''तुमचा रिपोर्ट अवश्य वाचीन मी. इन फॅक्ट आय शॅल बी लुकिंग फॉर्वर्ड टु इट. पण त्यात विनोदच्या त्या विचित्र चालीचा उल्लेख नसेल, अशी अपेक्षा करतो मी.''

''का? का नसावा तो उल्लेख?''

''तो न करणंच सर्वांच्या हिताचं आहे. ''

''मी तो करू नये, अशी तुम्ही अपेक्षा करत आहात, यावरूनच त्याचा आणि विनोदच्या अनपेक्षित विजयाचा काहीतरी संबंध आहे हे सिद्ध होतंय. मग मी त्याविषयी न लिहिणं माझ्या कर्तव्याला न जागण्यासारखं होईल, नाही का?''

मनाशी काहीतरी निश्चय केल्यासारखे, बसल्या जागेवरच थोडेसे पुढे सरसावत मंत्री म्हणाले,

''तुमचं कर्तव्य काय, हे तुम्ही निश्चित जाणता. ते काय असावं, हे तुम्हाला सांगण्याचं धाष्टर्य मी करणार नाही. पण आता तुम्हाला मी जे सांगणार आहे, ते

ऐकून घेतल्यानंतर तुम्हालाच आपलं कर्तव्य वेगळं असल्याची जाणीव होईल, अशी माझी खात्री आहे. मात्र आता मी जे तुम्हांला सांगणार आहे ते 'ऑफ द रेकॉर्ड' आहे. इन्फॉर्मल आहे. तुम्ही ते छापलंत तर मी त्याचा इन्कार करेन. किंबहुना या क्षणी मी व आमचे हे चेअरमन दिल्लीमध्ये एका अतिशय महत्त्वाच्या बैठकीत गुंतलेलो आहोत. मग मी तुम्हाला अथेन्समध्ये कसा काय भेटू शकेन?''

बुचकळ्यात पडलेल्या अविनाशनं चमकून त्यांच्याकडे पाहिलं. धूर्त, मिस्कील हास्य चेहऱ्यावर खेळवत मंत्रीमहोदय त्याच्याकडे पाहत होते. त्यांचे डोळे त्याच्या चेहऱ्यावरील सुरकुती न् सुरकुती टिपकागदानं शाई पुसावी तसे टिपून घेत होते.

अविनाशच्या डोक्यात ट्यूब पेटत गेली.

''समजलो मी साहेब. सांगा तुम्ही.''

''विनोदची विचित्र चाल तुमच्या नजरेतून सुटली नाही आणि तिचा त्याच्या आजच्या कामगिरीशी काहीतरी संबंध असावा, असा निष्कर्ष तुम्ही काढला. याबद्दल मी तुमचं अभिनंदन करतो. इतर कोणाच्याही ही बाब फारशी लक्षात आलेली नाहीये. कारण स्पर्धा होईपर्यंत त्यांच्या दृष्टीनं विनोद वॉज अ नोबडी. तो जिंकल्यावर काही जणांनी त्याची धाव किंवा नंतरची चाल लक्षात ठेवली असेलच, तर त्याची एक्सप्लनेशन्स तयार आहेत. धावेचं म्हणाल, तर प्रत्येक जिंकणारा खेळाडू स्वतःची नवी स्टाइल तयार करत असतो आणि शेवटच्या उडीच्या वेळी खाली पडताना विनोदचा पाय जरासा मुरगळल्यामुळे तो लंगडत चालतोय. तुमच्यासारखे, ज्यांनी त्याची आधीची चाल लक्षात ठेवलीय त्यांनाच काही वाटलं तर...''

''म्हणजे मग त्या चालीचा आणि विनोदच्या कामगिरीचा संबंध आहे, हा माझा तर्क खरा आहे तर!''

''म्हणूनच तर मी तुम्हांला काँग्रॅच्युलेट केलंय.''

''पण नेमका संबंध काय आहे...''

''हे तुम्हाला समजलेलं नाहीये. म्हणूनच ते शोधून काढण्यासाठी तुम्ही हरप्रयत्न करणार. आणि ते करताना...''

मंत्रीमहोदयांनी वाक्य अर्ध्यावरच सोडलं. त्यांचा रोख अविनाशच्या ध्यानी आला. काहीच न बोलता तेच पुढे सांगायला कधी सुरुवात करतात, याची वाट पाहत तो स्वस्थ बसून राहिला.

''अंतराळात आम्ही अंतराळवीरांना पाठवतो, तेव्हा त्यांना इथं वजनरहित अवस्थेचा सराव करायला लावतो. कारण गुरुत्वाकर्षण असलेल्या पृथ्वीवर राहताना तुमच्या स्नायूंना त्याची सवय झाली की शून्यवत गुरुत्वाकर्षण असलेल्या अंतराळात नीट वावरता येत नाही. उलट अंतराळात बरेच दिवस राहून आलेल्या अंतराळवीरांच्या

स्नायूंना त्या शून्यवत गुरुत्वाकर्षणामुळे फारसे परिश्रम न करावे लागल्याने इथं त्यांची पंचाईत होते.''

''पंचाईत?''

''पंचाईतच नाही तर काय? साधा चहाचा कप उचलायचा, त्या कपावर असलेल्या गुरुत्वाकर्षणाच्या ओढीवर मात करून, तर कोण परिश्रम करावे लागतात. साधी एक पायरी चढायची तर घाम फुटायला येतो. थोडक्यात काय, तर गुरुत्वाकर्षणाच्या किती प्रभावाखाली वावरायची तुम्हाला सवय झालीय, यावरून तुमच्या स्नायूंची कार्यशक्ती, कार्यक्षमता ठरत असते. मग समजा, इथं या पृथ्वीवर आहे त्यापेक्षा अधिक गुरुत्वाकर्षणाखाली जर काही वेळ कोणी राहिला, तर त्याची अवस्था काय होईल?''

''इथून चंद्रावर जाणाऱ्या माणसासारखीच. ''

''करेक्ट. ॲब्सोल्यूटली करेक्ट. म्हणजेच थोड्याशा परिश्रमानंही तुम्ही भारी वजन उचलू शकाल. सामान्यतः तुम्ही सात फुटांपर्यंत उडी मारू शकत असाल...''

''...तर इथं विश्वविक्रम कराल. राइट मिस्टर मिनिस्टर?''

''ऑन द डॉट मिस्टर रिपोर्टर. म्हणूनच मग गेले चार-पाच महिने आम्ही विनोदला आमच्या स्पेस सेन्टरवरच्या एका प्रयोगशाळेत ठेवलं होतं. अधिक गुरुत्वाकर्षणाखाली. आमच्या त्या प्रयोगशाळेत अधिक गुरुत्वाकर्षणाचा शारीरिक क्रियांवर काय परिणाम होतो याचा अभ्यास होतो आहे. उंदरांवर, इतर लॅबोरेटरी ॲनिमल्सवर आम्ही हे प्रयोग करत होतो. विनोदला आम्ही एक ह्यूमन गिनीपिग बनवलं.''

''मग आता इतर खेळाडूंनाही...''

''...नाही मिस्टर गोरे, तसं काही एक करण्याचा आमचा विचार नाहीये. आमच्या दृष्टीनं हा एक निव्वळ वैज्ञानिक प्रयोग होता. जाहीरपणे केलेला आणि निःपक्षपाती निरीक्षकांनी नोंदलेला. अशा प्रकारे खेळून जिंकावं असं आम्हाला मुळीच वाटत नाही. तसा आमचा उद्देश नाही. अजूनही जर साऱ्या जगानं ऑब्जेक्टिव्हली या साऱ्याचा विचार केला, तर या प्रयोगाचं गुपित उघड करायला माझी हरकत नाही. पण जग तितकं ऑब्जेक्टिव्ह नाही. आम्ही सारं सांगितलं, तर प्रयोगाच्या लाभाचा कोणी विचार करणार नाही. विनोदची आणि देशाचीही छीथू करायला सर्वच जण पुढं सरसावतील अशी भीती आहे. म्हणूनच हे गुपित गुपितच राहायला हवंय. आमचे प्रयोगही आता संपले आहेत. तेव्हा तुम्ही...''

''...डोन्ट वरी सर, मलाही माझं कर्तव्य समजतं.'' अविनाश म्हणाला आणि पुढच्याच क्षणी बाहेर पडला.

दुसऱ्या दिवशीच्या त्याच्या वार्तापत्रात विनोदची निखळ स्तुती होती. स्वतःच्या

चुकीची प्रांजळ कबुली होती. विश्वेश्वरप्रसादांची माफी मागितलेली होती. विनोदच्या लंगडत चालण्याचा कुठेही उल्लेख नव्हता. ज्योनं काढलेली त्या चालीची फिल्म ऑलिम्पिया डोंगराच्या कुशीत विश्रांती घेत पडलेली होती.

त्यानंतर काही थोड्याच दिवसांनी आणखी एक बातमी छापून आली. अंतराळ संशोधन केंद्रातील एका प्रयोगशाळेला अकस्मात आग लागून त्यात तिची आहुती पडली होती. वार्ताहारांनी काही वर्षांपूर्वी दिल्लीतील विज्ञानभवनाला लागलेल्या अशाच आगीची वाचकांना आठवण करून दिली. घातपाताच्या शक्यतेचा अंतराळ संशोधन खात्यानं इन्कार केला होता.

अमृत, दिवाळी, १९९०

पर्याय

हॉवरकार पुरती थांबायचीही वाट न पाहता स्मितानं त्यातून रस्त्यावर उडी मारली आणि समोरच असलेल्या हॉस्पिटलच्या मुख्य दरवाजातून ती सुसाट धावत सुटली. हॉवरकारच्या भाड्याचे पैसे द्यायचंही भान तिला राहिलं नाही. एकीकडे ती कुठे जात आहे त्यावर नजर ठेवत आणि दुसऱ्या बाजूला हॉवरकारच्या मीटरवरचा आकडा पाहत मोहननं बिल चुकतं केलं आणि मग तोही घाईघाईनं स्मिताच्या पाठी गेला.

स्मिता तोपर्यंत रिसेप्शनजवळच उभी होती. समीरला कोणत्या वॉर्डमध्ये नेलंय हेच तिला विचारायचं होतं. पण ती इतकी गडबडून गेली होती, सैरभैर झाली होती की तिला काय विचारायचंय हेच मुळी त्या रिसेप्शनिस्टला समजत नव्हतं. मग मोहनच पुढे झाला आणि त्यानं विचारलं,

"मिस्टर समीर शेट्टी, ॲक्सिडेंट झालाय त्यांना. कुठल्या वॉर्डमध्ये ठेवलंय त्यांना?"

"ॲक्सिडेंट केस आहे ना? मग अडतिसाव्या मजल्यावर असणार."

"पण वॉर्ड नंबर? आणि नंबर?"

"कोण ट्रीट करतंय त्यांना? डॉक्टरांचं नाव माहीत आहे तुम्हाला?"

आपल्याला माहिती देण्याऐवजी रिसेप्शनिस्ट उलटी आपल्यालाच प्रश्न विचारतेय हे पाहून स्मिताला राहवलं नाही. मुश्किलीनं थोपवून धरलेल्या शिरेवरचा ताण असह्य व्हावा आणि आतलं रक्त उसळून बाहेर यावं तशी ती एकदम त्या रिसेप्शनिस्टवर उखडली.

"समीरना कुठे ठेवलंय ताबडतोब सांग ना! भलत्या चांभारचौकश्या हव्यात कशाला! जस्ट टेल अस ॲन्ड..." एरवी ती रिसेप्शनिस्टही चूप नसती राहिली. स्मिताच्या वर्षावाला तोडीस तोड असं प्रत्युत्तर तिनंही दिलं असतं. पण स्मिताच्या

चेहऱ्यावरून तिच्या मनःस्थितीची कल्पना त्या मुलीला आली. तेवढ्यात मोहननंही तिला शांत केलं. अन् परत विचारलं,

"समीर शेट्टी?"

"ओह येस. डॉक्टरचं नाव कळलं असतं तर तुम्हाला हवी असलेली माहिती पट्कन देऊ शकले असते मी. पण नेव्हर माइंड. समीर शेट्टी..."

बोलता बोलता तिनं समीरचं नाव पुढ्यातल्या कीबोर्डवरून समोरच्या कॉम्प्युटरमध्ये फीड केलेलं होतं. अन् मग तिच्यात आणि त्या कॉम्प्युटरमध्ये एक निःशब्द संवाद सुरू झाला.

फारफार तर मिनिटभरच चालला असेल तो, पण स्मिताला मात्र युगानुयुगं पार पडत असल्याचं वाटत होतं.

"ओह येस. समीर शेट्टी!" समोरच्या कॉम्प्युटर स्क्रीनवरची नजर न हलवता ती रिसेप्शनिस्ट उत्साहानं म्हणाली, "अडतिसावा मजलाच म्हटलं नव्हतं मी तुम्हाला."

"पण वॉर्ड..."

"...येस, येस तेच सांगतेय, हॅव पेशन्स. वॉर्ड क्यू एस-३, खोली ३८४१. डॉ. कान्टावाला, सीनिअर रेसिडेन्ट असतील तिथे या वेळी. पण केस आहे डॉ. फातर्फेकरांची आणि..."

पण तिचं पुरतं ऐकून घेण्यापूर्वीच स्मिता आणि मोहन लगबगीनं लिफ्टकडे पळाले होते. आणखी दोनचार मिनिटांतच समीर आपल्याला दिसेल या विश्वासानं एकीकडे स्मिता थोडीफार शांत होत होती. सावरत होती. तरीही कोणत्या स्वरूपात तो आपल्या नजरेला पडणार आहे याची धास्ती अजूनही तिच्या हृदयाची धडधड कमी होऊ देत नव्हती.

सकाळी नेहमीप्रमाणे समीर ऑफिसला आणि मुलं शाळेत गेल्यावर आजचा मोकळा दिवस मोहनबरोबर शॉपिंग करण्यात घालवण्याचं तिनं ठरवलं होतं. गेल्या तीनचार वर्षांत माहेरी जाणं तिला जमलं नव्हतं. आता मोहनबरोबर आईसाठी काहीतरी भरगच्च भेट पाठवून मनात सलणारा तो काटा काढण्याचा तिचा विचार होता. तयार होऊन ती बाहेर पडणार तोच व्हिजिफोन बीपऽबीपला होता.

नेहमीप्रमाणे संध्याकाळी उशीर होणार हे सांगण्यासाठी समीरनंच फोन केला असावा, या समजुतीनं तिनं तो उचलायला थोडा उशीरच केला. पण फोनच्या आवाजातल्या उतावळीनं तिलाही घाईघाईनं तो उचलणं भाग पाडलं होतं.

समीरच्या ऐवजी फिकट खाकी युनिफॉर्मच्या पोलीस ऑफिसरचा आणि त्याच्या पाठी उभ्या असलेल्या पांढऱ्या लांबलचक कोटातल्या डॉक्टरचा चेहरा स्क्रीनवर दिसताच स्मिताच्या मनात पाल चुकचुकली होती. अन् त्यांनी हळुवारपणे,

तिला एकदम धक्का बसू नये अशा रीतीने सांगितलेल्या त्या बातमीनं तर तिनं हायच खाल्ली होती. मोहन घरात होता म्हणून बरं. नाहीतर स्मिता कदाचित तशीच हरवल्यासारखी बसून राहिली असती.

मोहननंच मग सारी आवराआवर केली होती आणि हॉवरकार बोलावून स्मिताला घराबाहेर काढलं होतं. आपण त्या हॉवरकारमध्ये बसलो कधी आणि या लिफ्टमध्ये आलो कधी हेही तिला नीटसं सांगता नसतं आलं. समीरला काय झालं असेल, त्याला कितपत गंभीर जखमा झाल्या असतील याबद्दलच्या भलभलत्या विचारांनी धिंगाणा घालत, तिच्या मनाचा कोपरा न् कोपरा व्यापून टाकला होता. हिंसक मोर्चा येतोय अशी नुसती चाहूल लागली तरी दुकानदारांनी धडाधड आपली शटर्स लावून घ्यावीत, तशी तिच्या मनातल्या इतर विचाराची कवाडं फटाफट बंद झाली होती.

'थर्टी एट.'

मंजुळ आवाजातल्या त्या पुकाऱ्यानं ती भानावर आली. लिफ्ट अडतिसाव्या मजल्यावर पोचली होती. मोहन लिफ्टबाहेर पडून तिलाही बोलावत होता. लिफ्टचं ऑटोमॅटिक दार बंद व्हायला आलेलं असताना ती धांदलीनं बाहेर पडली.

लिफ्टमधून बाहेर पडताच लगेच उजव्या हाताची तिसरी खोली समीरची होती. मोहननं ती लगेच शोधून काढली.

"ताई, ही बघ थर्टी एट फॉर्टी वन, इथेच समीरभाई..."

स्मिता तोपर्यंत त्या बंद दरवाज्यापुढे उभी राहिली होती. पण दरवाजा उघडून आत जाण्याऐवजी ती एक पाऊल मागेच सरकली आणि तिनं डोळे घट्ट मिटून घेतले. समीर कोणत्या अवस्थेत आपल्यासमोर दिसेल या शंकेनं परत तिला एकदा घेरून टाकलं. काहीही असो, कसाही दिसो, कितीही विद्रूप झालेला असला तरी हरकत नाही; पण जिवंत असू दे, मला जिवंत परत लाभू दे, अशी प्रार्थना मनोमनी करत ती स्वतःच्या मनाची तयारी करत होती.

मोहन तिच्याकडे पाहतच राहिला. तिच्या मनातल्या खळबळीची सावली तिच्या चेहऱ्यावर पडलेली नव्हती. त्यामुळे ही अशी स्तब्ध, शून्यात हरवल्यासारखी स्तब्ध का हे न समजून तो गोंधळल्यासारखा झाला. पुढच्याच क्षणी एकदम निर्धार करून जेव्हा ती पुढे झाली आणि तिनं तो दरवाजा खटखटवला, तेव्हा तर अधिकच बुचकळ्यात पडत, धडपडत तो तिच्यापाठी गेला.

दार उघडून आत पाऊल टाकताच तिथल्या प्रसन्न वातावरणानं नाही म्हटलं तरी स्मिताच्या मनावरची काळजी थोडीशी का होईना पुसली गेली. अन् जेव्हा तिची नजर उजव्या बाजूच्या बेडवर असलेल्या समीरकडे गेली, तेव्हा तर तिच्या काळजाची बंद पडू पाहणारी धडधड, शेवटच्या क्षणी इंधन मिळालेल्या इंजिनासारखी, परत लयीत सुरू झाली.

समीर शांतपणे झोपल्यासारखा बिछान्यावर पडला होता. त्याच्या चेहऱ्यावर कुठे ओरखडाही दिसत नव्हता. त्याच्या अंगावरच्या ब्लँकेटमुळे त्याचं बरचसं शरीर झाकलं गेलं होतं. पण त्यातूनही वेड्यावाकड्या आकाराचं, ओंगळ दिसणारं बँडेज वा प्लास्टर बांधल्याचं जाणवत नव्हतं. तरीही खात्री करून घेण्यासाठी स्मिता पुढे झाली आणि तिनं ते ब्लँकेट बाजूला सारण्याचा प्रयत्न केला. समीरच्या अंगाखाली दोन्ही बाजूंनी ते व्यवस्थित बसवलं गेलं असल्यामुळे ते पट्‌कन निघेना. तशी मनाशी चडफडत, थोड्याशा उतावीळपणे ते खेचण्याचा तिनं प्रयत्न केला. त्याबरोबर बेडच्या पाठच्या बाजूला, एखाद्या स्फिंक्ससारखी स्तब्ध उभी असलेली नर्स लगबगीनं पुढे झाली.

"हे, हे काय करताहात? पेशंटला त्रास होईल. शिवाय तुम्ही कोण, इथं..."

आपण काय करतो आहोत हे लक्षात येऊन स्मिता खजील झाली.

"मी, मी मिसेस शेट्टी. समीर, ही..." बेडवरच्या समीरकडे मान वळवत स्मिता म्हणाली, "ही इज माय हजबंड. मला एवढंच म्हणायचं होतं की त्यांना कुठे फ्रॅक्चर तर नाही झालं किंवा भली मोठी जखम तर नाही ना झालेली?"

"फ्रॅक्चर नाही. मुळीच नाही. जखम तुम्हाला वाटते तशी कुठेही झालेली दिसत नाही."

"जखम नाही, फॅक्चर नाही. रक्तस्त्राव..."

"तोही फारसा झालेला नाही. म्हणून तर त्यांना रक्त द्यायची गरज भासलेली नाही."

"मग, मग काय झालंय तरी काय समीरला? आणि, ॲक्सिडेंट काय झाला, कसा झाला?"

"एक्झॅक्टली काय झालंय ते तुम्हाला फातर्फेकरांना विचारावं लागेल किंवा डॉ. कान्टावालांना. आणि ॲक्सिडेंटबद्दल म्हणाल तर पोलीसच सांगू शकतील."

"मग आहेत कुठे ते?" मोहनने विचारलं, "ताई, तू आपल्या विचारात होतीस म्हणून डिस्टर्ब नाही केलं. पण मला वाटलं होतं की इथं पोलीसही असतील."

"होते. आत्ताच जरा कॅफेटेरियात गेलेत. येतीलच परत."

"आणि डॉ. फातर्फेकर?"

"सर आता परत संध्याकाळीच येतील. राउंडला."

"मग डॉ. कान्टावाला तरी?"

"ते दुसऱ्या एका इमर्जन्सी ॲक्सिडेंट केसमध्ये गुंतलेत. अर्ध्या एक तासात येतील ते."

शांतपणे वाट पाहत बसण्याखेरीज गत्यंतर नव्हतं. समोर समीर बेशुद्धावस्थेत पडून होता. त्याच्या अंगावर जरासं खरचटल्याचंही कुठे दिसत नव्हतं. मग तो बरा

आहे, काही तासांनी शुद्धीवर येईल अन् नेहमीप्रमाणे हसत खेळत तुमच्याबरोबर घरी जाऊ शकेल असं ही नर्स का सांगत नाही? तसा दिलासा देऊन आपल्या मनावरचं हे जीवघेणं ओझं का उचलत नाही? उलट, आपली चिंता वाढवणारं असं गुळमुळीत का बोलतेय? चिंतासुराला मोकाट सोडणारं मोघम बोलणं का करतेय?

मिनिटामिनिटाला समीरकडे पाहत स्मिता, आपण स्वप्नात तर नाही, समीर व्यवस्थित असल्याचा, त्याला गंभीर जखमा न झाल्याचा आपल्याला भास तर होत नाही, याची खात्री करून घेत होती. अन् प्रत्येक दृष्टिक्षेपात तो तसा धडधाकट असल्याचं पाहून ती अधिकाधिक काळजीत पडत होती.

दार उघडून पोलीस आत आले तरी स्मिता आपल्याच काळजीत होती. मोहननं तिच्या खांद्यावर हात ठेवत हळुवारपणे तिला तिच्या तंद्रीतून जागं केलं.

"मिसेस शेट्टी? मी इन्स्पेक्टर पेंडसे."

"इन्स्पेक्टर पेंडसे?" मी तुम्हाला ओळखत नाही असंच आपल्या सुरातून प्रकट करत स्मिता म्हणाली.

"मीच तुमच्या मिस्टरांना प्रथम पाहिलं आणि इथं आणण्याची व्यवस्था केली."

आता आपण कुठे आहोत आणि हे इन्स्पेक्टर पेंडसे काय सांगू पाहताहेत याची जाणीव स्मिताला झाली. कोणीतरी शेवटी समीरबद्दल आपल्याला माहिती देऊ शकणारा सापडलाय हे तिच्या लक्षात आलं आणि इतका वेळ कसेबसे दाबून ठेवलेले तिच्या मनातले प्रश्नांचे कढ उतू गेले.

"समीर कसा आहे हो? त्याला फारसं कुठं लागलं तर नाही ना? लवकर बरा होईल ना हो तो? अन् अजून बेशुद्ध का आहे? शुद्ध हरपण्यापूर्वी काही बोलला का? परत शुद्धीवर केव्हा येईल तो? घरी..."

प्रश्नांच्या त्या सरबत्तीने क्षणभर इन्स्पेक्टर पेंडसे गोंधळल्यासारखे झाले. अन् मग तिचा तो मारा थोपवत ते म्हणाले,

"हो, हो, हो. तुम्ही बहुतेक मला डॉक्टर समजला आहात. मिस्टर शेट्टी कधी बरे होतील किंवा त्यांना कितपत इजा झालीय हे तर डॉक्टरच सांगू शकतील. मी फक्त त्यांना जिथे ॲक्सिडेंट झाला तिथून उचलून इथं आणलं. त्याच संदर्भात काही प्रश्न विचारायचे आहेत मला. तुमची परवानगी असेल तर."

"तुम्ही प्रश्न विचारणार? उलट मीच तुम्हाला विचारणार आहे. मी कसली माहिती देणार तुम्हाला? तुम्हीच उलट मला बरीच माहिती देऊ शकाल. सांगा, समीरला हा ॲक्सिडेंट कसा झाला?"

"तेच तर नीट समजत नाहीये. म्हणून तर तुम्हाला..." पेंडशांची नजर तेवढ्यात स्मिताच्या चेहऱ्याकडे गेली. त्यांच्या अनुभवी नजरेला तिथे उमटू पाहणारी

चीड दिसल्यावाचून राहिली नाही. त्यांनी पट्कन आपला बेत बदलला. ''तसा त्यांना कोणत्यातरी वाहनाचा धक्का लागल्यासारखं वाटतंय. पण...''

''म्हणजे समीर वाहनांसाठीच असलेल्या रस्त्यावरून चालला होता?'' विश्वास न बसून स्मितानं विचारलं, ''तिथंच सापडला तुम्हाला? मग त्याला जखमा कशा नाही झाल्या?''

''नाही. ते सापडले ते पादचाऱ्यांसाठी राखीव असलेल्या सरकत्या रस्त्यावरच. नेताजी चौकाकडे पश्चिमेकडून येणाऱ्या रस्त्याच्या टोकाला. तिथल्या उंचवट्याला अडकून ते पडले होते आणि त्यामुळे रस्ताही सरकायचा थांबला होता. तशी तक्रार आली कंट्रोल रूममध्ये. तो मेसेज मिळाला म्हणून पाहायला गेलो, तर मिस्टर शेट्टी सापडले.''

''मग त्यांना वाहनाचा धक्का कसा लागला?''

''तेच तर समजेनासं झालंय. कारण सरकत्या पादचारी मार्गावर पडून काही कोणी बेशुद्ध होणार नाही. कदाचित चुकून ते वाहनपथावर गेले असतील. आणि तिथे लागलेल्या वाहनाच्या ठोकरीने उडून सरकत्या रस्त्यावर फेकले गेले असतील.''

''माझा विश्वास नाही बसत. समीर असा वेंधळेपणा कधीच करणार नाही. शिवाय रहदारीच्या नियमांचं काटेकोर पालन करणारा आहे तो. स्वतःही आहे आणि आम्हालाही पाळायला लावणारा आहे.''

''दुसरी एक शक्यता मनात येतेय...''

''कोणती? कोणती?''

ज्या अधीरतेनं स्मितानं त्यांना विचारलं, ते पाहून पेंडसे थोडेसे बिचकले. आपण हे बोलायला नको होतं, असं त्यांना वाटू लागलं; पण आता तीर सुटला होता. सारवासारव करत ते म्हणाले, ''म्हणजे तसा पुरावा नाहीये; पण इतकी वर्षं या पेशात घालविली की छोट्यामोठ्या प्रसंगावरून काही आडाखे बांधण्याची सवय लागते आम्हाला. बऱ्याच वेळा हे अदमासाने बांधलेले आडाखेच बरोबर निघतात.''

''मग सांगा ना. उशीर कशाला?''

''त्यांना मारून बेशुद्ध करून त्या रस्त्यावर आणून टाकलं असावं. अपघात झाल्याचा आभास निर्माण केला असावा.''

''पण भर दिवसा?''

''शक्य आहे. नेताजी रस्त्यावर तशी फारशी वर्दळ नसते.''

''पण असं कोणी का करावं?''

''तेच तर तुम्हाला विचारायचं होतं. मिस्टर शेट्टींची कोणाशी दुष्मनी? कोणाशी तंटा-बखेडा? जागेवरून कोणाशी भांडण?''

''नाही. कोणाशीच नाही. तसा प्रश्नच उद्भवत नाही.''

“का? काय करतात मिस्टर शेट्टी?”

“चार्टर्ड अकाउंटंट आहेत. स्वतःची प्रॅक्टिस आहे. आमच्या स्वतःच्या जागेतच त्यांचं ऑफिस आहे आणि सगळे कंपनी अकाउंट्सच आहेत.”

“कंपनी अकाउंट?” क्षणभर विचार करत पेंडशांनी विचारलं, “मग कोणी एखाद्या कंपनीत फ्रॉड, अफरातफर केल्याचं त्यांनी अलीकडे दाखवून दिलं होतं का?”

“छे. सगळ्या चांगल्या व्यवस्थित चाललेल्या कंपन्या आहेत. तसा काहीच प्रकार नाही.”

“आय सी! म्हणजे मग ती शक्यता नाही तर! पण ज्या प्रकारे ते पडले होते आणि ज्या प्रकारे त्यांना इजा झालीय ती पाहता...”

“कोणती इजा झालीय समीरला? काय झालंय?” त्यांना मध्येच अडवत, त्यांचा हात घट्ट पकडत स्मितानं उतावीळपणे विचारलं. आपल्या हातावरचा तिचा हात हळुवारपणे, सहानुभूतीने थोपटत इन्स्पेक्टर पेंडसे म्हणाले, “ते माझ्यापेक्षा डॉक्टरच तुम्हाला व्यवस्थित सांगू शकतील. हे काय, डॉक्टरच येताहेत.”

“डॉक्टर?”

“हो, डॉक्टर कान्टावाला.”

समोरच्या त्या पारशी तरुणाकडे स्मिता पाहतच राहिली. इतक्या कोवळ्या वयातला, एखाद्या सिनेनटासारखा दिसणारा हा पोरसवदा माणूस आपल्या नवऱ्यावर इलाज करतोय हे ऐकून तिच्या मनात नाना शंका येऊ लागल्या. पेंडशांच्या, अट्टल गुन्हेगाराच्या मनाचा तळ शोधणाऱ्या नजरेला तिच्या मनाची ती संभ्रमित अवस्था पट्कन जाणवली. तेच मग पुढे झाले.

“डॉक्टर, या मिसेस शेट्टी. आणि मिसेस शेट्टी, हे डॉक्टर कान्टावाला, द बेस्ट न्यूरोसर्जन इन द हॉस्पिटल. गेल्या वर्षीचं न्यूरोसर्जरीचं गोल्ड मेडल यांनाच मिळालंय.”

“ओह, आय सी! मिसेस शेट्टी. मिसेस शेट्टी, येस. येस...”

“डॉक्टर, समीर कसा आहे सांगा ना. तो शुद्धीवर कधी येईल? त्याला...”

“सांगटे सांगटे. बद्धा सांगटे.” तिला आवरत कान्टावाला म्हणाले.

“तेचा असा हाय मिसेस शेट्टी, के तुमच्या मिस्टरला अजून ऑब्झेर्वेशनखाली ठेवावा लागेल.”

“पण तो शुद्धीवर केव्हा येईल आणि त्याला नेमकं काय झालंय?”

“तेसाठी तर आम्हाला थोडा वखत पायजेल. म्हणजे काय की थोडा इन्व्हेस्टिगेशन... म्हणून तर ऑब्झेर्वेशन...”

कान्टावाला आपल्याला सांगायचं अळंटळं करताहेत हे स्मिताच्या लक्षात

आल्यावाचून राहिलं नाही.

"तुम्ही मला सांगायचं टाळताहात डॉक्टर. दॅट वोन्ट डू. मी बायको आहे पेशंटची. आय मस्ट नो."

"येस, येस, ऑफ कोर्स. तेच्यामंधी काय डाऊटच नाय. यू मस्ट नो." काय सांगावं, कसं बोलावं हे अजूनही पेशंटच्या नातेवाइकाला हाताळायचा तेवढासा अनुभव नसलेल्या कान्टावालांना कळेना. तेवढ्यात त्यांचं लक्ष बाजूलाच अस्वस्थपणे घुटमळणाऱ्या मोहनकडे गेलं. बुडत्यानं काडीचा आधार घ्यावा त्या चपळाईने त्याच्याकडे बोट दाखवत त्यांनी पेंडशांना विचारलं, "हे कोन?"

"मी, मी, मोहन गोळिकेरी, हिचा भाऊ. मिस्टर शेट्टींचा ब्रदर- इन- लॉ."

"बदर- इन- लॉ? व्हेरी गुड! व्हेरी गुड! मिस्टर गोलिकेरी एक मिनिट..." त्याच्या हाताला धरून त्याला बाजूला नेत कान्टावाला म्हणाले; पण त्यांना दोन पावलंही टाकू न देता अडवत स्मिता ठामपणे म्हणाली,

"डॉक्टर, तुम्ही माझ्यापासून काहीतरी लपवताहात. मोहनला बाजूला नेऊन जे सांगणार ते इथंच सांगा मला. इथेच. राइट हिअर ॲन्ड राइट नाऊ."

बाब इतक्या अटीतटीला आल्यानंतर कान्टावाला थोडेफार बावरल्यासारखे झाले. डॉ. फातर्फेकर आता इथे असते तर या चक्रव्यूहातून आपली सुटका होती असं त्यांना वाटल्यावाचून राहिलं नाही. दुसऱ्याच क्षणी मात्र त्यांच्या मनानं उसळी घेतली. किती दिवस आपण असे त्यांच्यावर अवलंबून राहणार आहोत? आज उद्या आपल्याला स्वतःची कन्सल्टिंग प्रॅक्टिस सुरू करायचीय. त्या वेळी आपली अशी सुटका करायला कोण येणार आहे? आपणच आता धीरानं या प्रसंगाला सामोरं गेलं पाहिजे.

त्यांनी पेंडशांकडे पाहिलं. केस पांढरे झालेल्या, अशा अनेक प्रसंगातून तावूनसुलाखून बाहेर पडलेल्या त्या इन्स्पेक्टरनी मान किंचितशी हलवत त्यांना 'आगे बढो'चा सिग्नल दिला. खाकरत कान्टावाला सांगू लागले...

"तेचा असा हाय, के युवर हजबंड हॅज नॉट सफर्ड एनी अदर इंज्युरी. फ्रॅक्चर नाय, जखम नाय, ब्लीडिंग नाय. पन..."

"पण काय, डॉक्टर?"

"पण ही हॅज सफर्ड अ ग्रेव्ह ब्रेन इंजुरी."

"म्हणूनच त्यांची शुद्ध गेलीय?"

"दॅट्स राइट."

"मग ते परत शुद्धीवर कधी येतील?"

"दॅट इज व्हॉट वुइ आर वरीड अबाउट. कारण हिज अनकॉन्शसनेस इज डीपनिंग. असाच होत राहिला तर... तर ते कदाचित कोमामध्ये जायल, डीप कोमा

आणि तसा झाला तर तर...''

तर काय हे विचारायचं धैर्य स्मिताला झालं नाही. ती डॉक्टरनी पुढे सांगायची वाट पाहत राहिली.

''तर त्येला फक्त आर्टिफिशियल लाइफ सपोर्टवर जिवंत ठेवावा लागेल. म्हणजे तसा ते नॉमिनलीच जिवंत अशेल, बट लाइक ए, लाइक... वेल... व्हेजिटेबल. जे पर्यंट आम्ही लाइफ सपोर्ट लाइन कनेक्ट करून ठेवेल, ही वुईल ब्रीद. बट ते डिसकनेक्ट करेल टर...''

न बोलताच आपल्याला काय म्हणायचंय ते डॉक्टरांनी सूचित केलंय.

थोडा वेळ कोणीच काही बोललं नाही. एक अवघडलेली विचित्र स्तब्धता तिथे पसरली. मोठ्या कष्टानं समीर घेत असलेल्या श्वासोच्छ्वासाची घरघर, त्या आवाजातली लयच तेवढी त्या शांततेचा एका ठेक्यात भंग करू लागली.

अकस्मात डॉ. कान्टावालाच पुढे बोलू लागले, ''इट इज बियाँड अस. ही इन्जुरी कशी झाली अशेल, मी, डॉ. फातर्फेकर, आमी समद्यांनी विचार केला पण, साला काय ध्येनमंदीच येत नाय. कंदी कंदी असा वाटते की कोणीतरी सर्जरी करून त्येला अशी इंजुरी केली अशेल. एटला क्लीन जॉब हाये.''

डॉक्टरांना काय म्हणायचंय याची ओझरती जाणीव स्मिताला व्हायच्या आतच इन्स्पेक्टर पेंडसे हळुवार आवाजात म्हणाले,

''म्हणूनच मी मघाशी मला वाटलेली शंका प्रदर्शित केली होती. कोणीतरी त्यांना जाणूनबुजून अशी इजा करून, असा वर्मी बसणारा घाव घालून तिथं त्या सरकत्या रस्त्यावर आणून टाकलं असावं.''

''पण कोणी? आणि का?'' मोहननं विचारलं. स्मिता चक्रावून गेली होती. काही विचारण्याच्या मनःस्थितीतच नव्हती.

''वुइ हॅव नो क्ल्यू!'' खांदे उडवत पेंडसे म्हणाले, आणि मग काहीतरी आठवल्यासारखं करून त्यांनी विचारलं, ''बाय द वे, मिस्टर शेट्टींचा इन्शुरन्स कितीचा आहे? आणि...''

''...त्याचा इन्शुरन्सच नाही. कवडीचाही नाही.'' त्यांना मध्येच तोडत स्मिता म्हणाली. यावरून तिचे व समीरचे बऱ्याच वेळा वादही झाले होते. समीरनं पुष्कळ वेळा तो विषय काढला होता; पण तिनंच प्रत्येक वेळी त्यात मोडता घातला होता. त्याच्या जिवाची अशी किंमत केली जावी; आणि त्या किमतीनुसार येणाऱ्या पैशावर आपण आणि मुलांनी जगावं हा विचारच तिला किळसवाणा वाटत होता. समीरचं या बाबतीत तिनं कधीच ऐकलं नव्हतं. आता डॉक्टरांनी समीरच्या स्थितीबद्दल कल्पना देताच ते वाद तिला आठवू लागले होते. एक वेगळाच परिमाण आता समोर आला होता. समीर तिला नेहमी समजवू पाहणारी परिस्थिती काल्पनिक न

राहता सत्यावस्थेत उतरली होती. आपलं चुकलं तर नाही अशी शंका तिचं मन कुरतडू लागली होती.

पण इन्स्पेक्टरनी हा प्रश्न का विचारावा? त्याचा याच्याशी काय संबंध? आपल्याला सहानुभूती दाखविण्यासाठी त्यांनी हे विचारलं? का दुसराच काही हेतू होता त्यांचा? समीरला दुसरीकडेच मारून त्याला रस्त्यावर आणून टाकलं असावं, तो अपघात नसावा, असं ते वरचेवर का म्हणताहेत? त्यांना आपल्याबद्दलच शंका तर येत नसेल? आपल्याबद्दल त्यांच्या मनात संशय...

स्मिताच्या सर्वांगातून एक शिरशिरी निघून गेली. संतापाची सणक तिचं सर्व अंग थरथरवू लागली. आपल्यावर या दीडदमडीच्या पोलीस ऑफिसरनं अविश्वास दाखवावा? समीरवर, माझ्या लाडक्या समीरवर केवळ इन्शुरन्सच्या चार टिकल्या मिळविण्यासाठी मी असा जीवघेणा आघात करेन, अशी त्यांनी समजूत करून घ्यावी? एकविसाव्या शतकातल्या या स्वार्थी, अप्पलपोट्या, संपूर्ण मटिरिअ‍ॅलिस्टिक जगात असलो म्हणून काय झालं? शतकानुशतकं भारतीय स्त्रीच्या मनावरचे संस्कार गेल्या पाचपन्नास वर्षांतल्या या मूषक शर्यतीच्या परिणामांनी पुसले थोडेच जाणार आहेत? असला किळसवाणा आरोप माझ्यावर आडूनपाडून का होईना, पण या इन्स्पेक्टरना करवतो तरी कसा?

तिथल्या तिथे त्या पेंडशांवर हल्ला करून त्यांची स्थिती समीरसारखी करून टाकावी असा एक हिंस्र विचार स्मिताच्या मनात आला; पण तोवर पेंडसे आणि डॉक्टर तिथून निघून गेले होते. व्हिजिटिंग अवर्स संपल्यामुळे ती नर्सही त्यांना तिथून निघून जाण्याची घाई करीत होती.

घरी पोचल्यावरही मनात लोचटासारखी घर करून बसलेली पेंडशांची निःशब्द शंका स्मिताला झटकून टाकता आली नाही. परत परत ती डोकं वर काढत होती आणि रागाचे नवनवीन कढ तिचं मन हिंदकळून टाकत होते. स्वतःवरच चरफडत, कोणावरही न काढता येणारा मनातला राग मनातल्या मनात जिरविण्याचा निष्फळ प्रयत्न करत ती बसून राहिली होती. दारावरच्या बेलच्या आवाजानं ती आपल्या तंद्रीतून जागी झाली. कानानं ऐकलेल्या त्या आवाजाचे अर्थ तिच्या मनःपटलावर उमटायला मात्र काही वेळ लागला, तोवर मोहननं जाऊन दार उघडलं होतं आणि आलेल्या त्या अभ्यागताशी होत असलेल्या मोहनच्या बोलण्याचा आवाजही तिला ऐकू येऊ लागला होता.

स्मिता तशीच बसून राहिली. आपल्याच विचारात, दुःखात गुरफटून राहण्याची तिची इच्छा होती. त्या विचारांनी, संतापानं येणारी बधिरता तिला हवीहवीशी वाटू लागली होती. त्या कोषात निपचित पडून राहणं, समोर उभ्या ठाकलेल्या संकटापासून काही क्षणांची का होईना, सुटका होण्यासारखं होतं.

''हे, साधवानी. जितूभाई साधवानी.'' त्या अनोळखी इसमाचा परिचय करून देत मोहन म्हणाला.

अतिशय गंभीरपणे, एखाद्या देवतेला करावा तसा नमस्कार करत साधवानी उभाच राहिला. ती काहीतरी बोलेल, निदान उलटा नमस्कार करेल याची वाट पाहत राहिला.

स्मिता तशीच सुन्न अवस्थेत बसून राहिली. आजूबाजूला काय चाललंय, याचं भानच जणू तिला राहिलं नव्हतं. हा साधवानी कोण, कशासाठी इथं आलाय. यांसारखे प्रश्न तिच्या शून्यावस्थेला टक्कर देत तिच्या मनात शिरकाव करू पाहत होते; पण त्यांनाही थारा मिळत नव्हता...

ती काहीच बोलत नसल्याचं पासून साधवानी आपणहून खुर्ची ओढून बसला. हातातल्या चामड्याच्या ब्रीफकेसशी क्षणभर चाळा करत, कशी सुरुवात करावी याचा विचार करत राहिला आणि मग ती स्तब्धता असह्य होऊ लागली तसा म्हणाला,

''आपल्यावर कोणता प्रसंग गुदरलाय याची मला जाणीव आहे. आपली मनःस्थिती कशी असेल याचीही मी कल्पना करू शकतो. व्यक्तिशः मी व आमची संस्था आपल्या दुःखात सहभागी आहे.''

साधवानी काय बोलतोय हे तिला पुरत जाणवलं नव्हतं. पण तो काहीतरी विचित्र बोलतोय, प्रसंगाशी विपरीत शब्द वापरतोय, अशी शंका कुठेतरी तिच्या मनाला टोचणी देऊ पाहत होती. थोडाफार थंड झालेला तिचा संताप परत उफाळू पाहत होता. तोवर साधवानीनंच पुढे बोलायला सुरुवात केली होती, ''मी जे काही सांगणार आहे ते तुम्हाला कदाचित विचित्र वाटेल. उद्धटपणाचं वाटेल. बेशरमपणाचं वाटेल. पण केवळ तुम्हाला मदत करावी या उद्देशानं मी, आमच्या संस्थेतर्फे आलोय. म्हणूनच या अप्रिय गोष्टी बोलणार आहे. त्यासाठी ही वेळ योग्य नाही हे मला मान्य आहे. पण योग्य वेळेची वाट पाहत राहिलो तर उशीर होईल, अक्षम्य उशीर होईल आणि तुम्हाला मदत करणं अशक्य होऊन बसेल.''

हा असा नुसता नमनालाच खंडीभर तेल काय वाया घालवतोय, काय सांगायचं ते पट्कन सांगून का टाकत नाही, स्मिताला वाटून गेलं. आधीच वाटणारा ताण साधवानी असह्य करू पाहत होता.

''मिस्टर शेट्टींना गंभीर, जवळजवळ जीवघेणा अपघात झालाय, हे आम्हाला माहीत आहे. त्यातून ते वाचलेच तरी त्यांची परिस्थिती एक जिवंतपणाची नक्कल करणाऱ्या मांसाच्या गोळ्याहून अधिक चांगली असणार नाही याचीही कल्पना आम्हाला आहे. त्यातून त्यांचा इन्शुरन्स नाही, त्यांचा विमा उरवविलेला नाही. ''

स्मिताच्या तळपायाची आग मस्तकात गेली. ती ताड्कन उभी राहिली.

साधवानीवर हल्ला करण्याच्या पवित्र्यात दोन पावलं पुढे सरकून त्याच्या समोर संतापानं थरथरत वेडेवाकडे हातवारे करत उभी राहिली. तिला बरंच काही बोलायचं होतं. साधवानीला शिव्यांची लाखोली वाहायची होती; पण रागाच्या भरात तिच्या तोंडून शब्दही फुटत नव्हता.

साधवानीवर त्याचा यत्किंचितही परिणाम झाला नाही. निगरगट्टाप्रमाणे किंवा तिच्या या प्रतिक्रियेची अपेक्षा असल्याप्रमाणे तो शांतपणे, निर्विकार चेहऱ्याने बसून राहिला. तिच्या रागाचा भर ओसरण्याची वाट पाहत राहिला.

आपल्या संतापाचा साधवानीवर काहीच परिणाम होत नाहीये, आपला राग वांझोटाच आहे, हे पाहून स्मिता थोडीफार हताश झाली. रागाचे, निराशेचे, स्वतःच्या हतबलतेचे आसू तिच्या गालावर ओघळू लागले.

तो क्षण साधून साधवानीनं परत सुरुवात केली, ''मी या अप्रिय गोष्टी बोललो त्या केवळ तुमच्यावर पडणाऱ्या आर्थिक जबाबदारीच्या गांभीर्याची, तुमच्या अडचणींच्या तीव्रतेची कल्पना देण्यासाठी. आणि संस्थेतर्फे एक प्रस्ताव आपल्यासमोर ठेवण्यासाठी मी आलो आहे. आज देशात, साऱ्या जगभर अशा अनेक व्यक्ती आहेत की ज्या विकलांग झाल्या आहेत. त्या जिवंत आहेत, बुद्धिवान आहेत, कार्यक्षम आहेत, मानवजातीच्या विकासाला हातभार लावणाऱ्या आहेत, पण त्यांच्या शरीरातील काही अवयव काही कारणांनी बेघर झाले आहेत. त्यांचं काम नीटपणे करण्यास असमर्थ आहेत. त्यांच्या जागी संपूर्ण सक्षम अवयव बसविल्यास या व्यक्ती दुप्पट जोमानं आपलं, जगाच्या कल्याणाचं काम करू शकतील यात शंका नाही. त्यांना या अवयवांची गरज आहे. ती त्यांची गरज आहे. याउलट मिस्टर शेट्टींच्या मेंदूला इजा झाली आहे. त्यांचे इतर अवयव धडधाकट आहेत. संपूर्ण निरोगी आहेत; पण मेंदूला झालेल्या गंभीर इजेमुळे त्यांचा समाजाला, आपल्या कुटुंबाला उपयोग नाही. उलट ते समाजावर, कुटुंबावर भार होऊनच राहणार आहेत. त्यांचे धडधाकट अवयव हाच एक त्यांचा आपल्या कुटुंबाला उपयोगी पडणारा इन्शुरन्स आहे. त्या इन्शुरन्सची तुम्ही म्हणाल ती किंमत आमची संस्था तुम्हाला देईल. तुमचीही गरज भागेल. समाजाचीही गरज भागेल. सर्वांच्या फायद्याची बाब आहे. तेव्हा तुम्ही...''

आता मात्र स्मिताचा संताप अनावर झाला. मघाशी पेंडशावर काढता न आलेला राग साधवानीवर काढत ती किंचाळली.

''चालते व्हा, गेट आउट. ॲट वन्स, गेट आउट! गेट आउट!''

मोहननं पुढे होऊन साधवानीला उभं केलं आणि तो त्याला बाहेर नेण्यासाठी ओढू लागला. साधवानी मात्र मख्ख होता. अशा प्रसंगाची त्याला सवय असावी. खिशातून एक सोनेरी अक्षरातलं कार्ड काढत, ते बाजूला टेबलावर ठेवत तो म्हणाला,

"तुम्हाला राग येणं स्वाभाविक आहे. पण शांत झाल्यावर माझा विचार पटेल तुम्हाला. त्या वेळी आम्हाला कान्टॅक्ट करण्याची गरज भासेल. हा आमचा पत्ता आणि टेलिफोन नंबर आहे. इथे चोवीस तास..."

स्मिता त्याच्या अंगावर धावून गेली, त्याबरोबर आपलं बोलणं अर्ध्यावर तोडत साधवानी निघून गेला.

समोरच्या सोफ्यावर अंग झोकून देत स्मिता हमसाहमशी रडू लागली. आतापर्यंतच्या साऱ्या प्रक्षुब्ध भावनांना मोकळी वाट देत, साठलेल्या, साचून राहिलेल्या मळीसारख्या वांझोट्या रागाचा निचरा होताच मात्र उलटसुलट प्रश्नांचे, विचारांचे आवर्त तिच्या मनात फणा काढू लागले.

खरंच, काय चूक होतं साधवानीचं? होऊ नये, पण झालंय खरं. अतिशय बाका प्रसंग आलाय. इतरांचं सोडा, पण खुद्द समीरचं पालन तरी आपण कसं करणार आहोत? त्याच्या शुश्रूषेसाठी काही कमी खर्च येणार नाही. मुलांचं शिक्षणही व्हायचंय. रोजचा खर्च तर आहेच, समीर सांगत असतानाही आपण त्याला इन्शुरन्स करू दिला नाही. आता...

...पण म्हणून काय त्याच्या शरीराचा एखाद्या मालमत्तेसारखा लिलाव करून आपण जगायचं? समीरला, लाडक्या, प्राणाहूनही प्रिय असणाऱ्या समीरला स्थावरजंगम इस्टेट मानायचं? विम्याची पॉलिसी समजायचं? हीच आपली त्याच्यावरची निष्ठा? निष्ठेच्या, प्रेमाच्या शपथा घेऊन नाही भागत, त्यांची खरी कसोटी लागते ती अशाच प्रसंगांमध्ये. त्यातच आपण...

या साधवानीला नेमक्या साऱ्या गोष्टी कळल्या कशा? त्याही इतक्या झटपट? का पेंडसे म्हणत होते, सुचवित होते तसं समीरला मारण्यात त्यांचा, त्यांच्या संस्थेचा हात तर नाही? नेमकी इन्शुरन्स नसलेली माणसं हेरायची आणि त्यांची अशी एखाद्या कणकेच्या गोळ्यासारखी स्थिती करून टाकायची. पेंडशांना कळवायला हवं. त्यांनीही कार्ड दिलंय आपल्याला.

...तस ते साधवानींनीही दिलंय. प्रेम वगैरे ठीक आहे. पण पोट जाळता येत नाही त्यावर. व्यवहार कोणाला सुटलाय? समीरची काय अवस्था आहे हे डॉक्टरांनी सांगितल्यावर आपलं, मुलांचं आता कसं होणार, हा विचार आपल्या मनात नव्हता आला? समीरबद्दल वाटणाऱ्या काळजीवर मात करून? आपण जे बोलायला धजावलो नाही तेच साधवानीनं स्पष्टपणे बोलून दाखविलं इतकंच. त्याला करावा फोन?

पेंडशांचं कार्ड, साधवानीचं कार्ड, आलटून पालटून तिच्या नजरेला दिसू लागलं. समीरची अशी अवस्था करणाऱ्याचं बिंगच उघडकीला आणून, त्यांना कायमची अद्दल घडवून आपण समीरवरच्या हल्ल्याचा बदला घेऊ शकू. आपला

होणारा फायदा नजरेआड करून आपण आपल्या समीरवरच्या प्रेमाचा कस दाखवून देऊ शकू. करावा पेंडशांनाच फोन.

छे, हाक घालावी साधवानीलाच. समीरनंही तेच सांगितलं असतं आपल्याला. तो इन्शुरन्स घ्यायला निघालाही होता. आयुर्विम्याला पर्याय नाही असं सांगत होता. आता साधवानीनं हा पर्याय दिलाय. तो हातचा घालवला तर आपण तर तडफडूच, पुढेमागे मुलंही आपल्यावर उलटतील. त्यांच्या भविष्याचं मातेरं केल्याबद्दल आपल्यावरच ठपका ठेवतील.

काय करावं? पेंडसे का साधवानी? हा पर्याय का तो पर्याय? कोणाला साद घालावी? चक्रावर्तात सापडून एकीकडून दुसरीकडे आणि तिकडून परत पूर्व दिशेकडे भेलकांडत जावं, फरफटत नेलं जावं तशी स्मिता विचारांच्या त्या भोवऱ्यात हिंदकळत, हेलपाटत राहिली.

सुगंध, दिवाळी, १९९१

कस्तूरीमृग

आणि परत एकदा आमचं भांडण झालं होतं. माझं आणि ऊर्मिलाचं. म्हटलं तर कडाक्याचं. अलीकडे वरचेवर होऊ लागली होती. म्हटलं तर कारण साधं होतं, म्हटलं तर नाही. या वेळचं कारण होतं शर्मिला गणेशन. गेली दोन-तीन वर्षं तरी तिनं माझ्या मनात घर केलं होतं. गेले काही दिवस तर मी झपाटल्यासारखाच झालो होतो. शर्मिलाशिवाय मला काही सुचत नव्हतं. तिच्या त्या मदभऱ्या घाऱ्या डोळ्यांमध्ये मी अडकलो होतो.

साऱ्या जगाला आपल्या पायांभोवती रुंजी घालायला लावण्याच्या ईर्षेनं शर्मिला पेटली होती. आपल्या संपर्कात येणाऱ्या प्रत्येक पुरुषाला आपल्या बोटांभोवती खेळवत होती. अंगांगातून उसासत बाहेर पडणाऱ्या वासनेच्या नुसत्या भपकाऱ्यावरच सर्वांना चाळवत होती. वेडावत होती. वेड लावत होती आणि तरीही दूर ठेवत होती. क्वचित कोणाला तिने जवळ केलंच असेल, तर तेही काही स्वार्थ साधण्यासाठीच. ऊर्मिलेला शर्मिलेचा राग होता. मला शर्मिला का आवडते हेच तिला समजत नव्हतं. आता स्वतःची मानसकन्या कोणालाही का आवडते याचं नेमकं कारण नेहमीच नाही सांगता येत. मलाही नव्हतं सांगता येत; पण म्हणून काय उर्मीनं ती खरोखरीची आपली सवत असल्यासारखं वागावं!

शेवटी मी चिडून म्हणालो होतो,

"बंदर क्या जाने अदरकका स्वाद! चांगल्या साहित्याची तुला कधी जाण येणार?"

हा थोडाफार खोलवर जाणारा वार होता हे मला समजत होतं. पण माझाही निरुपाय झाला होता. विशेषत: माझं सारं कौशल्य पणाला लावून मी ती कादंबरी लिहिली होती खास ऊर्मिलेला अर्पण करण्यासाठी आणि तिनं ती अशी पायदळी तुडवावी याची मला साहजिकच चीड आली होती.

"तर, तर! मी काय बाई अडाणी! मला काय साहित्य कळणार? पण मी निदान

त्या सटवीसारखी भोंदू तरी नाही. शी इज ए फोनी. त्याऐवजी तिच्या जागी मला जरी घातली असतीत ना, तर तुम्हाला पाहिजे तशी एक नटवी, ए रियल बि...''

त्याच क्षणी भान सुटून मी तिच्या मुस्कटात मारली होती. यापूर्वी कधीच मी तिच्यावर हात उगारला नव्हता. आजवर कधीच कोणी तिच्यावर हात उगारला नव्हता.

आम्ही दोघेही एकमेकांकडे नजर रोखून पाहत राहिलो. मी अविश्वासानं. ती रागानं. तिच्या डोळ्यात अंगार फुलला होता. बंडाचा झेंडा त्यांनी उभारला होता; पण तरीही डोळ्यांतून उतू जाऊ पाहणाऱ्या पाण्याचा लोंढा तिनं शिकस्तीनं आवरला आहे हे दाताखाली दाबून धरलेला तिचा थरथरणारा ओठ मला सांगतच होता.

आम्ही दोघंही तसेच अवघडल्यासारखे किती वेळ उभे राहिलो असतो कोण जाणे!

तेवढ्यात फोन खणखणला.

घुश्श्यातच मी तो उचलला आणि त्याच सुरात बोललो.

''गुरुदास जांभेकर स्पीकिंग.''

''हॅलो गुरू, बापू बोलतोय.''

फोन माझ्या एजंटचा, बापू मराठेचा होता. माझ्या कादंबरीला प्रकाशक गाठण्याचं काम मी त्याच्यावरच सोपवलं होतं. सत्तर-ऐंशी वर्षांपूर्वी लेखकाला स्वतःलाच आपल्या पुस्तकाचं बाड घेऊन प्रकाशकाकडे खेटे घालावे लागत असत म्हणे. आताही तशीच परिस्थिती राहिली असती, तर मी लिहिणंच सोडून दिलं असतं.

''बोल, बोल. म्हणजे शर्मिलाला स्थळ गाठलंस तर?''

''शर्मिला? ओऽह म्हणजे तुझं ते नवीन बाड. छे, बुवा... अजून उघडून पाहायलाही मला फुरसत झालेली नाही.''

''मग, माझ्या कानांच्या पडद्यांना कशाला त्रास देतो आहेस?'' मी चिडूनच विचारलं.

''हे बघ, त्या रॉकेट सोसायटीशी काहीतरी संबंध होता ना तुझा?''

''दॅट्स राइट. होता. लहानपणी कळत नाही आपल्याला आपण काय करतो आहेत ते.''

''अरे झालंय काय तुला आज? वहिनींशी भांडण झालंय की काय!''

या चोराला नेमकं कसं कळलं?

''हे बघ, अंतराळ प्रवासातील नवीन चालू घडामोडींबद्दल कितपत माहिती आहे तुला?''

''बरीच आहे. अजूनही मी त्या विषयाचं वाचन करतो. रिसर्च जर्नल्स चाळतो. त्यात संशोधन करणारे बरेचसे वैज्ञानिक मित्र आहेत. पुढे बोल.''

"पुढे काय? मुलांसाठीच्या विज्ञानसाहित्याला भरपूर मागणी आहे हे मी काय नव्यानं सांगायला हवं तुला? आताच मकरंदचा फोन आला होता. मकरंद प्रकाशन. पुण्याचे."

"माहिती आहे. माहिती आहे."

"त्यांना अंतराळ प्रवासावर पुस्तक हवंय. छोटेखानी. शंभर-सव्वाशे पानांपर्यंत. दहा ते सोळा वर्षांच्या वाचकांसाठी. सोप्या, रसाळ, सहज समजेल अशा, पण चटपटीत भाषेत. मात्र त्यातील विज्ञान अचूक हवं. या मुलांचं ज्ञान चांगलंच वाढलंय आजकाल. मला तुझी आठवण झाली. मग घेतोस ना लिहायला?"

"दोन वर्षांपूर्वी मी राजीखुशीनं स्वीकारलं असतं तुझं आमंत्रण. पण आज... मी आता प्रौढ झालोय. बाल नाही राहिलो. माणसाने चंद्र, मंगळ, गुरू इतर तारकामंडलं कुठेही जावं. माझं एवढंच मागणं आहे की माझ्यासाठी पृथ्वीवरचा हा एवढासा तुकडा मात्र मोफत सोडावा. ही जमीन, हे निकोप घर आणि शेक्सपिअर, कालिदास, ह. ना. आपटे, केशवसुत, पु. ल. देशपांडे... थोडक्यात ही खऱ्याची दुनिया."

"दुनिया खऱ्याची नाही राजा. पैशाची आहे. मकरंद दहा हजारांची एडिशन काढताहेत. पन्नास हजार ॲडव्हान्स द्यायला तयार आहेत. तुला हवं तर लाखापर्यंत वाढवून घेऊ. अवचटांशी चित्राबद्दल कॉन्ट्रॅक्टही झालंय. आता तू जर नाहीच म्हणणार असशील तर..."

"तसा माझा नकारच असेल. पण..." मला तेवढ्यात कसलीतरी जाणीव झाली. कशाची ते कळेना. "पण... ऊर्मीला विचारून कळवतो."

"गुड. पण लवकर कळव. मकरंदला घाई आहे."

"काय म्हणताहेत बापू?" ऊर्मीनं कोरडेपणानं विचारलं. तिचे डोळेही कोरडे होते.

मी तिला सारं सांगितलं आणि विचारलं,

"मग काय करावं म्हणतेस?"

"लिहा ते पुस्तक."

"अग पण ऊर्मी, आपण मुंबई सोडून इथे कशाला आलो? तिथल्या त्या भोंदू लोकांचा वीट आला म्हणूनच ना! पैसा मिळविण्यासाठी कोणतंही काम करायचं, प्रसंगी मनही मारायचं आणि गप्पा मारायच्या फ्रीडम ऑफ एक्स्प्रेशनच्या, विचार-आचार स्वातंत्र्याच्या. एकीकडे सामाजिक बांधिलकीचा उद्घोष करायचा आणि प्रकाशक पैसा देतो म्हणून वाटेल ते चोपडं लिहायला घ्यायचं आणि मग तेच कसं समाजाला हवंय ते साऱ्या जगाला सांगत सुटायचं. या दुटप्पी वागण्याची चीड आली म्हणूनच ना त्या साऱ्यांशी संबंध तोडून इथे कोकणात, निसर्गाच्या सान्निध्यात

येऊन राहिलो? माझ्या मनाला भावतं तेच लिहिण्यासाठी. फक्त उच्च दर्जाच्या ललित साहित्याचं, कथा-कांदबऱ्यांचंच लेखन करण्यासाठी! आणि आता मीही त्याच वाटेनं जावं म्हणतेस?''

''हे पाहा, तुम्ही पुस्तक लिहायचं ठरवलं आहे, हे स्पष्ट दिसतंय मला. मला नाही तुम्ही फसवू शकणार. आपण इतरांपेक्षा वेगळे आहोत असं आपण नेहमी म्हणतो ना. तेव्हाच त्यातलं खोटेपण उघड झालेलं असतं. खराखुरा वेगळा असलेला माणूस त्या वेगळेपणाचा सतत जप करत नाही बसत. उगीच आव कशाला आणायचा! आपल्याला मतं असतात तशी आपली किंमतही असते!''

''हे बघ, मी हे पैशासाठी करतोय असं वाटतंय तुला? चैनीला लागणाऱ्या पैशासाठी? मुळीच नाही. पण या घरावरचं, शेतावरचं कर्ज सारं फिटायचंय आणि...''

''...मीही तेच म्हणतेय. व्यवहार कोणाला सुटलाय!''

मी थोडा वेळ उगीच अळंटळं केलं. पण ते नाटक आहे हे माझं मलाच कळत होतं. त्यामुळे मी माझ्यावरच चिडलो आणि त्याच तिरमिरीतच बापू मराठेला फोन केला.

त्यानंतर स्वतःविषयीची चीड कमी होण्याऐवजी वाढतच गेली. आपण हरलो आहोत, आपल्यासारखा भोंदू आणखी कोणी नाही, कोणत्याच क्षेत्रात आपण शिखरावर जाऊन पोचलो नाही, आपण सेकंड रेट आहोत, सिंहाचं कातडं पांघरलेल्या लुच्च्या कोल्ह्यात आणि आपल्यात काही फरक नाही, दुसऱ्यांच्या शिकारीचे लचके तोडायचे आणि आपणच शिकार केल्याच्या सिंहाच्या ऐटीनं मिरवायचं! मला माझी घृणा वाटायला लागली. त्याच वेळी माझ्या गळ्यात पाठीमागून मिठी पडली. ऊर्मीच्या त्या मिठीनं तिनं माझ्या मनात चाललेला संघर्ष जाणल्याच सांगितलं. तिची ती निःशब्द मिठीच मला धीर देऊन गेली.

त्यानंतर मात्र मी वेळ गमावला नाही. लिहिण्याचा सपाटा लावला. माळ्यावर धूळ खात पडलेली माझी पुस्तकं काढली. जुनी मासिकं काढली. माझे सारे संदर्भ ग्रंथ परत जवळ केले. मुंबईला जाऊन परळकरांशी गप्पा मारल्या. मध्यंतरीच्या काळात झालेल्या नवीन संशोधनाचा मागोवा घेतला.

लिहायला लागल्यावर माझ्या विज्ञानलेखातील ज्या शैलीची, धाटणीची सर्व समीक्षकांनी वाखाणणी केली होती, ती शैली आपोआप माझ्या लेखणीतून पाझरू लागली. प्रतिमा सहज सुचू लागल्या. अवघड प्रमेय सांगताना ती सोपी करण्याच्या युक्त्या मनात सहज येऊ लागल्या. माझ्या नकळत माझ्याच संपादकीयांमधले उतारे मी उद्‌धृत करतो आहे हे मला जाणवलं. उर्मीच्या नजरेलाही मी ते आणलं. ''हे बघितलंस, 'मानव एका ग्रहावरून दुसऱ्या ग्रहावर झेप घेत सुटेल आणि तसं

करताकरता एक दिवस असा उजाडेल. आपल्या सूर्यमालिकेतील पसरलेल्या या अफाट विश्वाच्या, अंतराळाच्या महासागराचा भेद करण्यासाठी तो आपले यांत्रिक पंख झेपावून विहार करायला लागेल,' काय वेडपटासारखं लिहीत होतो मी. भाबडेपणाने. उपमा-उत्प्रेक्षांची कशी गल्लत करत होतो!''

''पोरं जाम खूश होतील ते वाचताना.''

''आणि केवढा आत्मविश्वास! सळसळतं रक्त होतं ना त्या वेळी. खरं सांगायचं तर आपली कोंडी झालीय. परग्रह भ्रमणासाठी लागणारा पैसा तर आपल्यापाशी नाहीच. तो उभा करायचा तर दुसऱ्या कोणत्यातरी उपयुक्त कल्पकाला कात्री लावावी लागणार आहे. पण तंत्रज्ञानाचीही बोंबाबोंब आहे. अणुभट्टीवर चालणारं रॅकेट तयार करणं सोप नाही. त्यानं निर्माण होणाऱ्या उष्णतेचा निचरा झाला नाही तर ते रॅकेटच वितळून जाईल. प्रवासाला निघणार कसं! अनेक अडचणी आहेत.''

''कोलंबसालाही नेमकं हेच सांगण्यात आलं होतं आणि मॅगलेनला. फ्रॅन्सिस ड्रेकला. ते जर उमेद हरून बसले असते तर...''

''या अशा गाजरांना भुलणारा गाजरपारखी नाहीये मी उर्मी!''

तरीही, ऊर्मी एवढा आशावाद घेऊन पाठीशी उभी आहे या कल्पनेनं मी सुखावलोच. नाही कशाला म्हणू? ''पण प्रश्न तेवढेच नाहीत. आपण सारं विश्व जिंकायला निघालो आहोत. पण आपण आपल्याला कुठे जिंकलंय अजून? आपल्या भावविश्वावर कुठे मात केलीय? विश्वाचा परिचय करून घ्यायची स्वप्नं बाळगतो आहोत आपण. स्वतःची तरी ओळख कुठे पटलीय अजून? माझंच बघ ना. केवळ पैसा मिळविण्यासाठी, पोट जाळण्यासाठी माझ्या तत्त्वांना हरताळ फासतोय मी.''

''ही एवढी एकच वेळ. फक्त दोन-तीन आठवडे. नंतर कधीही असलं पुस्तक परत लिहिण्याच्या भानगडीत पडू नका. झालं?'' लहान मुलाची समजूत घालावी तशी माझी समजूत घालत ऊर्मी म्हणाली.

मी मग झटून कामाला लागलो. तिनं म्हटल्याप्रमाणे खरोखरच दोन-तीन आठवड्यांत मी लेखन पूर्ण केलं. भा. रा. भागवतांच्या आणि हो, ज्यूल व्हर्नच्याही... चंद्रावरच्या स्वारीपासून सुरुवात केली मी. रामानं चंद्रासाठी धरलेला हट्ट आणि मारुतीनं जन्मतःच घेतलेली सूर्यावरची उडी यांची मी पार्श्वभूमी दिली आणि अनादिअनंत काळापासून सुरू झालेली ही सफर भविष्यात नेऊन सोडली. आपल्या सूर्यमालिकेपलीकडे. विश्वाच्या ज्ञात टोकापर्यंत. पुढील अज्ञाताचा शोध घेण्यासाठी. अंतराळ विज्ञानातील अनेक सूत्रांचा, तंत्रांचा ऊहापोह मी केला. ऑर्बिटल टेक्निक्स, अंतराळ स्थानक, उल्कांपासून असलेला धोका, अंतराळात पडून राहिलेला कचरा, चांद्रवसाहती... अनेक. वाचता-वाचता मन व शरीरही थरारून उठेल आणि या पृथ्वीवरचे पाय सुटून आकाशाला गवसणी घालण्याची स्वप्नं डोळ्यांसमोर तरळायला

लागतील अशी माझी लेखणी चालवली मी.

आणि शेवटी शेवटी तर माझ्या बालवाचकांना संदेश द्यायलाही विसरलो नाही मी. 'चला तर अंतराळवीर होऊ या.' या प्रकरणामध्ये अंतराळवीर होण्यातल्या साहसाचा तसंच वास्तवाचाही परिचय मी त्यांना करून दिला. केवळ बलदंड शरीराच्या जोरावर एकांडा शिलेदार बनून मोहिमांवर निघायचे हे दिवस नाहीत याचीही जाणीव करून दिली. अंतराळवीर होण्यासाठी प्रखर बुद्धिमत्तेची कशी आवश्यकता आहे, त्याला गणित, रॉकेट इंजिनिअरिंग, त्रिमिती, भूमिती, अणुभौतिकी, खगोलविज्ञान, नॅव्हिगेशन... यांच्या अभ्यासाची कशी जोड द्यायला हवी हेही सांगितलं. पण ते नाउमेद होतील अशा रीतीनं नाही. तर त्यांचे बाहू फुरफुरायला लागतील अशा तऱ्हेनं.

मी स्वत:च थोडासा भारावून गेलो होतो.

'मकरंद' तर भलतेच खूश झाले. पहिलीच आवृत्ती त्यांनी वीस हजारांची काढली. भरपूर जाहिरात केली. पुस्तकही हातोहात खपलं.

माझी अट म्हणून त्यांनी माझी 'शर्मिला'ही प्रकाशनाला घेतली होती. दोन हजारांचीच आवृत्ती. अजूनही अर्धी गुदामात पडून असेल.

त्यानंतरच्या दहा वर्षांत आणखी पाच-सात वेळा तरी 'आदर्श' कादंबरी लिहिण्याचा खटाटोप मी केला आणि प्रत्येक वेळा जाऊ दे. मान सांगावा जनात, अपमान गिळावा मनातल्या मनात.

पण या गिळण्यालाही मर्यादा असतात. सहन करण्यालाही मर्यादा असते.

सूर्यास्तानंतरच्या कातरवेळी घरी परतणाऱ्या पक्ष्यांच्या झुंडीकडे पाहत व्हिस्कीचा ग्लास हाताशी घेत अंगणात बसलो की मागे वळून पाहत आयुष्याचा ताळेबंद जमवावासा वाटतो. काय कमावलं मी? आणि काय गमावलं? तसं म्हटलं तर लेखनावर कमाई बरीच झाली. त्याचमुळे तर आज इथं निसर्गाच्या सान्निध्यात, आरामात राहतोय मी. सगळ्या गरजा विनासायास भागताहेत. पण असे अनेक जीव असतात. त्यांच्यातला एक मी. स्वत:ची अशी वेगळी कमाई काय?

मारे मातीचे पंख चिकटवून भरारी घ्यायला निघालो होतो. पंखही गळून पडले आणि अहंकारही. लेखक म्हणून नाव झालंच नाही. निष्कारण कष्ट झाले आणि त्या अपयशाच्या या सततच्या बोचण्या. उगीच दोन-चार फुटकळ समीक्षकांनी काय दोन-चार चांगले शब्द काढले असतील. पण समीक्षकांचे शब्द ते. त्याचा अर्थ चांगला आहे हेही मूठभर लोकांपलीकडे इतरांना समजणं दुरापास्त.

खरंच काय कमावलं मी आजवर?

अशा वेळी जिभेवर रेंगाळणारी कडवट चव व्हिस्कीची, असं शपथेवर सांगणं नाही जमायचं मला.

त्या दिवशीही असाच बसलो होते. पर्युत्सुक अवस्थेत. फक्त हाताशी ग्लास नव्हता. कारण...

...इतक्यात दूरवर, हायवेच्या दिसत्या न दिसत्या टोकाला मोठा धुराळा उडाल्यासारखा दिसला. कोणीतरी फार घाईत होता. वेगानं येत होता.

थोड्या वेळानं धुरळा खाली बसल्यासारखा झाला आणि त्यांतली जीप स्पष्ट दिसू लागली. माझ्याच दिशेनं ती येत होती. बघताबघता ती जवळ येऊन थांबली. आणि एका तरुणानं डोकं बाहेर काढून विचारलं,

"गुरुदास जांभेकर कुठे राहतात?"

"इथेच. मीच गुरुदास."

तो थोडासा गडबडल्यासारखा झाला. पण लगेच सावरत जीप बंद करत तो जीपमधून उरतला आणि लाजतलाजतच त्यानं विचारलं...

"मी... तुम्ही... म्हणजे... कॅन यू स्पेअर मी सम टाइम?"

एरवी आगंतुकांना हाकलून लावलं असतं मी; पण माझा मूड चांगला होता. कोणाशीतरी गप्पा मारण्याचा होता.

"शुअर. कम इन. कुठून आलात?"

"मुंबई."

"ओहऽ माय गॉड. या या. चांगलेच थकला असाल."

"माझी ओळख करून द्यायला विसरलोच. मी मन्सूर."

"अस्सं, अस्सं!" त्या नावावरून मी त्याला ओळखावं अशी त्याची अपेक्षा असल्यास त्याचा अपेक्षाभंगच झाला असणार.

घरात पाऊल ठेवतो तो आश्चर्याचा धक्काच बसला मला. गेला तासभर मी बाहेरच होतो. तेवढ्या वेळात ऊर्मीनं डायनिंग टेबलावर तऱ्हेतऱ्हेचे पदार्थ मांडून ठेवले होते. ठेवणीतल्या बश्याही काढल्या होत्यी. मधोमध मोठा बर्थडे केक होता. त्यावर पाच मेणबत्त्या उभ्या केल्या होत्या. कुठून कोण जाणे तिनं कोल्हापूरच्या शॅम्पेनच्याही दोन बाटल्या मिळवल्या होत्या. बर्फाच्या बकेटमध्ये ठेवल्या होत्या.

इतक्यात ऊर्मी स्वतःच बाहेर आली. क्षणभर मीही पाहतच राहिलो. तिची ओळख विसरलो. खरोखरच एखाद्या राणीसारखी दिसत होती. ठेवणीतला बनारसी शालू नेसली होती. खास हेअर- डू केला होता. गळ्यात, हातात मोजकेच पण ठसठशीत दागिने होते. थोडा मेकपही केला असावा. कारण माझ्यापेक्षा चक्क दहा-पंधरा वर्षांनी लहान वाटत होती.

तो मन्सूर जवळपास नसता तर मी जाऊन तिला घट्ट मिठीत घेतलं असतं आणि तिचे पटापट मुके घेतले असते.

मन्सूरही इम्प्रेस झाला असावा. पाहतच राहिला होता. मी ओळख करून दिली. नमस्कार चमत्कार झाले.

तेवढ्यात मी शॅम्पेनची एक बाटली उघडली होती. बूच उडालं ते थेट सीलिंगला भेटून परत आलं होतं. खळाळणाऱ्या निर्झराच्या थंडगार पाण्यासारखी ती शॅम्पेन मी ग्लासात ओतली आणि एक मन्सूरला दिली.

हात पुढे न करताच तो म्हणाला, ''एक्सक्यूज मी. पण मला कॉफी मिळेल?''

मी दुखावलो. थोडा फार चिडलोही. ''मिस्टर मन्सूर, आजचा दिवस आगळा आहे. तो साजरा करतो आहोत आम्ही. धिस इज अ सेलिब्रेशन.''

का कोण जाणे, पण सेलिब्रेशन आहे हे त्यालाही पटलं.

''ऑफ कोर्स, ऑफ कोर्स, आय वुईल हॅव इट.''

एक घोट घेत, शॅम्पेन जिभेवर घोळवत त्यानं हळूहळू ती गळ्याखाली उतरवली आणि मघाच्या आपल्या वागणुकीचे समर्थन करण्यासाठी तो म्हणाला, ''मी कधी मद्य घेत नाही. माझ्या लाइनमध्ये वर्ज्य आहे ते.''

''कोणती लाइन आहे तुमची?''

''मी पायलट आहे.''

''मग बरोबर आहे. योग्य तेच करताहात तुम्ही.''

''पायलट? एअर इंडिया की इंडियन एअरलाइन्स?'' ऊर्मिलानं विचारलं,

''दोन्हीही नाही.''

''ओहऽ मग फॉरिन एअरलाइन्स असेल.''

''छे छे. एअरलाइन्समध्ये नाही मी.''

ऊर्मी गोंधळल्यासारखी झाली. काय बोलावं हेच तिला उमजेना. मन्सूर चक्रम तर नाही अशी शंका तिच्या मनात तरळून गेल्याचं तिच्या चेहऱ्यावरच्या भावांनी मला सांगितलं.

मन्सूर मात्र जराही विचलित झाला नव्हता. त्याचं लक्ष माझ्या पुस्तकांच्या कपाटानं वेधून घेतलं होतं. त्या साऱ्या पुस्तकांची पाहणी करण्यात तो गढून गेला होता.

मला त्याच्याबद्दल आत्मीयता वाटू लागली. असा कोणी समानशील ग्रंथप्रेमी भेटला की नेहमीच मला आनंद होतो. पण इतक्यात तोच वळला आणि त्याच्या चेहऱ्यावरची निराशा माझ्यापासून लपून राहिली नाही.

''तुमचं अंतराळ प्रवासावरचं पुस्तक दिसत नाही इथं?''

''आणि दिसणारही नाही. त्याची ती आवृत्ती केव्हाच संपलीय आणि नवी काढायची तर ते अप टु डेट करायला हवं मला...''

''आवृत्ती संपलीय हे तर मलाही माहीत आहे. नाहीतर नवं घेतलंच असतं मी. माझं...''

"पण इतर सगळी आहेत ना! ती पहा. त्या पुस्तकाचं काय एवढं?"

"मी ते तुमच्याकडे तरी मिळेल या आशेनं आलो होतो. माझ्याकडची प्रत हरवलीय आणि नवी बाजारात मिळत नाहीय."

"वर कदाचित अडगळीत एखाददुसरी कॉपी पडली असेलही."

"अडगळीत?"

"हो. फारसा अभिमान वाटावा असं नाहीये ते पुस्तक." यावर तो दुखावल्यासारखा वाटला. त्याच सुरात तो म्हणाला,

"आश्चर्य आहे तुम्ही तसं म्हणावं हे. माणसानं नम्र असावं, पण एवढं! तुमच्याकडची एखादी कॉपी मिळाली तर आभारी होईन. लहान असल्यापासून माझ्याकडे ते पुस्तक होतं आणि आता ते हरवल्यापासून बेचैन झालोय मी."

आणि तो खरोखरीच बैचेन झालाय हे उघडउघड दिसत होतं. मला त्याची दया आली. म्हणूनच मी ते पुस्तक शोधायला वर जायला निघालो.

"आत्ता आणतो मी. आय होप, लवकर सापडेल ते."

तसं लवकर सापडलंही. पण एकच शेवटची कॉपी उरली होती. बरीच धूळही साचली होती. मी ती झटकली. शेवटची कॉपी सहसा कोणी हातून जाऊ दिली नसती; पण मला त्या पुस्तकाचं एवढं प्रेम नव्हतं. ललित साहित्य थोडंच होतं ते? ललित साहित्य लिहायला लागणारी सर्जनशीलता थोडीच लागते या प्रकारच्या विज्ञान साहित्याच्या लेखनासाठी? मग मला त्या पुस्तकाचा अभिमान का वाटावा? मन्सूरच ठीक होतं. अजून बच्चा होता. साहित्यातलं बरंवाईट कळण्याइतका तयार नव्हता झाला अजून. त्याला 'शर्मिला' वाचायला द्यायला हवी.

मी खाली येऊन ते पुस्तक मन्सूरच्या हातात ठेवलं. त्याच्या डोळ्यांत एक आगळीच चमक उठली. एखादी- जी आपल्याला कायमची सोडून गेली आहे असं समजत होतो अशी– प्रिय व्यक्ती परत भेटावी म्हणजे व्हावा तसा आनंद त्याला झाला होता. नुकत्याच जन्मलेल्या एखाद्या बालकाला ज्या हळुवारपणे आपण सांभाळतो त्याच हळुवारपणे तो ते पुस्तक हाताळत होता.

"यावर आपली स्वाक्षरी कराल?" एखाद्या शाळकरी मुलासारखं त्यानं विचारलं.

"ऑफ कोर्स! ऑफ कोर्स!" मी म्हणालो. अन् स्वाक्षरी करणार तो पेन पहिल्या पानांवर तसंच टेकवत त्याला विचारलं,

"तुमचं नाव काय म्हणालात?"

"मन्सूर. जयंत मन्सूर."

स्वाक्षरी-संदेश यांच्यासाठी राखून ठेवलेल्या अक्षरात त्या पुस्तकावर लिहिलं 'जयंत मन्सूर यांस, माझ्या पन्नासाव्या वाढदिवशी. माझ्या खास शुभेच्छांसहित.' अन् खाली लपेटदार सही केली.

एखादं सुवर्णपदक मिळाल्याचा आनंद मन्सूरला झाला.

"वय काय तुझं, जयंत?" ऊर्मीनं विचारलं. किती सहजासहजी तिनं एकेरी हाक मारली त्याला आणि तो खास पर्सनल प्रश्न विचारतानाही तिला अवघडल्यासारखं वाटलं नाही.

"तेवीस."

"अरे, मग ऐन जवानीत हे पुस्तक काय वाचत बसलाहेस. चांगलं, अभिजात साहित्य वाच. हे वाच, शर्मिला." त्याच्या हातात ठेवत मी म्हणालो.

"आजवर असलं फिक्शन, कादंबरी, कथा वाचायला वेळच नाही मिळाला. बाय द वे, या पुस्तकांची किंमत..." वाक्य त्यानं अर्ध्यावरच सोडलं. कसं विचारावं असं वाटून तो ओशाळल्यागत झाला होता.

"ओऽह, फर्गेट इट. इट्स अ प्रेझेंट. हॅव अनादर ड्रिंक."

"नो, थँक्यू मिस्टर जांभेकर. गेलं पाहिजे मला. तरीही या बदल्यात तुम्हाला काहीतरी द्यावंसं वाटतंय. हे घ्या." खिशातून एक ओबडधोबड दगड काढून माझ्या हातावर ठेवत तो म्हणाला,

"मंगळावरच्या खडकांचा तुकडा आहे तो."

"कुठला?"

"मंगळावरचा. मी येताना बरेचसे बरोबर आणले होते. पण त्यातले सगळे माझ्या यानाबरोबर समुद्रात बुडाले. एवढाच एक माझ्याकडे उरलाय. पेपरवेट म्हणून वापरता येईल तुम्हाला."

"परतलास केव्हा, जयंत?"

"काल. पण उतरताना चूक झाली माझ्या हातून. यान गमावून बसलोय मी. आता हेडक्वार्टर्सवर जाऊन तोंड कसं दाखवावं या काळजीत आहे मी. असं कोणतंही संकट आलं की तुमचं पुस्तक उघडून वाचत असे मी. पण तेही गेलं माझ्या यानाबरोबर. मी अकरा- बारा वर्षांचा असताना माझे खाऊचे पैसे साठवून मी ते घेतलं होतं. त्यात तुम्ही सांगितल्याप्रमाणे झटून अभ्यास केला मी. माझं आवडतं प्रकरण होतं ते शेवटचं. 'चला तर, अंतराळवीर होऊ या.' त्यातल्या सूचनांप्रमाणे, मार्गदर्शनाप्रमाणे मी अभ्यास केला म्हणून तर आज अंतराळवीर होऊ शकलो मी."

"म्हणून तुला इतर काहीही वाचायला वेळ मिळाला नाही तर."

"एक्झॅक्टली!" शर्मिलाकडे बोट दाखवत मन्सूर म्हणाला.

"अरे हो, बरी आठवण झाली. जयंत, ते 'शर्मिला' परत देतोस का? रजनीला द्यायचं कबूल केलं होतं. विसरतच होते मी."

"कोण रजनी?" असा प्रश्न माझ्या ओठावर आला होता; पण तेवढ्यात माझं लक्ष ऊर्मीकडे गेलं आणि मी तो आवरता घेतला.

'शर्मिला' परत द्यायला मन्सूरनंही फारशी खळखळ केली नाही. त्याचं त्याकडं लक्षही नव्हतं. त्या दुसऱ्या पुस्तकालाच कुरवाळत तो म्हणाला,

"जसजसा मी परत पृथ्वीजवळ आलो, तसतसा इतका एक्साइट होत गेलो की तुमची दुसरी सूचना साफ विसरलो. नेहमी डोके शांत ठेवा असं तुम्ही ठासून सांगितलं आहे. ते लक्षात ठेवतो तर यानाच्या बाहेरच्या झडपा पाण्यावर उतरण्यापूर्वी बंद करायला विसरलो नसतो आणि मग त्यांतून पाणी आत शिरून यान बुडालं नसतं."

हे सारे मन्सूरच्या मनाचे खेळ असलेच तर त्या दिवास्वप्नातील बारीकसारीक तपशिलांचा विचार त्यानं केला होता. मला मात्र ते माझ्या सहनशक्तीचा अंत पाहणारं वाटत होतं.

"पण काय हो मन्सूर? पेपरात कशी नाही आली या मंगळप्रवासाची कथा?" बातमीऐवजी कथा असा शब्द मी जाणूनबुजून वापरला होता. "येईल उद्या-परवा. वर्तमानपत्रांच्या हाती आज रात्रीच येईल ही बातमी. अर्थात त्याबाबतची गुप्तता राखण्याचं त्यांनी बंद केलं तर! तसा मी परत आलोय आता. मिशन सक्सेसफुल झालंय. आता गुप्तता राखण्याची गरज नाहीये."

"पण, पण, हाउ इज धिस पॉसिबल? अंतराळात अजून कोणीही एखादं स्थानक, स्पेस स्टेशन बांधलेलं नाहीये. पण तुम्ही इथून मंगळापर्यंत काय एका झेपेत प्रवास केलात?"

"हो ना. ॲटॉमिक एनर्जीवर चालणारं होतं माझं यान. इंधन म्हणून द्रवरूप हाइड्रोजनचा वापर केला मी."

"दॅट्स इम्पॉसिबल!" मी ओरडलोच. अन् मग स्वतःला आवरत म्हणालो, "अनलेस, ए न्यू सीक्रेट प्रोसेस हॅज बीन डेव्हलप्ड."

"दॅट्स राइट. नवीन, अजूनही गुप्त ठेवली गेलेली प्रोसेसच वापरली आम्ही. म्हणजे पहा, एव्हरी मॉलिक्युल हॅज ए..."

"...नंतर कधीतरी सविस्तर समजावून सांग हं, जयंता!" मध्येच अडवत ऊर्मी म्हणाली, "आता, हे..."

"ओह, आय ॲम सॉरी. तुमची पार्टी आहे हे विसरलोच होतो मी माझ्या नादात. खरं म्हणजे असं गेट क्रॅश करायला नको होतं मी. पण... आय ॲम सॉरी. निघतो मी."

"वा! वा! तशीच बरी जाऊ देईन मी तुला. निदान केकचा तुकडा तरी घेतलाच पाहिजे."

"थँक्यू. पण या पुस्तकानंच पोट भरलंय माझं. येतो मी."

"चला, तुम्हाला सोडायला येतो मी." त्याच्या बरोबर बाहेर जात मी म्हणालो.

बाहेर मस्त, थंडगार वारा सुटला होता. त्याबरोबर येणारा पलीकडच्या भरल्या शेतांचा सुगंध नाकपुड्यांना सुखावत होता.

खोलवर श्वास ओढून घेत मन्सूर म्हणाला, ''आय एन्व्ही यू मिस्टर जांभेकर. तुमचा हेवा वाटतो मला.''

''हेवा? कशासाठी बुवा?''

''आयुष्यात सगळं काही मिळवलंय तुम्ही. ए गुड फॅमिली, लव्हिंग, लव्हली वाइफ, पैसा, कीर्ती आणि इतकी उत्तम पुस्तकं लिहिता तुम्ही...''

''गुड नाइट मन्सूर.''

तो गेला. त्याला कसं समजाविणार होतो, मी. जे कमवावंसं वाटत होतं ते मात्र कधीच नाही कमावू शकलो मी. परत घरात येतो तो ऊर्मी दारातच उभी राहून तो गेला त्या दिशेने पाहत उभी राहिली होती. जणू तो अजून तिच्या नजरेच्या टप्प्यात होता.

''फक्त तेवीस वर्षांचा! आपला असता तर एवढाच असता.''

माझ्याही काळजात कळ उठली. ऊर्मीच्या उरातल्या जखमेवरची खपली बहुधा मन्सूरच्या येण्यामुळे निघाली असावी. तिचं सांत्वन करावं म्हणून मी म्हणालो,

''वेडगळ पोरगा. ए फूल... स्वतःचीसुद्धा इतकी फसवणूक करावी माणसानं! म्हणे मंगळावर जाऊन आलो! रबिश...''

''...मुळीच नाही. तो खरंच जाऊन आला असला पाहिजे...''

''पण ऊर्मी...''

''...सुरुवातीला मीही तुमच्यासारखंच समजत होते. पण नंतर मी त्याच्या डोळ्यात रोखून पाहिलं. अन् मला कळून चुकलं की तो खोटं बोलणं शक्यच नाही. फसवणूक करणं शक्यच नाही. स्वतःची नाही, इतरांचीही नाही.''

''अगं पण मग बातमी...''

पण माझं बोलणं अपुरंच राहिलं. कारण तेवढ्यात ऊर्मीनं चालू केलेल्या टीव्हीवरच्या बातम्या सुरू झाल्या आणि पहिलीच बातमी होती त्या मंगळावरच्या स्वारीची.

सारा तपशील सांगत होते. पण माझं तिकडे लक्षच नव्हतं. मी उद्या कचऱ्यात टाकायचा या उद्देशाने कोपऱ्यातल्या टेबलावर ठेवलेल्या त्या मंगळावरच्या दगडाकडे मंत्रमुग्ध झाल्यासारखा पाहत होतो.

म्हणजे तो खरोखरच मंगळावरची स्वारी यशस्वीरीत्या पार पाडून परत आला होता तर! हा खरोखरच मंगळावरचा दगड होता तर! त्याने एकट्यानेच ते मिशन पार पाडलं होतं तर! माझ्याकडे तो किती भक्तिभावानं आला होता आणि मी त्याची टिंगल करणार होतो. त्याच्या त्या अंतराळ प्रवासाच्या पुस्तकावरची श्रद्धा मला

बालिश वाटत होती. मी उलट त्याला ललित साहित्य वाचण्याची दीक्षा देऊ पाहत होतो. 'शर्मिला' त्याच्या हातात कोंबत होतो!

"गुड लॉर्ड! काय करणार होतो मी ऊर्मी! तू आयत्या वेळी 'शर्मिला' परत घेऊन वाचवलंस मला.?"

"मला केव्हाच त्याचा विश्वास वाटला होता; पण डिअर, त्यानं त्या पुस्तकाच्या बदल्यात नुसताच हा दगड नाही दिलेला. एक संदेशही दिलाय."

"संदेश? कुठं आहे? कोणता?"

"लिहून नाही दिलेला. कारण समझनेवालोंको इशारा काफी होता है."

"पण संदेश आहे तरी काय?"

"हाच. कस्तूरीमृगाला स्वतःजवळच्या कस्तूरीची जाणीव नसते कधी. तो वेगळ्याच मृगजळामागे धावत असतो. हॅपी बर्थडे, डार्लिंग."

धर्मभास्कर, दिवाळी, १९८८

काजळमाया

"**आ**ई, येतो गं मी."

दूरवरून कोठूनतरी परिचित स्वरातील हाक ऐकू यावी तसं शांताबाईना वाटलं. वास्तविक समीर पलीकडच्या हॉलमधूनच बोलला होता. तेही ओरडून. त्यानंतर त्यानं बाहेरचं दार लावून घेतलं तेव्हा झालेला दाराचा आणि लॅचचा आवाजही तसा मोठ्यानेच झाला होता; पण शांताबाई साऱ्या चित्तवृत्ती बधिर झाल्यासारख्या बसून होत्या.

वास्तविक 'जाऊ नकोस रे, माझं ऐक' असं समीरला सांगावं असं त्यांच्या मनात आलं होतं. किंबहुना त्याव्यतिरिक्त दुसरा विचारच त्यांच्या मनात नव्हता. पण त्यांच्या तोंडून शब्दही निघाला नाही. आपलं सारं शरीर लुळं पडलंय, प्रयत्न केला तरी तोंडातून शब्द निघणार नाही, अशी त्यांनी स्वतःची समजूत करून घेतली होती की काय नकळे. कदाचित सांगून काय फायदा आहे, समीर आपलं ऐकणार आहे थोडंच, अशा अगतिकतेनं त्यांना स्वस्थ बसायला भाग पाडलं असेल. काय असेल त्यांचं त्याच जाणे. आता मात्र शून्यात नजर लावून त्या तशाच बसून राहिल्या होत्या. जणू समीरनं त्यांना काही सांगितलंच नव्हतं. जणू त्यांच्या सभोवारच्या जगाशी त्यांचा संबंधच नव्हता. त्या जणू त्यातल्या नव्हत्याच. स्वतःहून वेगळं होऊन स्वतःकडे अलिप्तपणे, निर्विकारपणे पाहू शकणाऱ्या स्थितप्रज्ञासारख्या त्या या जगापासून वेगळ्या झाल्या होत्या. मात्र स्थितप्रज्ञाची अविचल वृत्ती तेवढी त्यांच्यापाशी नव्हती.

समीरनं पायलट होण्याचा आपला इरादा जाहीर केला, ट्रेनिंगसाठी फ्लाइंग क्लब जॉइन केला तेव्हापासून शांताबाई अशा सैरभैर झाल्या होत्या. वज्राघात व्हावा तशा समीरच्या त्या घोषणेनं शांताबाई उन्मळून पडल्या होत्या. समीरनं आपला इरादा बदलावा म्हणून त्यांनी जंगजंग पछाडलं होतं. त्याच्या नाकदुऱ्या काढल्या

होत्या. त्याच्यापुढे पदर पसरला होता; पण त्याचा काही एक उपयोग झाला नव्हता. कारण तोवर समीरही जिद्दी बनला होता. कोणाचंही काहीही ऐकून घ्यायला तयार नव्हता.

एका अर्थी त्याची प्रतिक्रियाही स्वाभाविकच होती. कारण आपला मनोदय त्यानं बोलून दाखविताच एरवी हर चोचले पुरविणाऱ्या, त्याच्याशी मृदु शब्दांत बोलणाऱ्या शांताबाई कडाडल्या होत्या.

"काही एक पायलट बियलट व्हायचं नाही. कोणी भरवलं हे नसतं खूळ तुझ्या डोक्यात?"

"पण आई..."

"पण बिण काही नाही. इतर अनेक मार्ग आहेत. इतर अनेक करिअर्स आहेत."

"पण मला पायलट व्हायचं असलं तर..."

"नाही म्हणते ना मी. पायलट व्हायचं नाही. त्यासाठी लागणारं शिक्षणही घ्यायचं नाही. ते सोडून काहीही कर, माझी हरकत नाही. "

"पण का?"

"अरे वा! बरीच शिंगं फुटायला लागली तुला! मला उलटून विचारतोस का म्हणून?"

खरं म्हणजे समीरनं कोणताही वेडावाकडा शब्द तोंडातून काढला नव्हता. आईचा मान राखून नम्रपणानंच तो बोलत होता. पण नुसतीच खाली मुंडी घालून सारं काही ऐकून घ्यायला तो आता कुकुलं बाळ थोडाच राहिला होता! आईच्या पदराआड लपून राहण्याचं त्याचं वय आता थोडंच होतं! चांगला शिकलासवरलेला तरणाताठा झाला होता. त्याचीही स्वप्नं होती. आकांक्षा होत्या. त्यांना जर कोणी आवर घालू पाहत असेल, तर त्याचं कारण विचारण्याचा त्याला निश्चित अधिकार होता.

तेवढाच तो आता बजावत होता, कोणत्याही मर्यादाच उल्लंघन न करता. पण शांताबाई ते समजून घेण्याच्या मनःस्थितीतच नव्हत्या. एकाएकी डोकं फिरल्यासारख्या त्या समीरवर डाफरत होत्या. त्याचं काहीच ऐकून घ्यायला त्या तयार नव्हत्या.

त्यामुळं मग समीरही हट्टाला पेटला होता. काही झालं तरी आपण फ्लाइंग क्लब जॉइन करणारच, पायलट होणारच, अगदी काळ्या दगडावरची रेघ, असा त्यानंही पण केला होता. आपल्या आकांडतांडवाला तो बधत नाही हे पाहताच शांताबाईंचाही धीर सुटल्यासारखा झाला होता. त्यांचं सुरुवातीचं अवसानही गळालं होतं. त्यांनी मग समीरला बाबापुता करून पाहिलं. शपथा घातल्या; भीक मागितली. पण तोवर उशीर झाला होता.

कदाचित सुरुवातीलाच जर समीरला शांतपणे समजावण्याचा प्रयत्न झाला

असता, तर तोही कदाचित निकराला आला नसता. शांताबाईंना केविलवाणेपणे एका कोपऱ्यात मुटकुळं करून पडून राहिलेलं पाहिलं की गोविंदरावांच्या मनात तोच विचार येई. आजकाल तर वारंवार त्यांना तसं वाटे. आपण त्या वेळी पुढे होऊन शांता आणि समीर, दोघांनाही समजावायला पाहिजे होतं, असं त्यांचं मन वरचेवर त्यांना सांगत राही.

तसा गोविंदरावांनी आपल्या बाजूनं प्रयत्न केला नव्हता असं नाही. समीरला समजाविण्यासाठी त्यांनी तशी थोडीशी उचलही खाल्ली होती. पण त्याला नीट समजावायचं, त्याला आपल्या निश्चयापासून परावृत्त करायचं, तर मग त्याला सगळ्याच गोष्टी सांगणं भाग होतं. सारंच गूढ उलगडणं भाग होतं. गोविंदरावांची तेही करायची तयारी होती. पण डॉ. भारद्वाजांनी त्यांना जी अट घातली होती ती मोडावी लागली असती. म्हणूनच मग गोविंदरावांनी भारद्वाजांची गाठ घेतली होती. समीरला आता सारं सांगण्यासाठी त्यांची परवानगी मागितली होती. आता तो मोठा झालाय, आता त्याला सांगायला हरकत नाही, अशी त्यांची भावना होती. पण भारद्वाजांनी साफ नकार दिला होता. तसं करण्याचे परिणाम कदाचित भयंकर होतील, अशी भीती त्यांना वाटत होती. उलट शांताबाईंनाच समजावता येईल, त्यांचा हट्ट बालिश आहे, वेडगळपणाचा आहे, हे त्यांना पटविता येईल, अशी त्यांना खात्री वाटली होती.

पण शांताबाई त्या क्षणी तरी कोणाचंच ऐकण्याच्या मनःस्थितीत नव्हत्या. भारद्वाजांना तर त्या बरंच काही वेडंवाकडं बोलल्या होत्या. भारद्वाज डॉक्टर होते, पूर्वी एकदा त्यांनीच शांताबाईंना सावरलं होतं, त्यांना ते बऱ्याच वर्षांपासून ओळखत होते म्हणूनच ते गप्प राहिले होते. शांताबाईंचा भडिमार त्यांनी सहन केला होता. त्यांच्या जागी दुसरा कोणी असता तर तो जागच्या जागी 'जा, मरा, काय वाटेल ते करा' असं म्हणत संबंध तोडून मोकळा झाला असता.

गोविंदराव म्हणूनच मग गप्प राहिले. समीरचा निश्चय अधिकच कडवा होत गेल्याचं पाहत राहिले आणि शांताबाई दिवसागणीक तिळतिळ तुटत चालल्याचंही अगतिकपणे पाहत राहिले.

शांताबाईंनी जो ग्रह करून घेतला होता तो तर्कसंगत नाही, कोणत्याच विवेकाचा त्याला आधार नाही, हे त्यांना समजत नव्हतं अशातला भाग नव्हता. पण मुलावरच्या मायेचा प्रश्न आला की तर्काला जागा उरतेच कुठे! भावविश्वात वादळ उठलं की त्यावर विवेकाचा, तर्काचा, बुद्धिप्रामाण्याचा शिडकावा करून ते शांत करता येत नाही, हेही ते जाणून होते. शिवाय केवळ तर्कसंगतच जर वागायचं ठरवलं असतं, तर मुळात ही समस्या उभी राहिली नसती. कारण मग दुसरा समीर मुळी जन्मालाच आला नसता.

दुसरा समीर! दुसरा समीर!

गोविंदरावांच्या मनात एकाएकी आंधी यावी तसं आठवणीचं आवर्त पिंगा घालत सुटलं. फुटलेल्या मोहोळातल्या माश्यांसारख्या त्या आठवणी त्यांच्या जाणिवेला डसू लागल्या.

गोविंदरावांना या समीरच्या जन्माचे दिवस आठवले. त्या आठवणीपायी त्यांचं मन काळाच्या प्रवाहाविरुद्ध मागे गेलं आणि मग तसंच मागेमागे जात राहिलं. त्यांच्या संसाराच्या सुरुवातीच्या दिवसांपर्यंत निखळ सुखाचे असे तेच दिवस होते.

छोटासाच संसार होता त्यांचा. राजा आणि राणी. ही अर्थात आपली अलंकारिक भाषा झाली. बोलायची पद्धत झाली. कसला राजा! आणि कसली राणी! त्या सुरुवातीच्या काळात मीठमिरचीचाच बंदोबस्त करताकरता नाकी नऊ येत. संसारात तशा सगळ्याच गोष्टींची वानवा होती. डोक्यावर एक हक्काचं छप्पर होतं तेवढंच. एरवी तारुण्यातल्या सगळ्या हौसामौजा उद्याच्या आशेवर पुढेच ढकलाव्या लागत होत्या.

तरीही दोघं सुखी होती. कारण आयुष्यात प्रथमच त्यांना दोघांनाही प्रेमाची सावली मिळाली होती. आपलं म्हणता येईल, ज्याच्यावर जीव लावता येईल आणि अवघड प्रसंगी ज्याच्या खांद्यावर मान टाकता येईल असं माणूस दोघांनाही प्रथमच लाभत होतं. तोवरच्या त्यांच्या कोरड्या आयुष्यात मायेचा ओलावा प्रथमच आला होता. तो जपण्यात आणि प्रेमाची देवाणघेवाण करण्याची तोवर न भागलेली भूक भागविण्यात दोघं दंग होती.

मायेच्या माणसांच्या या अनावर ओढीपायीच त्यांनी पाळणा लांबवण्याचा प्रयत्न केला नव्हता. ते राष्ट्रकर्तव्य पहिल्या गोजिरवाण्या जिवाच्या आगमनानंतर पार पाडता येईल अशी त्यांनी एकमेकांची समजूत काढली होती. त्यामुळे लग्न झाल्यानंतर वर्षाभरातच जेव्हा समीरनं त्यांच्या जगात आपलं दुडदुडतं पाऊल ठेवलं, तेव्हा त्यांना, विशेषतः शांताबाईंना तर सुखाची परमावधी झाल्यासारखं वाटलं.

समीरवर त्यांनी एवढा जीव लावला की स्वतःचं स्वतंत्र अस्तित्वही त्या जवळजवळ विसरल्यासारख्या झाल्या. दिवसरात्र त्यांना समीरशिवाय दुसरं काहीच सुचतच नव्हतं. तसा ओढगस्तीचा संसार असूनही समीरकडे दुर्लक्ष होईल या भीतीपायी त्यांनी आपली नोकरीही सोडली होती. तेवढ्यात गोविंदरावांना बढती मिळाली म्हणून बरं. विवंचना मिटली होती. तेही समीरच्या पायगुणानं झालं असं तरी तेवढ्यात शांताबाईंनी गोविंदरावांना ऐकवलंच.

स्वतःच्याही झालं तरी मुलात एवढं गुंतून जाणं बरं नाही, असं गोविंदरावांना वाटे. तसं शांताबाईंना सांगण्याचा त्यांनी प्रयत्नही केला. पण एकतर शांताबाईंनी

त्यांचं म्हणणं थट्टेवारी तरी नेलं किंवा तुम्हालाच त्याचा हेवा वाटतो, बायकोला मुलाबरोबर शेअर करावं लागतं म्हणून तुम्हांला एक प्रकारचा सवतीमत्सर वाटतो, असंही बोलून दाखवलं. गोविंदराव मग गप्पच बसले.

त्यांचा कामाचा व्यापही तोवर बराच वाढला होता. त्यांची भरभराट होत होती. त्यापायी त्यांना घराबाहेर जास्त राहावं लागत होतं. त्यामुळे तर शांताबाई समीरमध्ये अधिकच गुंतून पडत होत्या. आपण आपल्या कुटुंबासाठी अधिक वेळ देऊ शकत नाही या एक प्रकारच्या अपराधी भावनेपोटी गोविंदरावांनीही मग त्या बाबतीत शांताबाईंना जास्ती छेडलं नव्हतं.

त्या कामाचं क्षेत्र विस्तारण्याच्या काळातच कधीतरी डॉ. भारद्वाजांची ओळख झाली होती. कशी आणि नेमकी कधी ते आता नीटसं आठवतही नव्हतं. तशा कामानिमित्त अनेकांच्या ओळखी झाल्या होत्या. पण भारद्वाजांची मैत्री टिकली होती. वाढली होती. मनाचे धागे कुठेतरी जुळले होते. एकमेकात गुंफले गेले होते. 'समानशीलेषु व्यसनेषु सख्यम्' या न्यायानं. दिवसेंदिवस सख्य वृद्धिंगतच होत गेलं होतं. दुधावर साचणाऱ्या मलईसारखं दाट होत गेलं होतं. बघताबघता भारद्वाज त्या कुटुंबातीलच एक होऊन गेले होते.

त्या वेळी त्यांची ओळख झाली नसती, किमानपक्षी वाढली नसती तर कदाचित आजची समस्याच उभी राहिली नसती, असा एक बंडखोर विचार अलीकडे वरचेवर त्यांच्या मनात पाऊल ठेवण्याचा प्रयत्न करी. आपलं इथे स्वागत होणार नाही, या जाणिवेनं सुरुवातीला तो दबकतदबकत, कोणत्याही क्षणी घूमजाव करून पळत सुटण्याच्या तयारीनंच प्रवेश करीत असे. गोविंदरावही त्याची चाहूल लागताच त्याला फटकारून पिटाळून लावत असत.

पण गोविंदरावांनी खंबीरपणे मनाभोवती घातलेली विवेकाची तटबंदी अलीकडे काही ठिकाणी तरी थोडी ढिली झाली होती. त्यामुळे तो बंडखोर विचार आता जास्त धिटाई दाखवू लागला होता. गोविंदराव अजूनही त्याला थारा देत नसत. उशिराने का होईना त्याला हाकलतच असत. भारद्वाज भेटले नसते... तर कदाचित ही समस्या नसती उभी राहिली. पण मग वेगळ्याच चक्रव्यूहात आपण सापडलो असतो हेही त्यांना पटत होतं.

या जरतारी विवेचनाला अर्थ नव्हता. शांता आणि समीर यांच्यातल्या त्या नाजूक भावबंधांनी आपला पगडा शांतेच्या मनावर घट्ट बसवण्यापूर्वीच पुढचा धोका ओळखून आपणच काहीतरी करायला हवं होतं, अशी बोच मात्र त्यांना आजकाल वरचेवर लागत होती.

तशी मधूनच कधीतरी समीरचे भलतेच लाड होताहेत, या लाडांपायी तो बिघडला नाही म्हणजे झाले, अशी जुजबी तक्रार ते शांताबाईंकडे करत, नाही असं

नाही. पण त्यात काही दम नसे. कारण शांताबाई अशा तक्रारीला थारा देणाऱ्या नव्हत्या आणि मुख्य म्हणजे समीरनंही तक्रारीला जागा ठेवली नव्हती.

त्याची शारीरिक, मानसिक वाढ तर योग्य अशीच होत होती. अभ्यासात तो कुचराई करत नव्हता. जात्याच बुद्धीही तीक्ष्ण असल्यामुळे शालेय जीवनात, कॉलेजमध्ये तो आघाडीवरच राहिला होता. अगदीच पहिला नसला तरी पहिल्या पाच- दहात तो सतत असे.

त्यामुळेच शांताबाईंनीही त्याला डॉक्टर, इंजिनिअर असं काहीतरी करण्याचे मनसुबे बाळगले होते. त्याच्या मनावरही तेच बिंबविण्याचा प्रयत्न त्या करत होत्या. वास्तविक तेवढीच दोन-तीन क्षेत्रं उपलब्ध होती अशातला भाग नव्हता. हुशार विद्यार्थ्यांना अनेक वाटा होत्या. अनेक व्यवसाय आवाहन करत होते. पण त्या काळातल्या एकंदर सामाजिक रचनेचा म्हणा, सामूहिक विचारसरणीचा म्हणा पगडा सर्वच मध्यमवर्गीयांवर दिसून येत असे. शांताबाई तरी त्याला अपवाद कशा असतील!

त्यामुळेच आपण पायलट होणार असं जेव्हा समीरनं जाहीर केलं, तेव्हा शांताबाई अवाकच झाल्या. त्यांना समीरच्या म्हणण्याचा अर्थच कळेना. तशा त्या सुशिक्षित होत्या. उत्तम पायलट होण्यासाठीही बुद्धी तीव्र असण्याची आवश्यकता आहे. त्यात खास कसबही लागतं, हे त्यांना कळत होतं. कोणत्याही व्यवसायाची आवड असल्यास, तशी ॲप्टिट्यूड असल्यास त्यात नाव कमावणं सोपं असतं हे त्या जाणून होत्या. पण आजवर त्यांनी समीरच्या भवितव्यासाठी कोणताही चाकोरीबाहेरचा विचारच केला नव्हता. समीरची निवड त्याचमुळे त्यांना अनपेक्षित आणि म्हणूनच नापसंत होती.

आपली नाराजी त्यांनी बोलूनही दाखवली. पायलट होण्यासाठी घ्यावं लागणारं शिक्षण खर्चीक असतं हे त्यांनी सांगितलं, पण ती सबब लंगडी होती. कारण तोपर्यंत गोविंदरावांची आर्थिक स्थिती चांगलीच भक्कम झाली होती. शिवाय डॉक्टरी शिक्षण तरी कुठे कमी खर्चाचं आहे, असा उलटा सवाल समीरनं केला होता. स्वतःचा स्वतंत्र व्यवसाय करता येणार नाही, कुणाचीतरी ताबेदारी स्वीकारायला लावणारी नोकरीच पत्करावी लागेल, हा आक्षेपही त्यानं असाच उडवून लावला होता.

"अरे, पण धोक्याचं काय? विमान चालवणं रिस्की आहे, त्याचं काय?" शेवटी सारेच मुद्दे खुंटले, तेव्हा शांताबाईंनी अखेरचं आर्ग्युमेंट केलं.

समीरला ते अपेक्षितच होतं. साधं खरचटलं तरी जिवाची घालमेल करून घेणारी आई या एका भीतीपोटीच आपल्याला अडवते आहे, हे त्यानं ओळखलं होतं. त्यामुळे तोही तयार होता.

"अगं पण आई, धोका नाही कशात? रस्त्यावरून स्कूटर चालवत जाणंही सेफ नाहीये..."

"...म्हणूनच आम्ही तुला स्कूटर घेऊन दिलेली नाही."

"पण म्हणून मला ते पटलंय असं नाही. अगं ॲक्सिडेंटच व्हायचा असला तर तो कुठंही होऊ शकतो. सारे नियम पाळून रस्त्यावरून चालत जात असतानाही कोणतातरी दारू पिऊन बस चालविणारा ड्रायव्हर आपली बस तुमच्या अंगावर नाही का घालत? बस स्टॉपवर उभी असताना कोणीतरी लायसन्सशिवाय मोटार उडवणारा तरुण आपल्या मोटारीखाली तुम्हाला नाही का चिरडत? म्हणून काय रस्त्यावरून चालत जायचं सोडून तर देत नाही ना तुम्ही? खोलीचं छत तुमच्या डोक्यावर कोसळून अपघात होईल म्हणून तुम्ही घरात राहायचं तर नाही ना सोडून देत?"

"उगीचच काहीतरी बोलू नकोस. विमान चालविण्यात रिस्क जास्त आहे. रस्त्यावरच्या या अपघातांची तुलना त्याच्याशी..."

"...का नाही करता येणार? अपघात तो अपघात. तो कुठेही होऊ शकतो."

"अरे पण तो जिथे होण्याची शक्यता जास्त तिथे आपणहून जाच कशाला? अमंगळाला आमंत्रण द्याच कशाला?"

"आई, अगं कसल्या मंगळ-अमंगळाच्या गोष्टी करतेस? आज जगभर इतकी विमानं कोणत्याही क्षणी आकाशात उडत असतात. पण असे कितीसे अपघात होतात? आणि तसंच पाहिलं तर तू जे डॉक्टर व्हायला सांगतेस त्या डॉक्टरांना तरी एड्स, सेरम हेपॅटायटिस यांचा धोका असतोच ना. मागे अहमदाबादमध्ये नाही एकापाठोपाठ कितीतरी मोठमोठे डॉक्टर हेपॅटायटिसला बळी पडले."

"तू माझं ऐकणार आहेस थोडंच. मला काय वाटतं ते आई झाल्याशिवाय नाही कळायचं तुला."

"पण काळजी घेईन ना मी आई." तिचा विरोध ढिला पडत चालल्याचं पाहून समीरनं तिच्या कलानं घेऊन तिचं मन वळवायला सुरुवात केली होती.

तरीही दररोज त्याच्या ट्रेनिंग सेशनला जाण्यापूर्वी स्वतःच्या हातानं त्याला अंगारा लावल्याशिवाय शांताबाईंनी समीरला बाहेर पडू दिलं नव्हतं. त्याच्या हट्टाला नेहमीप्रमाणे बळी पडल्यावरही त्यांचं मन त्यांना खातच राहिलं होतं. रोज ट्रेनिंगला गेल्यापासून तो हातीपायी सुखरूप परत येईपर्यंत त्यांना स्वस्थता नसे.

समीर मात्र खूश होता. मोठ्या उत्साहानं तो त्याचं ट्रेनिंग पार पाडत होता.

त्याचा ट्रेनरही त्याची ॲप्टिट्यूड, त्याची बारीकसारीक बाबीही चट्‌कन आत्मसात करण्याची हातोटी आणि विमान चालविण्याची सफाई पाहून त्याच्यावर प्रसन्न झाला होता. इतरांना हात राखून ट्रेनिंग देण्याची आपली सवय सोडून त्याला आपल्याकडचं सारं कसब खुल्या दिलानं बहाल करत होता. पायलट होण्याचं नैसर्गिक वरदानच

समीरच्या अंगी आहे, याची त्याला खात्री वाटत होती.

शांताबाईंना युगानुयुगं लोटल्यासारखी वाटली असली, तरी समीरच्या दृष्टीनं हां हां म्हणता ट्रेनिंग संपत आलं होतं. आता त्याची सोलो फ्लाइटच्या टेस्टची वेळ जवळ येऊन ठेपली होती. समीर टेस्टच्या दिवसाची आतुरतेने वाट पाहत होता. ती पार पडली की त्याला लायसन्स मिळणार होतं. शांताबाईंना तो दिवस कधीच उगवू नये असं वाटत होतं. त्या दिवसाची त्यांनी धास्तीच घेतली होती. त्यांच्या मनात तो दिवस, ती तारीख कोरून काढल्यासारखी पक्की बसली होती. पण त्याचा उल्लेखही कोणी केलेला त्यांना आवडत नव्हता.

गोविंदराव मात्र स्वस्थ होते. सोलो फ्लाइटच्या वेळी एअरपोर्टवर हजर राहण्याचं तर त्यांनी मान्य केलं होतंच, पण शांताबाईंनाही त्यांचं मन वळवून तिथे आणण्याचं त्यांनी मान्य केलं होतं. तेवढ्यात अकस्मात डॉ. भारद्वाजही त्यांच्याकडे येऊन पोचले होते. त्यांनाही त्यांनी एअरपोर्टवर येण्याचं आमंत्रण दिलं होतं.

टेस्टचा दिवस तसा नेहमीसारखाच उजाडला. स्वच्छ, निरभ्र दिवस. त्यावरच्या तिघांच्या प्रतिक्रिया मात्र अतिशय वेगवेगळ्या होत्या. समीरला कधी एकदा टेस्ट पार पडते अशी घाई झाली होती. एअरपोर्टवर जाण्यासाठी तो उतावीळ झाला होता. शांताबाईंना तर तो दिवस उजाडायलाच नको होता. त्या आपल्या खोलीतच बसून होत्या. कदाचित मनातल्या मनात त्या सतत देवाचा धावा करत असाव्यात. गोविंदराव मात्र शांत, निर्विकार होते. त्यांच्या मनात विचार आलाच असेल तर तो त्या दिवसाचं हवामान उड्डाणाच्या दृष्टीनं सोईस्कर असल्याचाच.

भारद्वाज आल्याचं त्यांना समाधानही वाटलं होतं. कारण आता एअरपोर्टवर येण्यासाठी शांताबाईंचं मन वळवण्याच्या कामात त्यांना भारद्वाजांची मदत होणार होती. त्याची गरज पडेल अशी शंका त्यांना सुरुवातीलाच आली होती आणि ती खरीही ठरली होती. बळेबळे त्यांनी शांताबाईंना तयार केलं होतं. तरीही निघायच्या क्षणापर्यंत त्यांची सतत घालमेल चालली होती. सकाळपासून उतावीळ झालेला समीर मात्र त्या वेळेपर्यंत शांत झाला होता. आत्मविश्वासानं फुलला होता. म्हणूनच शांताबाईंनी जेव्हा मळवट भरल्यासारखा अंगारा त्याच्या कपाळावर फासला तेव्हा कसलीही खळखळ न करता त्यानं तो भरून घेतला आणि आईला बरं वाटावं म्हणून निघण्याच्या क्षणी तो त्यांच्या पायाही पडला होता.

त्याला उठवण्याच्या निमित्तानं शांताबाईंनी त्याला जी मिठी मारली ती आणि त्या वेळचे त्यांच्या चेहऱ्यावरचे भाव पाहून शांताबाईंच्या मनात समीरबद्दल किती उत्कट भावबंध तयार होते याची गोविंदरावांना आणखी एक प्रचिती आली. डॉ. भारद्वाजांनाही ते जाणवलं असावं. कारण नेमक्या त्याच क्षणी टेलिपॅथीसारखे दोघांनी एकमेकांकडे पाहिलं होतं आणि नजरेनंच एकमेकांना शांताबाईंच्या चेहऱ्यावरचे

भाव टिपायला सांगितलं होतं.

टेस्टची सुरुवात शिस्तबद्ध झाली होती. टेस्ट सुरू होण्यापूर्वी समीरनं आपल्या ट्रेनरची सर्वांशी गाठ घालून दिली होती. शांताबाई व गोविंदराव त्याला पूर्वीच भेटले होते. भारद्वाजांशीच त्याची पहिल्यांदा भेट होत होती. शांताबाईंना त्यानं परत एकदा दिलासा दिला आणि समीरला घेऊन तो विमानाकडे गेला.

वैमानिकाचा गणवेष चढवून विमानात पाऊल ठेवण्यापूर्वी समीरनं त्यांच्या दिशेनं पाहत हात हलवला होता. गोविंदराव व भारद्वाज यांनी त्याला प्रतिसादही दिला. शांताबाईंचंही तिकडे लक्ष वळवण्यासाठी गोविंदराव वळले तो शांताबाई डोळे घट्ट मिटून राहिलेल्या त्यांना दिसल्या.

त्यांना त्यातून बाहेर काढण्यासाठी गोविंदराव तोंड उघडणार तोच समीरचं विमान हळूहळू धावपट्टीवर धावू लागलं होतं. अन् मग गोविंदरावांनी आपलं लक्ष विमानावरच केंद्रित केलं होतं.

विमानानं संथपणे पण निर्धारपूर्वक वेग घेतला होता आणि धावता धावता, वेग वाढवता वाढवता एखाद्या वेगवान गोलंदाजानं त्याच लयीत आपल्या हातातला चेंडू हवेत सोडावा तसं समीरच्या विमानानं त्याच लयबद्धरीत्या जमीन सोडून हवेत झेप घेतली होती.

स्वतःच्या नकळत गोविंदरावांनी टाळ्या वाजवल्या. शांताबाईंच्या कानानं त्या टिपल्या. विमान हवेत उडाल्याचं त्यांना समजलं. त्यामुळेच की काय त्यांनी आपले डोळे अधिकच घट्ट मिटून घेतले.

आपल्या उडत्या लक्ष्यावरची नजर यत्किंचितही न ढळणाऱ्या पारध्याच्या नजरेसारखी गोविंदरावांची नजर सतत समीरच्या विमानाचा वेध घेत होती. त्याचा आकार कमी कमी होत एखाद्या ठिपक्यासारखा झाला, तरी त्यांचे डोळे त्याच्यावर खिळून होते.

कंट्रोल रूममध्ये बसलेल्या ट्रेनरचंही लक्ष तसंच विमानाकडे लागलेलं होतं. पण अर्धवटच. कारण मायक्रोवेव्ह लिंकवरून समीरशी चाललेल्या संभाषणाकडे त्याचं अधिक लक्ष होतं.

"रॉजर, समीर, अल्टिट्यूड?"

"एट थाउजंड ॲन्ड स्टेडी."

"कीप इट. दॅट इज क्रूजिंग अल्टिट्यूड. क्रूज फॉर फाइव्ह मिनिट्स."

"रॉजर."

पण पाच मिनिटं व्हायच्या आत त्याची उंची कमी होत चालल्याचं त्याच्या ध्यानात आलं होतं. बाहेर गोविंदरावांनाही ते दिसलं होतं. कारण ठिपक्याचा आकार मोठा मोठा होत चालला होता.

''समीर, यू आर कमिंग डाऊन अर्ली. अॅन्ड लूजिंग हाइट टू फास्ट. स्लो डाउन, स्लो डाउन युअर डिसेंट.''

''आय अॅम ट्राइंग, ट्राइंग. ''

ठिपका झपाट्याने मोठा होत होता. सोलो फ्लाइट संपत आल्याची ती खूण समजून गोविंदराव शांताबाईंना समीरचा दिमाखात विमान खाली आणण्याचा क्षण टिपण्यासाठी आग्रह करू लागले.

''शांता, तो बघ समीर टेस्ट संपवून परत येतोय. ते बघ त्याचं विमान स्पष्ट दिसू लागलंय. ते बघ, डोळे उघड.''

''डोळे उघडा, वहिनी.'' भारद्वाजही त्यांना आग्रह करू लागले.

पण ठिपक्याचा आकार ज्या वेगानं वाढत होता तो पाहून त्या तिघांशिवाय बाकीचे सारेच अस्वस्थ होत होते. विशेषत: समीरचा ट्रेनर! कपाळावरून, डोळ्यांवरून निथळणाऱ्या घामाची पर्वा न करता तो तारस्वरात किंचाळत होता, जणू समोरचा माइक आणि ट्रान्समीटर बंद पडले होते. जणू ओरडूनच त्याचा आवाज समीरच्या कानी पडणार होता.

''समीर, समीर, व्हॉट आर यू डुइंग! राइज, डॅम इट, राइज, नाऊ!''

''आय अॅम ट्राइंग टू बट,...'' समीरच्या आवाजातही आता कंप आला होता.

''पुल अप द थ्रॉटल, ऑल द वे.''

''बट इट डझंट, इट, शिऽ... नो, नो,...''

शांताबाईनी डोळे उघडले आणि आपल्या लाडक्या समीरच्या परतीकडे ते लावले. त्यांचा समीर हातीपायी सुखरूप परत येत होता. त्याचं विमान वेगानं, अधीर होऊन त्यांच्याकडे परतत होतं. आता त्या एकटक त्या विमानाकडे पाहत होत्या. दोरी तुटलेल्या पतंगासारखं ते हेलकावे खात असल्याचं त्यांच्या नजरेनं टिपलं होतं. पण मनानं त्याची नोंद केली नव्हती.

ती केली जेव्हा सायरन एकाएकी वाजू लागल्याचं त्यांच्या कानी पडलं तेव्हा. अकस्मात भोंगे वाजू लागले. फायरब्रिगेडच्या गाड्या आणि अॅम्ब्युलन्स धावू लागल्या. त्याच वेळी त्यांच्या मनात पाल चुकचुकली. आधारासाठी त्यांनी गोविंदराव व भारद्वाज यांचे हात घट्ट पकडले. त्यांना रग लागेपर्यंत.

पण ते हातही आता थरथरत होते. समीरचं विमान एखाद्या दगडासारखं जमिनीकडे कोसळत असल्याचं त्यांना दिसत होतं. पुढच्याच क्षणी ते धाड्कन सिमेंटच्या धावपट्टीवर आदळलं, एकदा उडालं अन् परत आपटलं. आगीचा लोळ उठल्यासारखा झाला, पण तेवढ्यात फायरब्रिगेडच्या बंबांनी आणि अॅम्बुलन्सनी त्याला वेढून टाकलं.

ते बंब नसते तरी डोळ्यांवरच्या पाण्याच्या पडद्यांनी शांताबाईंना ते विमान दिसू

दिलंच नसतं. 'समीरऽऽ' असा एक आर्त टाहो फोडून त्याही कोसळल्या होत्या. शुद्ध हरपलेल्या आपल्या बायकोकडे लक्ष द्यावं की कोसळलेल्या विमानात अडकलेल्या आपल्या मुलाकडे धाव ध्यावी हे गोविंदरावांना समजेना. आलटून पालटून दोन्हीकडे पाहत ते जागच्या जागी खिळून राहिले होते.

गोविंदरावांची द्विधा मनःस्थिती भारद्वाजांनी जाणली. गोविंदरावांना शांताबाईंकडे लक्ष द्यायला सांगून ते लगबगीने विमानाकडे धावत सुटले.

काय पाहावं लागेल याची भारद्वाजांना कल्पना आली होती. काहीही पाहावं लागलं तरी डॉक्टर असल्यामुळे ते डगमगून गेले नसते. पण आताची परिस्थिती नाही म्हटलं तरी तशी वेगळी होती. पेशंट अनोळखी असतानाची गोष्ट वेगळी आणि ज्याला लहान असल्यापासून पाहिलंय, ज्यानं आपल्याला काका म्हटलंय अशा कोणाला तशा स्थितीत पाहणं वेगळं. डॉक्टर झाला तरी त्याचं मन संपूर्णपणे भावनाशून्य कधीच होत नाही.

पण आपण आपल्या भावनांना आवर घालायला हवा याची भारद्वाजांना जाणीव झाली होती. शांताबाई तर पार कोलमडून गेल्या होत्या. गोविंदरावही हादरले होते. किंकर्तव्यमूढ झाले होते. ते त्यांनी पाहिलंच होतं. आता आपणही जर असे हरवून बसलो तर सर्वांना आवरणार कोण! करावी लागणारी धावपळ करणार कोण! एका कुटुंबाला पार मोडून पडण्यापासून वाचवणार कोण!

कुटुंब मोडून पडण्याचा धोका तर दिसतच होता. समीर गेल्याचं दुःख पचवणं शांताबाईंना जड जाणार होतं. अशक्यच म्हटलं तरी चालेल. त्याही प्राण सोडून बसल्या नाही म्हणजे मिळवली. तसं झालं असतं तर गोविंदरावही जीवनातलं स्वारस्य गमावून बसले असते.

पण जगल्यावाचल्या तरी समीरशिवाय शांताबाईच्या अस्तित्वाला अर्थ उरणार होता का? खरा प्रश्न तो होता. त्या समीरमध्ये इतक्या गुंतून गेल्या होत्या की त्या कशा शून्यवत होतील, याची कल्पना भारद्वाज करू शकत होते. त्यांनाच आता काहीतरी करून शांताबाईंना आणि पर्यायानं गोविंदरावांना सावरायला हवं होतं.

पण कसं? काय करता येईल? कोणता मार्ग चोखाळता येईल? त्या क्षणी तरी त्यांच्याजवळ या प्रश्नांची उत्तर नव्हती. समीरला पाहताक्षणी कदाचित हे प्रश्नच उभे राहणार नाहीत, अशी एक आशा त्यांच्या मनात उभी राहिली. पण समीरच्या अंगात जेवढी धुगधुगी होती तेवढीच त्या आशेच्या पालवीलाही होती. ज्या हॉस्पिटलमध्ये समीरला ठेवलं होतं तिथली व्यवस्था उत्तम होती. कोणतीही कमतरता नव्हती. त्याहून अधिक चांगल्या दर्जाची ट्रीटमेंट आपण खुद्दही देऊ शकणार नाही, हे भारद्वाजांना पटलं होतं. पण त्या ट्रीटमेंटचाही काही उपयोग होणार नाही, केवळ समीरचं आजचं मरण उद्यावर ढकललं जाईल एवढंच, हे

त्यांनी ओळखलं होतं.

त्यामुळे समीरकडे बघण्याचा, त्याला वाचवण्यासाठी पराकाष्ठा करण्याचा प्रश्नच नव्हता. वाचवायला हवं होतं शांताबाईंना. आता जरी त्या बेशुद्ध असल्या, तरी आज ना उद्या त्या शुद्धीवर आल्यावर त्या समीरची चौकशी करणारच होत्या, हे भारद्वाज आणि गोविंदराव जाणून होते.

त्या वेळी त्यांना ते काय सांगणार होते? त्यांनी समीरसाठी हट्ट धरला तर त्यांना त्यांचा समीर ते परत कसा काय मिळवून देणार होते?

त्याच क्षणी भारद्वाजांच्या मनात ती कल्पना आली होती. गोविंदरावांना तो क्षण अजूनही आठवतो. आजकाल तर अगदी लख्खपणे. कारण अतिशय एक्साइट झालेले धावतपळत धापा टाकत आलेले भारद्वाज त्यांच्यासमोर उभे राहिले होते आणि घाईघाईनं त्यांना काहीतरी सांगू पाहत होते.

गोविंदरावांना त्यातलं अवाक्षरही समजत नव्हतं. एकतर झाल्या प्रकाराने समीरच्या, शांताबाईंच्या त्या वेळच्या अवस्थेनं त्यांचं मन सुन्न झाल्यासारखं झालं होतं. बाहेरच्या कोणत्याच संवेदनांचा, कोणत्याच विचारांचा ठसा त्यावर उमटत नव्हता. त्यात भारद्वाज सांगत होते ते काहीतरी गहन होतं, जीवतंत्रज्ञानाच्या जटिल सूत्रांपैकी काहीतरी होतं. भारद्वाजही एक्साइट झाल्यामुळे सुसंगतपणे बोलू शकत नव्हते.

"तू काय सांगतोहेस काही कळत नाहीये." शेवटी हताशपणे गोविंदराव म्हणाले होते.

"अरे हे बघ, समीर वाचण्याची तर काहीच चिन्हं नाहीत. शांतावहिनींना तर समीरशिवाय जगणंच शक्य नाही."

"त्याची तर मला चिंता लागून राहिली आहे."

"म्हणूनच तर मग वहिनींना वाचवण्यासाठी आपण त्यांना समीर मिळवून द्यायचा."

"हेच, हेच म्हणतोय मी. कोडं घातल्यासारखा असंबद्ध बोलतोस तू. अरे, समीर वाचणार नसेल तर त्याला मिळवून द्यायचा कसा?"

"त्याचा क्लोन तयार करून."

"क्लोन?"

"क्लोन. एखाद्या महत्त्वाच्या कागदपत्राची हुबेहूब नक्कल नाही का तयार करत आपण. ट्रू कॉपी. तशीच समीरची कार्बन कॉपी तयार करायची."

"कशी? कागदाचं ठीक आहे. त्याच्या कॉपी करण्यासाठी गल्लोगल्ली झेरॉक्स मशीन्स पडली आहेत. असं झेरॉक्स मशीन थोडंच आहे समीरची, कोणाही प्राण्याची कॉपी बनवण्यासाठी?"

''मशीन नाही; पण क्लोनिंगचं तंत्रज्ञान तसं अवगत आहे, विकसित आहे. मनुष्यप्राण्यावर नसलं तरी जनावरांसाठी ते वापरलंही गेलं आहे.''

''पण कसं शक्य आहे?''

''हे बघ, मला सांग, मूल कसं होतं?''

''अरे पण...''

''पतिपत्नीचं मीलन झालं की स्त्रीच्या शरीरातील बीजपेशीचं पुरुषाच्या शुक्रपेशीकडून फलन होतं आणि त्यातून नव्या जिवाचा स्रोत असलेली पिंडपेशी आकार घेते. राइट?''

''बरोबर.''

''पण फलन होतं म्हणजे नेमकं काय होतं? बीजपेशी काय किंवा शुक्रपेशी काय तशा अधुऱ्याच असतात. फलन झाल्यानंच, त्या पेशी एकत्र आल्यानंच, त्यातून निर्माण झालेली पेशी पूर्णत्वाला पोचते.''

''मला नाही समजलं.''

''हे बघ, आपला सारा आनुवंशिक गुणधर्मांचा ठेवा, जीनचा ठेवा आपल्या पेशींमधल्या क्रोमोसोम्समध्ये, गुणसूत्रांमध्ये साठवलेला असतो. हे क्रोमोसोम्स नेहमीच जोडीजोडीनंच वावरत असतात. परंतु बीजपेशी आणि शुक्रपेशी यांच्यामध्ये प्रत्येक क्रोमोसोम्सच्या जोडीपैकी एकेकच असतो. म्हणजेच त्यातल्या आनुवंशिक गुणधर्माचा साठा निम्माच असतो. त्या पेशींचं मीलन झालं की मगच तो साठा पूर्ण होतो. अर्धा आईकडचा आणि अर्धा वडिलांकडचा मिळून साठा पुरा होतो. त्या एका पिंडपेशीपासून संपूर्ण व्यक्तिमत्त्व तयार होतं.''

गोविंदराव काहीही न बोलता निमूटपणे ऐकत होते. बंद दाराखिडक्यांच्या फटीतून सोसाट्याच्या वाऱ्यानं जबरदस्तीनं शिरकाव करून घ्यावा तसं त्यांच्या संवेदनाशून्य बनलेल्या मनाभोवतीच्या दुःखाच्या तटबंदीच्या फटीमधून भारद्वाजांचं निवेदन धसमुसळेपणानेच प्रवेश करत होतं.

''त्या एका पिंडपेशीचं विभाजन होऊन त्यातून दोन आकार घेतात. या प्रत्येक पेशीतही तो जीनचा साठा हुबेहूब तेवढाच आणि तसाच अवतरतो. दोनाच्या चार, चाराच्या आठ, पेशींची संख्या वाढतच जाते. पण शरीर म्हणजे नुसताच मांसाचा गोळा नाही. नुसताच पेशींचा समूह नाही. म्हणूनच मग त्या जीनच्या साठ्यातच अंतर्भूत असणाऱ्या शिकवणीनुसार आखून दिलेल्या क्षणापासून काही पेशी वेगळ्या आकार धारण करू लागतात. विशेष काम करू लागतात. अवयवांची निर्मिती होऊ लागते. तीही त्या प्रत्येक पेशीत असलेल्या संपूर्ण जीनच्या साठ्यातील काही भागाचा वापर करून. ते विशिष्ट आखून दिलेलं काम करता यावं म्हणून मग ती पेशी तिच्यात अंतर्भूत असलेल्या संपूर्ण शरीर तयार करण्याच्या क्षमतेवर मर्यादा

घालते. पण केवळ मर्यादा. स्वतःवर जाणूनबुजून घालून घेतलेलं बंधन. त्याचा अर्थ ती क्षमता गमावून बसते असा नाही. तर ती क्षमता सुप्तावस्थेत ठेवली जाते. जर ती क्षमता जागृत करता आली तर कोणत्याही पेशीपासून संपूर्ण जिवाची निर्मिती करणं अशक्य नाही.''

''पण, पण, ही जागृती आणायची कशी?'' आता पूर्णपणे त्यांच्या म्हणण्याकडे लक्ष देणाऱ्या गोविंदरावांनी त्यांच्या नकळत भारद्वाजांना विचारलं.

''त्यासाठी स्त्रीची बीजपेशी घेऊन त्यातील अर्ध्याच गुणसूत्रांचा साठा असलेलं केंद्रक काढून टाकलं आणि त्या ठिकाणी शरीरातील कोणत्याही पेशीतील जीनचा पूर्ण साठा असलेल्या केंद्रकाची प्रतिष्ठापना केली की त्या बीजपेशीलाही आपलं फलन झाल्यासारखं वाटतं. अशा बीजपेशीला जर संवर्धक वातावरणात ठेवलं, तर ती पिंडपेशीसारखीच वागते. संपूर्ण जीवाची निर्मिती करते.''

''ठीक आहे, पण कार्बन कॉपी...''

''...कशी होते हेच विचारणार होतास ना? हे बघ, जेव्हा नैसर्गिकरीत्या पिंडपेशीचा उगम होतो तेव्हा जीनचा अर्धा साठा वडिलांकडून व अर्धा आईकडून आलेला असतो. म्हणूनच मग त्या पिंडपेशीतून आकार घेणारं बालक काही गुणधर्म आईचे उचलतं तर काही वडिलांचे. तोही वाटा नेमका निम्मानिम्माच असतो असं नाही. त्यामुळेच मूल मग आईच्या किंवा वडिलांच्या वळणावर गेलं, तरी हुबेहूब त्याची कॉपी बनत नाही. तरीही काही वेळा आई व मुलगी यांच्यात विलक्षण साम्य दिसून येतंच ना! इतकं की एकीला झाकावी आणि दुसरीला काढावी. मग इथं तर जीनचा साठा एकाच व्यक्तीकडून आलेला असतो. तेव्हा सारेच्या सारे गुणधर्म त्या व्यक्तीकडूनच उचलले जातात. अर्थात कार्बन कॉपी, क्लोन तयार होतो.''

''असाच समीरचा क्लोन तयार करायचा म्हणतोस?''

''एक्झॅक्टली. समीरच्या अंगात अजून धुगधुगी आहे. त्याच्या शरीरात अजून प्राण आहे. त्याच्या शरीरातील पेशी अजून सचेतन आहेत. त्या आताच काढून घेता येतील. आमच्या इन्स्टिट्यूटच्या प्रयोगशाळेत सचेतन अवस्थेत ठेवता येतील. वहिनींच्या शरीरातून बीजपेशी काढून घेतली आणि तिच्या केंद्रकाच्या जागी समीरच्या पेशीतील केंद्रकाची स्थापना केली की झाली तयार समीरच्या क्लोनची पिंडपेशी. तिची वाढ मात्र वहिनींना आपल्या पोटातच करावी लागेल.''

''मग ते कसं जमायचं रे?''

''का नाही? वहिनी नाहीतरी सध्या काही जाणण्याच्या अवस्थेत नाहीत. ताबडतोब हालचाल केली तर त्या संपूर्ण भानावर येईपर्यंत त्यांच्या पोटी नव्या समीरचा अंकुर वाढायलाही लागेल.''

''म्हणजे तिच्या नकळत, तिला अंधारात ठेवून सारं करायचं म्हणतोस? छे,

छे, तसं नको. शिवाय तिच्याच पोटी जर नवीन समीर यायचा असेल तर त्याला नऊ महिन्यांचा काळ लागणारच. तेवढे दिवस शांता कशी तग धरेल?''

''तेही खरं आहे. आज नाही उद्या समीर परत मिळणार आहे याची त्यांना खात्री पटली तरच त्यांची जगण्यावरची आस्था कायम राहील. अन्यथा...''

''...तेच म्हणतोय मी. तिचं मन वळवायला हवं तिला यासाठी राजी करायला हवं.''

''राइट. तू कर तयार वहिनींना. बाकीचं सारं मी सांभाळतो.''

''नो, नो, आय डोन्ट थिंक आय कॅन मॅनेज इट. मला नाही सांगता यायचं. सारं तिला. मला नाही तिला कन्व्हिन्स करता येणार. तूच कर, तुझी बेस्ट बेडसाइड मॅनर वापरून.''

''ऑल राइट. ओके. बघतो मी. पण आता सारं झटपट करायला हवं. वेळ घालवून उपयोगी नाही. समीरला व वहिनींना... दोघांनाही इन्स्टिट्यूटच्या हॉस्पिटलमध्ये हलवायला हवं. यू इन्सिस्ट ऑन दॅट.''

पुढचे सारे सोपस्कार मग भारद्वाजांनीच हाताळले होते. गोविंदराव फक्त सांगितल्या ठिकाणी सह्या ठोकत होते. शांताबाईंचंही मन हळुवारपणे वळवलं भारद्वाजांनीच. तरीही नव्या समीरचा अंकुर पोटी रुजलाय याची खात्री पटेपर्यंत त्या कोमेजलेल्याच राहिल्या होत्या. जगण्याला आवश्यक त्या क्रिया यांत्रिकपणे पार पाडत होत्या. ती खात्री पटल्यावर मात्र वठलेल्या झाडाला नवीन धुमारा फुटावा तशा त्यांच्या बधिरलेल्या चित्तवृत्ती परत बहरू लागल्या. हळूहळू पण निश्चितपणे.

आणि पहिला समीर गेल्याला नऊ दहा महिने होताहेत न होताहेत तोच दुसरा समीर जन्माला आला होता. शांताबाई तोवर पूर्णपणे सावरल्या होत्या. पुनर्जन्म झाल्यासारख्या, किंबहुना पहिल्याचं बालपण आठवून त्या वीस वर्षांनी तरुण झाल्या होत्या. वीस वर्षांपूर्वीचं आयुष्य परत जगत होत्या. दिवसामासांनी वाढणाऱ्या समीरमध्ये पुन:प्रत्ययाचा आनंद पुरेपूर उपभोगत होत्या. त्याची ठेवण, त्याची वाढ, त्याचं वागणं अगदी हुबेहूब पहिल्यासारखं होत असल्याचं पाहून त्यांचा आनंद द्विगुणित होत होता. परत आपला लाडका, छोटा समीर आपल्याला मिळाल्याचं पाहून त्यांच्या मनानं परत मोहर धरला होता.

त्यात आता 'तू समीरचे भलतेच लाड करतेस, अशानं तो बिघडेल' अशी भुणभुण गोविंदरावही करत नव्हते. कारण त्यांनी तशी तक्रार केलीच असती तर ते चूक आहेत हे सांगायला पूर्वीचा दाखला देता येत होता. एवढंच नाही तर अमुक दिवशी, अमुक वेळी समीर काय करणार आहे हेही त्या सांगू शकत होत्या. गोविंदरावही अत्यंत समाधानी होते. भारद्वाजांचं ऋण त्यांना शब्दांतून मान्य करता येणं शक्यच नव्हतं. पण जेव्हा जेव्हा त्यांची भेट होई, तेव्हा तेव्हा ते मूकपणेच

ते व्यक्त करत असत. आणि भारद्वाजही ते समजून घेत असत.

नाही म्हणायला कधीतरी कातरवेळी हे सारं एक स्वप्न आहे, लवकरच आपल्याला जाग येईल आणि भयानक अशा सत्य परिस्थितीची जाणीव होईल असा एक शंकेखोर विचार त्यांना कुरतडण्याचं धारिष्ट करत असे. पण क्षणभरच, कारण समीरकडे किंवा त्याला कुठे ठेवू अन् कुठे नको असं करण्यात गुंतलेल्या उत्फुल्ल चेहऱ्याच्या शांताबाईंकडे त्यांची नजर गेली की तो विचार कुठच्या कुठे पळून जाई.

पुढे काही काळी छाया, काळं सावट त्यांच्या संसारावर पडणार आहे अशी पुसटशीही शंका गोविंदरावांच्या मनात उरत नसे. पण मग हे सावट आलं तरी कसं?

अलीकडे गोविंदरावांच्या मनात हा प्रश्न वारंवार फडा काढून उभा राही. कुठे पाल चुकचुकली होती? त्या सुखी, समाधानी दिवसांना मावळायला लावणारी अनिष्ट संध्याकाळ केव्हा अवतरली होती?

डॉ. सिल्व्हरमनच्या लेक्चरच्या वेळी? हो, हो, तेव्हाच. वास्तविक आपण त्या लेक्चरला एरवी गेलोही नसतो. मातबर सायन्टिटस्ट. जेनेटिक इंजिनिअरिंगमधील ऑथॉरिटी. व्याख्यानाचा विषयही तगडा. गोविंदराव, शांताबाई एरवी त्या दिशेला फिरकले नसते.

पण त्या लेक्चरसाठी भारद्वाज मुद्दाम तिथे आले होते. आग्रह करून त्या दोघांना घेऊन गेले होते. दुसऱ्या समीरच्या जन्माच्या वेळी आपण आपल्या मर्यादित कुवतीमुळं न उलगडू शकलेली कोडी सिल्व्हरमन उलगडून दाखवतील, त्या वेळी अनुत्तरित राहिलेल्या त्या दोघांच्या काही प्रश्नांची उत्तरं मिळतील म्हणून त्यांना लेक्चरला चलण्याचा आग्रह केला होता.

गेलो नसतो त्या वेळी, भारद्वाजांच्या आग्रहाला बळी पडलो नसतो त्या वेळी तर... तर... तर ही आजची जीवघेणी कुतरओढ झाली असती का?

या जरतारी प्रश्नांची हीच तर मेख असते. त्यांचं निश्चित उत्तर कधीच मिळत नाही. आताही त्याचं होकारार्थी उत्तर नसतं देता आलं. पण शांताबाईंच्या वृत्तीत त्या दिवसापासून फरक पडला होता हे मात्र खरं.

शरीराच्या वाढीचं वेळापत्रक आपल्या जीनमध्येच कसं संपूर्णतया साठवलेलं असतं त्याबरहुकूम शरीराच्या वाढीचे वेगवेगळे टप्पे कसे पार पडतात हे सिल्व्हरमननी किती सुस्पष्टरीत्या समजावून सांगितल होतं. त्याचमुळे एखादं मूल लवकर कसं बोलायला लागतं, लवकर कसं चालायला लागतं, उलट एखादं दुसरं वेळ उलटून गेली तरी उपडंही कसं होतं नाही, याचं सुंदर विवेचन त्यांनी केलं होतं. जीवामध्ये काही दोष निर्माण झाल्यानं काही जणांना अकाली वृद्धत्व आणणारा, त्यांच्या जीवनप्रवाहाला जीवघेणा वेग देणारा रोग कसा होतो हेही व्यवस्थित समजावून

सांगितलं होतं. तोपर्यंतही सारं ठीक होतं. शांताबाई उत्सुकतेनं पण विचलित न होता सारं ऐकत होत्या. समजावून घेत होत्या.

पण मग प्रश्नोत्तराला सुरूवात झाली अन् तिथंच सारं चुकलं. कोणीतरी प्रश्न विचारला होता.

"आयुष्याचं असं सारं वेळापत्रक जर जीन ठरवत असतील, तर मग त्या आयुष्याची इतिश्री कधी व्हायची तेही जीनमध्येच कोरून ठेवलं असेल. अक्काबाईचा तो ललाटलेख जीनमध्येच सामावलेला असेल, खरं ना?"

त्यावर सिल्व्हरमन म्हणाले होते की एका मर्यादित अर्थानं ते खरं आहे. कारण कोणत्याही पेशीचं आयुष्य किती हे त्या पेशीमधील जीनशी निगडित असतं हे खरं. अगदीच कार्यकारणभाव असल्यासारखं त्याचं त्रैराशिक नाही मांडता येणार कदाचित; पण त्याचा निकटचा संबंध असतो हे मात्र खरं.

त्या क्षणापासून शांताबाई बदलल्या होत्या. शांत, संथ असलेल्या समुद्रात एकाएकी, ध्यानीमनी नसताना वादळ उठावं तसं झालं होतं. दुसऱ्या समीरची पावलं पहिल्याच्याच पावलांवर पडत होती याचं आजवर वाटणारं अप्रूप नाहीसं झालं होतं. त्याची जागा अरिष्टाच्या भीतीनं घेतली होती. पहिला समीर गेला तसाच हाही आपल्या हातून निसटणार या भीतीनं त्या धास्तावल्या होत्या. अवघड जागच्या दुखण्यासारखं कोणालाही बोलून दाखवू शकत नव्हत्या. मनातल्या मनात कुढत त्या तो मुका मार सहन करत होत्या.

गोविंदरावांनी मात्र त्यांचं दुःख जाणलं होतं. जखमेवर हळुवार फुंकर घालावी तसं त्यांच्याशी वागून त्यांच्या मनातील सल जाणून घेतला होता. पण तो जाणूनही त्यावरचा उपाय त्यांच्यापाशी नव्हता. शांताबाईंना वाटणारी भीती अनाठायी आहे असं त्यांना वाटत असलं, तरी ते त्यांना पटवून कसं द्यायचं हे त्यांना समजत नव्हतं.

म्हणूनच त्यांनी भारद्वाजांना साकडं घातलं होतं. भारद्वाजही तत्परतेनं धावून आले होते. पहिला समीर गेला तो अपघातानं, त्याच्या जीननुसार त्याच्या आयुष्याची दोरी संपली म्हणून आलेलं ते नैसर्गिक मरण नव्हतं. त्याच्या आयुष्याचा आलेख अधिक लांबवरचा होता. तो गेला तो विमानाच्या इंजिनातील बिघाडामुळे. त्याचा आणि त्याच्या जीनचा काहीही संबंध नाही. या दुसऱ्या समीरला म्हणूनच तो धोका नाही हे त्यांनी परोपरीनं शांताबाईंना समजावून देण्याचा प्रयत्न केला.

पण शांताबाई त्याच्या पलीकडे गेल्या होत्या. विवेकाला त्यांच्या मनात थारा राहिला नव्हता. अनामिक भीतीनं, भावनेच्या असीम उद्रेकानं त्यांचा पुरता पगडा घेतला होता. कोणाचंही, भारद्वाजांचंही सांगणं मानायला, त्यांच्यावर विश्वास

ठेवायला त्या तयार नव्हत्या.

दुसऱ्या समीरची एखादी कृती पहिल्याची आठवण करून देणारी झाली की त्यांचा स्वतःच्या मनावरचा विश्वास दृढ होत जाई. मनाला घेरून बसलेल्या भीतीचा पीळ अधिकच घट्ट होई. एखाद्या झाडाभोवती बांडगुळासारख्या वाढणाऱ्या वेलीनं आपला विळखा जास्त जास्त आवळत त्या झाडातला जीवनरस शोषून घ्यावा तशी त्या भीतीनं त्यांच्या मनातली उमेद संपवत आणली होती.

दुसऱ्या समीरनं पहिल्यासारखाच फ्लाइंग क्लब जॉइन करण्याचा व पायलट होण्याचा मनोदय जाहीर केला तेव्हा तर शांताबाई कधी नव्हे त्या त्याच्यावर डाफरत सुटल्या होत्या.

त्यांच्या या विक्षिप्त वागण्याचं कारण न समजल्यानं मग समीरही बिथरल्यासारखा झाला होता. जेवढा त्यांचा विरोध वाढत होता, तेवढाच त्याचा निर्धारही पक्का होत गेला होता.

कात्रीत सापडल्यासारखी गोविंदरावांची स्थिति झाली होती. ते कोणालाही बोल लावू शकत नव्हते. मात्र जर समीरला साऱ्या गोष्टी नीट समजावून सांगितल्या तर तो आपलं ऐकेल आणि आता हट्ट पुढं चालवणार नाही, अशी आशा त्यांना वाटत होती.

त्याचसाठी परत एकदा त्यांनी भारद्वाजांकडे धाव घेतली होती. दुसऱ्या समीरला जन्माला घालताना त्याच्या जन्माचं गुपित त्या तिघांव्यतिरिक्त चौथ्याच्या कानी न जाऊ देण्याचं वचन गोविंदरावांनी भारद्वाजांना दिलं होतं. तेव्हा समीरला सारं सांगायचं तर भारद्वाजांची परवानगी तर आवश्यक होतीच. पण आपण समीरला सर्व काही नीट सांगू शकू याचीही त्यांना खात्री वाटत नव्हती.

भारद्वाजांनी मात्र ठाम नकार दिला होता. समीरला त्याच्या जन्माचं रहस्य कळलं तर त्याचा त्याच्यावर काय परिणाम होईल हे ते सांगू शकत नव्हते. एक म्हणता भलतंच काहीतरी होऊन बसायचं. ते त्यांना नको होतं. उलट शांताबाईंची भीती अनाठायी आहे हे समीर टेस्टवरून सुखरूप आला की त्यांना समजेलच. मग सारं काही ठीक होईल. काही दिवसांचाच प्रश्न आहे हे त्यांनी गोविंदरावांना पटवून दिलं होतं.

पण समजलं तरी उमजतंच असं नाही. एका कोपऱ्यात मुटकुळं करून केविलवाण्या बसलेल्या शांताबाईंना पाहिलं की भारद्वाजांचं ऐकण्यात चूक तर नाही केली, अशी शंका त्यांना टोचणी देतच राही. पण समीरच्या टेस्टच्या दिवसाची वाट पाहण्याखेरीज आता गत्यंतरही नव्हतं.

एक एक दिवस गोविंदराव मोजत होते. त्या एकेक दिवसागणीक शांताबाई तिळतिळ तुटत चालल्याचंही असहायपणे पाहत होते. केवळ समीरच्या टेस्टच्या

दिवसाच्या आशेवर. तो टेस्ट यशस्वीपणे पार पाडून परत येईल आणि मग समीर व शांता दोघंही पूर्वीसारखी आपल्याला लाभतील, आता आलेलं सावट दूर होईल आणि स्वच्छ प्रकाशाचं साम्राज्य परत प्रस्थापित होईल या आशेवर.

समीरच्या टेस्टचा दिवस उजाडल्यावर मात्र तोवर घातलेल्या विवेकाच्या अभेद्य बांधाला कुठेतरी चीर गेली. पहिल्या समीरच्या टेस्टच्या वेळी अविचल राहिलेले गोविंदराव या वेळी मात्र अस्वस्थ झाले होते. चुळबुळत होते. भारद्वाज याही वेळी आले होते व त्यांना सतत धीर देत होते म्हणून बरं. नाहीतर गोविंदराव सैरभैरच झाले असते.

तरीही खरोखरच पहिल्या समीरच्या अपघाती मरणाचा त्याच्या जीन्सशी काही एक संबंध नाही हे ते वरचेवर भारद्वाजांना विचारत राहिले. स्वतःच्याच अकस्मात शंकेखोर झालेल्या उच्छृंखल मनाला कसाबसा लगाम घालत राहिले.

शांताबाई मात्र या वेळी म्हटलं तर निर्विकार होत्या. कारण त्या कोणत्याही जाणिवेच्या पलीकडे गेल्यासारख्या झाल्या होत्या. एकाकी, शून्यात नजर लावून पाहत बसत होत्या. गेले दोन दिवस तर त्यांना भूक, तहान, कशाचीच शुद्ध नव्हती. गोविंदराव त्यांना बळेबळे खाऊपिऊ घालत होते. त्या मात्र संवेदनाशून्य झाल्यासारख्या पडून होत्या. त्यांच्या मनात उलटसुलट विचारांचे जे काही तुफान थैमान घालत होते, त्याची यत्किंचितही निशाणी त्यांच्या चेहऱ्यावर नव्हती.

आपण टेस्टला जात असल्याचं सांगण्यासाठी आणि आईच्या पाया पडण्यासाठी समीर आला तरी त्या तशाच निश्चल बसून होत्या. पहिल्याच्या टेस्टच्या वेळी याच शांताबाईंनी त्या समीरच्या कपाळभर अंगाऱ्याचा मळवट कसा भरला होता आणि त्याला घट्ट मिठीत घेत मूक रुदन कसं केलं होतं हे गोविंदरावांना आणि भारद्वाजांनाही प्रकर्षानं आठवलं. याही वेळी टेलिपॅथीचा संदेश आल्यासारखं एकमेकांकडे पाहत त्यांनी एकमेकांना त्याची आठवण करून दिली.

एअरपोर्टवर पोचल्यावर परत एकदा गोविंदरावांचा धीर सुटल्यासारखा झाला. स्वत:ला कसंबसं सावरत त्यांनी समीरला बेस्ट विशेस दिल्या. त्याच्या विमानानं आकाशात झेप घेईपर्यंत आणि त्याचा आकार लहानलहान होत जाईपर्यंत त्यांनी स्वत:ला आवर घातला. समीर तोवर क्रूझिंग अल्टिट्यूडवर पोचला होता. ठरल्याप्रमाणे पाच मिनिटं त्याच उंचीवर राहून खाली उतरण्यासाठी तो तयारी करू लागला. तसा एखाद्या ठिपक्यासारख्या दिसणाऱ्या त्याच्या विमानाचा आकार जमिनीवरून ते पाहणाऱ्यांच्या दृष्टीनं वाढत गेला.

ठिपका मोठामोठा होत असल्याचं पासून गोविंदराव घाबरल्यासारखे झाले. भारद्वाजांना गदागदा हलवत त्यांनी विचारलं,

"ते, ते पाहिलंस? त्याच्या विमानाचा आकार वाढत चाललाय."

"वाढणारच. समीर उतरण्याच्या तयारीला लागलाय."

"पण, पण फार वेगानं येतोय रे तो."

"भलतंच! त्याच्या खाली येण्याचा वेग कमी आहे की जास्त आहे हे तुला कसं कळलं? हे सारे तुझ्या मनाचे खेळ आहेत. समीर व्यवस्थित विमान चालवतोय. काही गडबड असतीच तर गेल्या वेळेसारखे सायरन नसते वाजले? धावपळ नसती झाली?"

तेही खरंच होतं. एअरपोर्टवर कंट्रोल टॉवरमध्ये सारं काही शांत होतं. कसलीही धांदल नव्हती. कसलीही चलबिचल नव्हती.

समीरचं विमान हळू पण निश्चितपणे जमिनीच्या दिशेनं येत होतं. गोविंदरावांना एका क्षणी ते अतिशय वेगानं खाली येत असल्याचं वाटे. आणि ते मनातल्या मनातच टाहो फोडत. समीरला वेग आवरायला सांगत. पुढच्याच क्षणी मात्र समीर उतरायला एवढा वेळ का घेतोय असं वाटून ते अधीरही होत.

समीरनं आपलं विमान सुरक्षितपणे पण डौलात, दिमाखात उतरवलं, त्या क्षणी मात्र गोविंदरावांना राहवलं नाही. स्वतःचं वय विसरून त्यांनी एखाद्या लहान मुलासारखी उडी मारली. आणि परत एकदा भारद्वाजांना गदागदा हलवत ते म्हणाले, 'पाहिलंस? पाहिलंस? समीर परत आलाय. सुखरूप परत आलाय. तो टेस्ट पास झालाय. पायलट झालाय. समीर परत आलाय."

"अरे, हो, हो, त्याला घेऊन आता घरी परतायला हवं."

भारद्वाजांनी त्यांना झालेला आनंद लपवत म्हटलं. समीर, जिवाभावाचा समीर टेस्ट व्यवस्थित पास झाल्याचा आनंद तर त्यांना झाला होताच, पण आजवर ठामपणे ज्याची खात्री आपण गोविंदरावांना, शांताबाईंना दिली ते आपलं सांगणं खरं ठरल्याचाही तो आनंद होता.

समीर टेस्टनंतरचे सारे सोपस्कार आटोपत होता. पण आता गोविंदरावांना घाई झाली होती. कधी एकदा घरी जाऊन शांताबाईंना ही बातमी देतो असं झालं होतं. समीर टेस्ट पास झालाय, त्याचं विमान न कोसळता जमिनीवर टेकलंय, समीर हातीपायी सुखरूप परत आलाय हे शांताबाईंना त्यांना ओरडून सांगायचं होतं.

ते ऐकलं, समीरला डोळे भरून पाहिलं, आपल्याला कसरीसारखी कुरतडत असलेली भीती अनाठायी असल्याची त्यांची खात्री पडली की शांताबाई स्वतःच स्वत:वर लादलेल्या जुलमाच्या समाधीतून जाग्या होतील, परत माणसात येतील याविषयी त्यांच्या मनात शंका नव्हती. आपल्याला, समीरला दुरावलेली शांता आपल्याला परत मिळणार, आता काही मिनिटांचाच अवधी आहे, या जाणिवेनं त्यांना अंगावर मोरपीस फिरवल्यासारखं शिरशिरून येत होतं.

घराच्या दारातूनच त्यांनी आरोळी ठोकली.

"शांते, शांते, हे बघ कोण आलंय. आपला समीर आलाय. पायलट समीर आलाय. आपली टेस्ट दिमाखात पार पाडून समीर सुखरूप परतलाय. सांगत होतो ना आम्ही तुला, तसाच. हा बघ, समीर. समीर आलाय."

शांताबाई मात्र होत्या त्याच कोपऱ्यात मुटकुळं करून बसून होत्या. तशाच निश्चल. तशाच शून्यात नजर लावून उघड्या डोळ्यांनी एकटक बघत.

आता मात्र गोविंदरावांना राहवलं नाही. काही झालं तरी त्यांना त्यांच्या या तंद्रीतून ओढून आणायचंच या निश्चयानं ते पुढे झाले. मघाशी भारद्वाजांना हलवलं तसं आता शांताबाईंना गदागदा हलवण्याच्या इराद्यानं.

पण त्यांच्या नुसत्या स्पर्शानंही पिकल्या पानासारख्या हलक्या झालेल्या शांताबाई जमिनीवर गळून पडल्या, निश्चेष्ट. संथपणे वाहणारा नदीचा प्रवाह एखाद्या डोहात अडकवून अडल्यावर त्यात सर्व मळी साचून तिचा तवंग धरावा तशी त्यांच्या उघड्या अचेतन डोळ्यांत भीतीची दाट काजळी मात्र साखळून राहिली होती.

सुगंध, दिवाळी, १९९०

घर

आपल्या आकाराचं आणि विस्ताराचं गूढ कायम राखणाऱ्या त्या अंधाऱ्या गुंफेवजा कक्षात त्यानं पाऊल टाकलं. त्याबरोबर त्याच्या सर्वांगातून सुखाच्या आणि वेदनेच्या अनुभूतीचं मिश्रण असणारी एक लहर दौडत गेली. विद्युतवेगानं. वास्तविक बाहेरच्या भरपूर उजेड असलेल्या भागातून त्या अंधाऱ्या कक्षात पाऊल ठेवल्यानं त्याच्या डोळ्यांसमोर साफ अंधारी आल्यासारखं झालं होतं. तिथला काळोख आहे त्यापेक्षा अधिकच गडद झाला होता; पण त्या कक्षाची पाहणी करायला त्याला दृष्टीची तशी अत्यावश्यकता नव्हती. तिचा काना न् कोपरा त्याच्या परिचयाचा होता. तिच्या भिंतीवरील प्रत्येक उंचवटा, प्रत्येक खोबण त्यातली प्रत्येक डायल त्याच्या परिचयाची होती. अगदी डोळे मिटूनही तो हवं असलेलं बटण हव्या तितक्या अंशातून फिरवू शकला असता. हव्या असलेल्या डायलवरचा काटा विवक्षित स्थिर करू शकला असता.

त्यानं खोलवर एक श्वास घेतला. ॲल्युमिनिअम, टिटॅनिअम, ओझोन यांच्या अस्तित्वाची स्पष्ट जाणीव करून देणाऱ्या त्या विवक्षित वासानं त्याच्या नाकपुड्यांना गुदगुल्या केल्या. त्या ओळखीच्या वासानं त्याच्या चित्तवृत्ती मोहरून आल्या. त्यानं सभोवार बघितलं. अंधाराला सरावलेल्या त्याच्या डोळ्यांना आता चोहोबाजूंना लुकलुकणारे ते रंगीबेरंगी दिवे दिसले. समोर, दूरवर असल्यासारख्या वाटणाऱ्या भिंतीवरच्या असंख्य डायल्स त्यातील चकाकत्या, पिवळ्या फ्लोरोसंट प्रकाशानं त्याला डोळा घालत खुणावताना आढळल्या. त्यावरचे काटे त्याला खडी ताजीम देत असल्यासारखे आपल्या ठरवून दिलेल्या जागी ताठ अविचलित उभे असलेले दिसले. त्यांच्या पुढ्यातल्या कन्सोल पॅनेलजवळची खुर्चीही अदबीनं झुकून त्याचं स्वागत करत असलेली त्याला भासली. आणि त्या क्षणी त्या कक्षाच्या भिंतीपलीकडे असलेल्या इंजिनांचा भरपेट असणारा फिस्कारही त्याच्या कानांच्या पडद्यांवर टिपरी

वाजवून गेला.

मरण यायचं असलं तर याच क्षणी यावं असं त्याला वाटून गेलं. आणि या क्षणी येणार नसेल तर जेव्हा केव्हा येईल तेव्हा ते इथंच, याच जागी यावं. याच विवक्षित स्थानावर. कारण आपलं या विश्वातलं एकमेव असं स्थान हेच आहे. आपलं, या पुरुरवा वैनतेय पार्थसारथीचं, या आजीव यानसेवकाचं स्थान इथंच आहे. आणि ते आजीव असल्यामुळे या स्थानापासून आपल्याला कोणीही अलग करू शकत नाही.

एक विषादपूर्ण स्मित पुरुरव्याच्या ओठांची महिरप विस्कटून गेलं. त्याच्या काळजातही खोल कुठंतरी कळ उठली. एक दीर्घ सुस्कारा सोडत तो कन्सोलसमोरच्या खुर्चीत कोसळला. त्या वेळच्या त्याच्या दुःखाचा सल जाणवून त्या खुर्चीनंही आपली नेहमीची कुरकुर केली नाही.

यानातल्या त्याच्या त्या ध्रुवासारख्या अढळ स्थानापासून त्याला कोणीही अलग करू शकत नव्हतं. कोणीही. याला अपवाद एकच होता. ज्या यानाशी तो एकरूप झाला होता, वर्षानुवर्षांच्या सहवासामुळे ज्याच्याशी त्याचं अतूट नातं जुळलं होतं, त्या यानानंच त्याला नाकारलं, तरच तो यानापासून वेगळा होऊ शकत होता. ही अर्थात अपवादात्मक बाब होती. यानसेवक या अधिकृत हुद्द्यामुळे आपण केवळ सेवक असू, पण वास्तवात आपण या यानावर प्रेम केलंय. त्याची भक्ती केलीय. मग ते यान आपल्याला नाकारेलच कसं!

पण तीच अशक्यप्राय गोष्ट घडून आली होती. स्वप्नातही ज्याची शक्यता आपण नगण्य धरली होती तीच गोष्ट साकार झाली होती. यान आपल्या सेवकांची अतिशय कठोर परीक्षा घेतं, त्यांच्या सेवाक्षमतेवर, कार्यशक्तीवर कडक नजर ठेवून असतं, त्यामध्ये यत्किंचितही घट झालेली दिसून आली की निष्ठुरतेनं त्यांना नाकारतं, असं आजवर तो निव्वळ ऐकत आला होता. क्वचित अशाच एखाद्या नाकारलेल्या सहकाऱ्याचं नावही त्याच्या कानावर आलं होतं. त्या त्या वेळी तो बेफिकिरीनं हसला होता. आज इतर जण तसेच हसत असतील. आताही तो त्या यानातच होता. त्याच्या त्या काळोख्या नियंत्रण कक्षातील त्याच्या ओळखीच्या, त्याच्या हक्काच्या जागेवरच बसला होता. त्या यानाचा प्रवास नियंत्रण करणारी सारी यंत्रणा त्याच्या हाताशीच होती. पण एरवी त्याच्या बोटांच्या ओझरत्या स्पर्शालाही तातडीनं, तत्परतेनं दाद देणारी ती यंत्रणा आज मात्र उद्दामपणे त्याला आव्हान देत होती. त्याला जुमानत नव्हती. यानाच्या आत, एखाद्या पवित्र गाभाऱ्यात दडून बसलेल्या सोवळ्या मूर्तीसारखा लपून बसलेला यानाचा सर्वेसर्वा संगणक सारी सूत्रं आपल्या हातात घेऊन बसला होता. त्याच्या आज्ञांना कवडीमोलही उरलं नव्हतं. त्याच्या हुकमांनुसार आपली दिशा, आपलं गन्तव्य स्थान बदलणारं ते यान स्वतःच

आपल्या मुक्कामाविषयीचा निर्णय घेत होतं. आपलं गन्तव्य स्थान स्वत:च निश्चित करत होतं.

गन्तव्य स्थान! डेस्टिनेशन! डेस्टिनीशी त्याचा संबंध असावा काय? नक्कीच! नाहीतर आपल्याला त्या मुक्कामाकडे कशाला जावं लागलं असतं? आपल्या इच्छेविरुद्ध?

आपल्याला कुठं नेलं जातंय याची त्याला पुरेपूर जाणीव होती. पण त्या ठिकाणाचा विचारही त्याला नकोसा वाटत होता! आयुष्याची पन्नास वर्षं अंतराळात स्वच्छंद फिरण्यात काढल्यावर ज्याची नाळ आपण तोडून टाकली होती त्या भूतलावर जायचंच कशाला! यानाचं आणि आपलंही, आयुष्य बरोबरच संपल्यावर ज्या मातीतून आपल्या दोघांचाही जन्म झाला त्या मातीत मिसळण्यासाठी काय जावं लागलं असतं तेच! पण आता जिवंतपणी जिकडेतिकडे क्षितिजाची सीमा असणाऱ्या त्या पृथ्वीवर जायचं म्हणजे...

आपलं घामानं डबडबलेलं कपाळ पुसण्यासाठी रुमाल काढावा म्हणून त्यानं युनिफॉर्मच्या खिशात हात घातला. पण तिथं रुमाल नव्हताच. त्याच्या हाताला टोचला तो त्या रिपोर्टचा पोलादी पट्टा. त्या वेळी त्याला जाणवलेली वेदना मात्र त्या टोचणीच्या स्पर्शाची नव्हती. त्या रिपोर्टमधल्या मजकुराच्या आठवणीनं तो कळवळला होता.

तो रिपोर्ट त्यानं बाहेर काढला असता तरी तिथल्या त्या अंधुक प्रकाशात त्याला वाचता नसता आला. अर्थात वाचण्याची गरजच नव्हती म्हणा! कोरून काढल्यासारखा त्याच्या मेंदूत तो मजकूर रुतून बसला होता.

टेस्ट नंबर क्यू वन नाईन नाईन एच.

जुलै ट्वेन्टी टू ट्वेन्टीवन सेव्हन्टी

टेस्ट सबजेक्ट पुरुरवा वैनतेय पार्थसारथी.

ऑपरेशनल स्टेटस... निगेटिव्ह.

निगेटिव्ह! निगेटिव्ह! निगेटिव्ह! एका रिले स्टेशनवरून दुसऱ्या रिले स्टेशनवर, तिथून तिसऱ्या अशा जाणाऱ्या संदेशासारखा तो एकच शब्द त्याच्या मस्तकात घुमत राहिला. एका न्यूरॉनकडून दुसऱ्याकडे, त्याच्याकडून तिसऱ्याकडे. एकालाही तो नको होता. पण त्यांच्या, त्याच्या मेंदूच्या, त्याच्या मनाच्या हवं नको असण्याला काहीच अर्थ उरला नव्हता. त्या निर्जीव यंत्रानं दिलेला निर्णय मान्य करण्यावाचून गत्यंतर नव्हतं. त्याच्या भवितव्यावरचं ते शिक्कामोर्तब अटळ होतं.

त्याच्या धमन्यांत, शिरांमध्ये त्या इवल्याशा चांदीच्या सुया शिरल्या होत्या तेव्हाच ते भवितव्य ठरून गेलं होतं. त्या सुयांवाटे यानातला तो संगणक राक्षस आपल्या इलेक्ट्रॉनिक दूताकरवी त्याच्या शरीराचं परीक्षण करत होता. त्याच्या

शरीरातील प्रत्येक जीवरासायनिक क्रिया अलग अलग तपासून पाहत होता. त्यांच्यात कुठे इवलीशीही कमतरता दिसते की काय हे जाणून घेण्यासाठी, एखादं एन्झाइम कुठे रतिभरही कमी पडतं की काय हे पाहण्यासाठी. एखादी प्रक्रिया आपल्या वेगात रेसभरही कमी पडते की काय हे पडताळण्यासाठी.

आणि तशी ती त्रुटी सापडली तेव्हाच तो शब्द कोरला गेला. निगेटिव्ह! त्या एका शब्दानं यानानं त्याच्या आजवरच्या सेवेची समाप्ती केली, त्याला नाकारलं. यापुढंही आपली सेवा करण्याचा हक्क नाकारला. गेली पन्नास वर्षं पुरुरवा अनंत अवकाशात संचार करत होता. त्या यानाच्या त्या अजस्र नांग्यांना गोंजारत त्यांच्याकडून अंतराळातली खनिजसंपत्ती गोळा करत होता. त्यानं यानाची प्रचंड कोठारं भरत होता. साठ वर्षांचं आयुष्य होतं त्या यानाचं. तोवर ती कोठारं संपूर्ण भरून गेली असती. तोवर यानसेवकानं त्या यानाचं सुकाणू धरून त्याला योग्य त्या ठिकाणी फिरवायचं होतं. त्याचं कर्तव्य पार पाडायला मदत करायची होती.

आणखी दहा वर्षं झाली की यानाची कोठारं भरली असती. तोवर तोही ऐंशीच्या घरात पोचला असता. विज्ञानानं ताणून धरलेली त्याच्या आयुष्याची दोरीही तोवर ढिली पडली असती. तिच्यातला उरलेला एखादाच अर्धामुर्धा पीळ सुटण्याचा काळ त्यानं कसाही काढला असता. नाहीतरी यानाची भरलेली कोठारं रिती करण्याचं काम होतंच.

पण ते व्हायचं नव्हतं. त्याआधीच यानानं त्याच्यावर हुकूम बजावला होता. त्याला सेवामुक्त केलं होतं. त्या हुकमाची अंमलबजावणीही दुसऱ्या कोणावर न सोपवता स्वतःच करायला घेतली होती. म्हणूनच आता तो त्या यानातला एक प्रवासी बनून राहिला होता. त्याला त्याच्या घरी नेऊन सोडण्यासाठी ते यान निघालं होतं.

हं! घर म्हणे घर! पन्नास वर्षांत ज्याचं तोंडही पाहिलं नाही आणि त्यापूर्वीची दहा-बारा वर्षंही जे आपलं घर नाही हे मनावर बिंबवलं गेलं, ते आपलं घर होईलच कसं! आपलं घर हे इथं आहे. या इथं, या यानात. अवकाशाच्या या अनंत पोकळीत आपल्यावर छत्र धरणाऱ्या या यानात.

पण हे घरच आता आपल्याला खायला उठलंय. हे घरच आता आपल्याला थारा द्यायला तयार नाहीय आणि त्या अनेक योजनं दूर असणाऱ्या पृथ्वीला आपलं घर मानायला सांगू लागलंय.

मला नकोच ते घर. आय हेट इट. आय हेट द अर्थ!

पण त्याच्या या आकांताला कोणीही प्रतिसाद देणारं नव्हतं. त्याला नको असलेल्या त्या घराच्या दिशेनं ते यान निघालं होतं. आणखी अठ्ठेचाळीस तासांत ते त्याला तिथं पोचवणार होतं. आणि त्या अठ्ठेचाळीस तासांची वाट पाहण्याखेरीज

तो काहीही करू शकत नव्हता.

“व्हॉट इज हिज एक्स्पेक्टेड टाइम ऑफ अरायव्हल? केव्हा येणार आहे तो?” डॉक्टर चौधरींनी विचारलं.

कॉम्प्युटर स्क्रीनवरची फाइल योग्य त्या ठिकाणी उघडून ठेवत चौधरींचे असिस्टंट डॉक्टर सेन म्हणाले, “उद्या सकाळी दहा बाजून सत्तावीस मिनिटांनी.”

“म्हणजे बाकीची तयारी करायला आता फार वेळ नाही. तुमची तयारी पूर्ण होत आलीय ना?”

“सगळ्या टीमला व्यवस्थित सूचना दिल्यात ना? तो इथं आल्याबरोबर सतत त्याच्यावर नजर ठेवून राहिलं पाहिजे. या वेळी तरी, याच्या बाबतीत तरी आपल्याला यश येईल अशी अपेक्षा करतो मी.”

“ती फलद्रूप होईलसं मला वाटत नाही सर. आजवर प्रत्येक केसबाबत तसंच वाटलं होतं. पण काही उपयोग झाला नाही. तेच पॅटर्न सतत रिपीट होत गेलंय. मग याच्याच बाबतीत असा काय चमत्कार घडणार आहे?”

“चमत्कार कधीच घडत नसतो, सेन. बदल हळूहळू होतच असतात. सामान्यांच्या नजरेला ते सूक्ष्म बदल येत नाहीत. त्यामुळे त्यांचा एकत्रित परिणाम होतो, तेव्हा चमत्कार झाल्यासारखा वाटतो. आजवरच्या केसेसमध्ये असे सूक्ष्म बदल होत आले आहेत. याच्यातही आणखी थोडा बदल तरी होईलच.”

“होईलच कदाचित. पण तुम्ही आशा करताय तेवढा व्हायला चमत्कारच घडावा लागेल, सर.”

“बघू या. बघू या. घोडामैदान जवळच आहे.”

बिछान्यावर पडल्यापडल्या पुरुरवा डाव्या कुशीवर वळल्या. समोरच्या मोठ्या खिडकीतून त्याला बाहेरचे निशादेवीच्या साम्राज्याला वाकुल्या दाखवणारे तारे दिसू लागले. डोळे मिचकावत ते त्याला खुणावत होते. मूकपणे साद घालत होते. तिथं कुठं पडला आहेस तू? तुझं स्थान इथं आहे, आमच्यामध्ये आहे, हे त्याला बजावून सांगत होते. त्यालाही ते समजत होतं. पटत होतं. त्यांच्यामध्ये जायला तो उत्सुक होता. पण तिथपर्यंत पोचायचं कसं हे त्याला समजत नव्हतं. तिथपर्यंत पोचण्यासाठी त्याला मदत करणाऱ्या त्याच्याच लाडक्या यानानं त्याच्याकडे पाठ फिरवली होती. एखाद्या चवचाल स्त्रीसारखी त्याची साथ सोडली होती, त्याला इथं या पृथ्वीवर टाकून देऊन, हेच तुझं घर असं सांगून ते यान निघून गेलं होतं. दुसऱ्या कोणाचा तरी हात हातात घेऊन. स्वतःचं सुकाणू त्या नव्या साथ्याच्या, सारथ्याच्या हातात निर्धास्तपणे सोपवून.

साऱ्यांनीच त्याला असं वाळीत टाकलं होतं. त्याची साथसंगत सोडली होती. हे हरामखोर तारेही दुरूनच त्याला खुणावत होते. त्याच्या जवळ येत नव्हते. त्यांनीही त्याची संगत सोडली होती. त्या अवकाशानंही, यानानंही, या इथल्या माणसांनीही... नाही. त्यांनी त्याची संगत नव्हती सोडली. त्यालाच यांची संगत नकोशी होती. ते तर उलट त्याच्या जवळ यायचा, त्याला आपलंसं करायचा कसून प्रयत्न करत होते.

काय करायचं बाकी ठेवलं होतं त्यांनी? त्याला हे आलिशान घर दिलं होतं. सर्व सुखसोयींनी युक्त असलेलं. खालच्या गॅरेजमध्ये लेटेस्ट मॉडेलची जेट कार होती. सर्व ताजी इलेक्ट्रॉनिक उपकरणं त्याच्या दिमतीला होती. नव्याकोऱ्या कपड्यांनी कपाटं भरली होती. खाण्यापिण्यात, आरामात, कशाकशात कसलीही कमतरता नव्हती. त्याच्या आयुष्यभराच्या सेवेबद्दल कृतज्ञता व्यक्त करण्यात सरकारनं, समाजानं काहीही हातचं राखून ठेवलं नव्हतं.

त्याच्या कुटुंबानंही त्याच्याबद्दल वाटत असणारा अभिमान, वाटत असणारं प्रेम मुक्त हस्तानं उधळलं होतं. आता परत तो आपल्या माणसात आलाय, त्याचा इतक्या वर्षांचा वनवास संपून तो परत आपल्या घरी आलाय हे त्याला पटवून देण्याचा आटापिटा त्यांनी केला होता.

पण तो ते ऐकून घ्यायलाच तयार नव्हता. त्यांचं काहीही मानायलाच तयार नव्हता. ती त्याला आपली माणसं वाटतच नव्हती. प्रत्यक्ष त्याची आई, त्याचे भाऊबहिणी हे त्याला परके वाटत होते. जेमतेम पंधरा वर्षांचा असताना त्यानं त्यांचा निरोप घेतला होता. अन् त्यापूर्वी, तो कशासाठी जन्माला आलाय, त्याच्या जीवनाची इतिकर्तव्यता काय आहे हे त्याच्या मनावर बिंबवण्यात साऱ्यांचा वेळ आणि परिश्रम खर्ची पडले होते. तो इथं आला तेव्हा त्यांचे चेहरेही त्याला धड आठवत नव्हते. कशी वाटावी त्याला आपुलकी त्यांच्याबद्दल? कसा वाटावा विश्वास? कसा वाटावा जिव्हाळा? त्याला वाटत होता तो फक्त तिरस्कार. त्याला येत होती ती फक्त चीड.

तिरस्कार! चीड! सगळ्यांची. या पृथ्वीची. या शानदार घराची. गाडीची. कपड्यालत्त्यांची. आसमंताची. त्याला आपलंसं करू पाहणाऱ्या त्याच्या 'आपल्या' माणसांची. आईची. भावाबहिणींची. मेव्हण्याभावजयांची. त्याच्याकडून त्याच्या पन्नास वर्षांच्या प्रवासाच्या आठवणी ऐकू बघणाऱ्या त्याच्या भाच्यापुतण्यांची. त्याला प्रदर्शनीय वस्तू समजून सदोदित त्याच्या भोवती कोंडाळं करण्याऱ्या गर्दीची. त्याचा जयजयकार करणाऱ्या जमावाची. त्याचे स्तुतिपाठ गाणाऱ्या भाटांची. त्याच्या गळ्यात मानसन्मानांची साखळी अडकवून त्याला इथं पृथ्वीवर कैद करू पाहणाऱ्या, त्याला जेरबंद करू पाहणाऱ्या सरकारची. त्याला त्याच्या 'घरा'पासून तोडणाऱ्या

कायदेकानूंची.

त्यातूनही जर त्याला त्याच्यासारखे इतर निवृत्त यानसेवक भेटले असते, तर निदान त्याला समदुःखी 'आपली' माणसं भेटल्याचं समाधान लाभलं असतं. पण तसा कोणीही भेटला नाही. अगदी औषधालासुद्धा एकही आढळला नाही. त्यांच्याविषयी कोणालाही काहीही माहिती नव्हती. त्यामुळे आपण असे पहिलेच, एकटेच असं वाटून तर त्याच्या दुःखाचे कढ अधिकच दाटून येत. आपणच असे कसे करंटे? यानाकडून धिक्कारले जाणारे? इतर इतकी मंडळी अजूनही मुक्तसंचार करत असताना आपल्याच नशिबी का ही काळ्यापाण्याची शिक्षा? का ही हद्दपारी?

तरीही तो इतरांसंबंधी विचारत राहिला. स्वतःच्या आशेची धुगधुगी कायम राखण्यासाठी. निराशेपोटी पचवाव्या लागणाऱ्या कडू सत्याला टाळण्यासाठी. पण त्यानं विचारताच लोक फक्त त्याच्याकडे पाहून हसत. एखाद्या हट्टी मुलाची समजूत घालण्यासाठी खोटंखोटं हसावं तसं. प्रत्यक्ष त्याच्या आईनं तेच केलं होतं. त्यामुळे ही सगळी मंडळी आपल्यापासून काहीतरी लपवताहेत, आपल्याला इथं डांबून ठेवण्याचा हा त्यांचा कट आहे, हा त्याचा समज तर अधिकच दृढ झाला. त्याचा तिरस्कार वाढला. तशीच त्याची चीडही.

आतल्या आत धुमसत राहणाऱ्या ज्वालामुखीनं अधिकाधिक विक्राळ स्वरूप धारण करावं, बाहेरून मात्र त्याचा पत्ता लागू नये, तशी त्याची स्थिती होत चालली होती. नाही म्हणायला मधूनच एखादी ठिणगी उडे. काहीतरी निमित्त होऊन.

पहिल्याच आठवड्यातली गोष्ट.

त्यानं रस्त्यावरच मारामारी केली होती. एका पादचाऱ्याला बुकल बुकल बुकलला होता. त्या बिचाऱ्याची तशी काहीही चूक नव्हती. स्वतःच्याच तंद्रीत जाणाऱ्या पुरुरवानं आपली जेट कार अशा काही बेफाम वेगानं चालवली होती की, सरळ वाटेनं जाणाऱ्या त्या बिचाऱ्या पादचाऱ्यानं मोठ्या मुश्किलीनं स्वतःचा जीव वाचवला होता. साहजिकच त्याची प्रतिक्रिया जरा तिखट झाली होती...

"मिस्टर, हा रस्ता आहे. आणि जेट इंजिन असलं तरी ही केवळ एक गाडी आहे. या वेगानं बेफाम जायला हे काय तुमचं अंतराळ समजलात की ही तुमची गाडी म्हणजे तुमचं ते सालं यान?"

यानाची आठवण करून दिल्यानं जखमेवरची खपली काढल्यासारखं झालं होतं. तर यानाला उद्देशून काढलेल्या त्या अपशब्दानं आगीत तेल ओतल्यासारखं झालं होतं. स्वतःवरचा ताबा सुटून पुरुरवा त्याच्या अंगावर धावून गेला होता. सर्व शक्तिनिशी त्याच्यावर तुटून पडला होता. इतर लोक आणि पोलीस मध्ये पडले नसते, तर त्या दिवशी त्यानं त्या माणसाचा जीवच घेतला असता.

स्वतःची लाज वाटून असेल, आपण इतके व्हायोलंट कसे झालो, असं वाटून

असेल, पण आपण स्वतःहून सायकिसेन्टरमध्ये गेलो होतो. तिथल्या यंत्राच्या हाती स्वतःला सोपवलं होतं. आपल्या मनाचा, अगदी खासगी असलेला कोपरा न् कोपरा धुंडाळायला दिला होता. त्यानंतरही त्या कोरम यंत्रांनी काय सांगावं आपल्याला? सावर? नव्या घडणीशी जुळवून घे? या समाजात सामावून जा? तू घरी आलाहेस?

घरी आलोय म्हणे! अरे कोणालाही कसं कळत नाहीय माझं खरं घर कुठं आहे ते!

त्या पोलिसालाही तेवढी अक्कल नसावी. नाहीतर आपण इतर यानसेवकांचा पत्ता विचारल्यावर एखाद्या ढ विद्यार्थ्याच्या पाठीवर थोपटत त्याची कीव करावी तसं तो का वागला असता? मग आपण एकाच गुद्द्यात त्याची ती हसणारी बत्तीशी उठवली तर त्यात आपलं काय चुकलं? पण ते स्वतःला विद्वान मानणाऱ्या न्यायाधीशालाही कळू नये ना! म्हणे तुम्ही यानसेवक होतात म्हणूनच केवळ ताकीद देऊन तुमची सुटका करतोय. ही कसली सुटका! इथं या पृथ्वीवर बंदिवास करून ठेवायचं आणि म्हणे सुटका!

सततच्या या धुमसण्याचा व्हायचा तोच परिणाम झाला. केव्हातरी स्फोट व्हायचाच होता. गेल्याच आठवड्यात तो झाला. नेहमीसारखे आपण जेटकारमधून सैर करायला निघालो होतो. किती हळू चालवत होतो. तरीही म्हणे वेग तुफान होता. अरे अंतराळात या वेगानं गेलो असतो तर केव्हाच गुरुत्वाकर्षणाच्या ओढीपायी खेचले जाऊन आपटलो असतो. ती येडचाप शाळकरी मुलगी कधी वाटेत आडवी आली कळलंच नाही. अवकाशात नाही असं कोणी आडवं येत. तिचा जीव वाचवला खरा; पण गाडी जाऊन कुठं आदळली कोण जाणे?

एवढ्यासाठी त्या भडव्यांनी आपलं ड्रायव्हिंग लायसेन्स काढून घेतलं. आपलं! या पुरुरवा वैनतेय पार्थसारथीचं! अर्धा शतकभर ते यान जरासा ओरखडाही येऊ न देता कोट्यवधी मैल चालवणाऱ्या या पुरुरव्याचं!

सगळे एकाच माळेचे मणी आहेत. चोर आहेत. कट आहे हा त्यांचा मला इथंच डांबून ठेवण्याचा. त्यांनीच त्या संगणकाला माझी चूक दाखवून द्यायला भाग पाडलं असणार! मला! आय हेट देम. आय हेट देम. आय वुईल किल देम! आय वुईल एक्सटर्मिनेट देम!

जोरजोरानं मुठी आपटत पुरुरव्यानं डोळे मिटून घेतले. नुकत्याच मिचकावण्या दाखवणाऱ्या त्या ताऱ्यांनाही त्यानं दूर लोटलं. त्यांच्याशी हमदर्दी दाखवू पाहणाऱ्या डोळ्यांमधल्या कढत अश्रूंनाही त्यानं पापण्यांच्या बाहेर ढकलून दिलं.

"काही एक उपयोग नाही." सेन डॉक्टर चौधरींना सांगत होता. "इतके दिवस वाट पाहिली, आज सुधारेल उद्या सुधारेल, पण दिवसेंदिवस त्याची स्थिती खालावतच चालली आहे."

"हं," एक दीर्घ सुस्कारा सोडत डॉक्टर चौधरी कॉम्प्युटर स्टेशनपुढून उठले. मेन रेकॉर्डमधून त्यांनी पुरुरव्याची संपूर्ण फाइल मागवली होती. कॉम्प्युटरच्या पडद्यावर तीच ते तपासत होते. सेन जे सांगत होता त्याच्याशी त्या फाइलमधली तपशीलवार माहिती तंतोतंत जुळत होती.

"मी त्याला आज इथं बोलावलंय," चौधरी खिडकीबाहेर पाहत सांगू लागले. "आपण परत अंतराळात जाऊ शकणार नाही, हे तो पक्कं जाणून आहे. इथं राहायला तो अनफिट आहे. इथल्या समाजाच्या दृष्टीनं तो ॲब्नॉर्मल आहे. असणारच. त्याशिवाय तो यानसेवक होऊच शकला नसता. यानसेवक होण्याची ती एक किंमतच त्यांना द्यावी लागते. आणि म्हणूनच इथं आल्यानंतर त्यांना इथल्या परिस्थितीशी जुळवून घेणं अशक्य होतं. पुढेमागे कदाचित हा ट्रेन्ड बदलता येईलही आपल्याला. मला तशी आशा आहे. पण अजून ती वेळ येऊन ठेपलेली नाहीय."

"मग काय करणार आहात तुम्ही त्याचं?"

"काय करणार दुसरं? नेहमीचाच उपाय करावा लागणार."

"म्हणजे तुम्ही त्याला 'घरा'त बंदिस्त करून ठेवणार?"

"दुसरा उपायच नाही. आणि बंदिवान तरी तो स्वखुशीनं होणार आहे ना? तसा नाही झाला तर त्याचं डोकं फिरेल. तो खुनशी बनेल. लोकांना मारत सुटेल. पार्थसारथी खुनी बनेल."

"खुनी? तो तर लोकांचा लाडका आहे. त्यांचा हिरो आहे."

"बाकीचे नव्हते की काय?" विषादाने हसत चौधरी म्हणाले. "तरीही त्या सर्वांना 'यानसेवक संस्थे'त 'घर' देऊन बंदिवान करावंच लागलं ना? म्हणूनच ते कुठंही हिंडताना दिसत नाहीत ना? त्यांच्या दृष्टीनंही ते बरं आहे आणि इतर समाजाच्या स्वास्थ्याच्या दृष्टीनंही."

"खरं आहे सर तुमचं म्हणणं. आजवर त्या यानानं आपल्या साऱ्या प्रयत्नांवर पाणी ओतलं आहे. त्या यानावरच्या निष्ठेनं साऱ्या यानसेवकांना आपल्या समाजापासून दूर ओढून नेलं आहे. हे असंच चालू राहणार का? यात कधीच बदल होणार नाही का?"

त्याला उत्तर न देताच डॉक्टर चौधरी दीडशे मजले खाली असलेल्या रस्त्यावरच्या मुंग्यांसारख्या दिसणारा रहदारीकडे शून्यवत नजरेनं पाहत राहिले.

भरपूर उजेड असलेल्या त्या बोळकंडीवजा कॉरिडॉरमधून आपल्या बुटांचा खाड्खाड आवाज करत पुरुरवा चालत होता. आज जवळजवळ दोन महिन्यांनी त्यानं आपला युनिफॉर्म घातला होता. त्याच्या त्या ओळखीच्या स्पर्शानं त्याला पहिल्यादांच अंगावर कपडे घातल्यासारखं वाटत होतं. एरवी अघळपघळ कपडे

घालूनही नागवं असल्यासारखं त्याला वाटत राही. इतक्या दिवसांनंतर आज प्रथमच ही मंडळी त्याच्या मनासारखं वागली होती. त्यांनी त्याचा युनिफॉर्म त्याला परत दिला होता. त्याच्या पुढे चालणारे डॉक्टर चौधरी थांबले तसा तोही थांबला.

"वेल, पुरुरवा पार्थसारथी, हे तुझं घर. आजपासून तू इथंच राहायचंय. तुझ्या सर्व गरजा लक्षात घेऊन त्या साऱ्या सोयी करण्याची व्यवस्था आम्ही केलीय. आय होप, कसलीही कमतरता तुला भासणार नाही."

"ओह आय ॲम शुअर ऑफ इट, सर. थँक्यू थँक्यू व्हेरी मच."

"वेल देन, गुडबाय पुरुरवा."

"गुडबाय सर."

पुढे होऊन त्यानं समोरचं दार उघडलं. आणि आपल्या आकाराचं आणि विस्तारचं गूढ कायम राखणाऱ्या त्या अंधाऱ्या गुंफेवजा कक्षात त्यानं पाऊल टाकलं. त्याबरोबर त्याच्या सर्वांगातून सुखाच्या आणि वेदनेच्या अनुभूतीचं मिश्रण असणारी एक लहर दौडत गेली. विद्युतवेगानं. वास्तविक बाहेरच्या भरपूर उजेड असलेल्या कॉरिडॉरमधून त्या अंधाऱ्या कक्षात पाऊल ठेवल्यानं त्याच्या डोळ्यांपुढं साफ अंधारी आल्यासारखं झालं होतं. तिथला काळोख आहे त्यापेक्षा अधिकच गडद झाला होता. पण त्या कक्षाची पाहणी करायला त्याला दृष्टीची अत्यावश्यकता नव्हती. तिचा काना न् कोपरा त्याच्या परिचयाचा होता. तिच्या भिंतीवरला प्रत्येक उंचवटा, प्रत्येक खोबण, त्यातली प्रत्येक डायल त्याच्या परिचयाची होती. अगदी डोळे मिटूनही तो तिथं असलेली बटणं हव्या तितक्या अंशातून फिरवू शकला असता. हव्या असलेल्या डायलवरचा काटा विवक्षित ठिकाणी स्थिर करू शकला असता. हे त्याचं घर होतं.

पुरुरवा वैनतेय पार्थसारथी आपल्या आयुष्याचे राहिलेले दिवस काढण्यासाठी आपल्या घरी पोचला होता.

विवेक, दिवाळी, १९९०

लूपहोल

जिवाच्या आकांतांने ती पळत सुटली होती. मागे वळून पाहण्यात वेळ दवडण्याचा धोकाही तिला पत्करायचा नव्हता. तसं करण्यात गमावले जाणारे पाचपंधरा क्षणही मोलाचे आहेत हे तिला पक्कं समजलं होतं. ते आपला पाठलाग करत असतील, आपल्याला पकडण्यासाठी आटोकाट प्रयत्न करत असतील याविषयी तिला शंका नव्हती. जरासाही कुठं आवाज झाला की तो त्यांच्याच पावलांचा समजून ती आपला वेग आणखी वाढविण्याचा प्रयत्न करीत होती.

समोर घनघोर काळोख होता. पाय ठेवायला तिथे जमीन सापडणार आहे की एखाद्या खोल दरीत आपण कोसळणार आहोत याचा विचारही न करता तिला तो अंधार गाठायचा होता. त्यात सामावून जायचं होतं. त्यांच्या नजरांपासून त्या काळोखात लपायचं होतं.

ती त्या काळोखात शिरली. हायसं वाटून ती एक दीर्घ श्वास घेणार तोच एका प्रकाशाच्या झोतानं तिला उजळून काढलं. या इथं निर्जन अवस्थेत, या घनदाट काळोखात हा प्रकाशाचा झोत आला कुठून, हा प्रश्न मनातल्या मनात उभा करण्याइतकंही तिचं चित्त थाऱ्यावर नव्हतं. जो जो ती त्या प्रकाशझोताच्या वर्तुळाबाहेर जाण्याचा प्रयत्न करीत होती, तो तो तो प्रकाशझोत तिला अधिकच बिलगत होता. एखाद्या भूस्थिर उपग्रहानं आपले संदेश एका विवक्षित स्थानावर केंद्रित करावेत, त्या स्थानाच्या गतिनुसार आपला वेग राखत त्याला घट्ट पकडून ठेवावं तसा तो झोत तिला आपल्या कवेत घेऊन बसला होता.

वेग वाढविणं निष्फळ आहे याची तिला जाणीव होऊ लागली होती. कारण ती जेवढ्या वेगानं पुढे जाण्याचा प्रयत्न करीत होती, तेवढ्याच वेगानं पायाखालची जमीन मागे सरकत होती. वेगानं धावूनही ती जागच्या जागीच होती.

अकस्मात आसमंतातला अंधार नाहीसा झाला. ज्याला आपण काळोख समजत

होतो तो काळोख नव्हताच मुळी हे तिच्या लक्षात आलं. नखशिखांत काळा युनिफॉर्म घातलेली त्यांची तुकडी तिला वेढा घालून उभी होती. आपले शुभ्र दात विचकत. त्या दातांचाच उजेड तिच्या अंगावर झोत बनून राहिला होता. तिला आपल्या पकडीतून निसटू देत नव्हता.

असहायपणे ती उभी राहिली. आतल्या आत अंग चोरत विरून जाण्याचा केविलवाणा प्रयत्न करत राहिली. काळोखातून अंग शहारून टाकणारा घुबडाचा घूत्कार यावा तसा कोणाचा तरी आवाज आला,

"कुठे जात होतीस पळून? कानून के हाथ लंबे होते हैं, हे ऐकलं नाहीस तू? कायद्याची अशी उघडउघड पायमल्ली करून तू पळून जाऊ शकशील, मोकळी राहू शकशील, असं वाटलं तरी कसं तुला?"

सपासप कोणीतरी मुस्कटात मारत सुटावं तसे त्या प्रश्नाचे फटकारे तिला झोंबले. तिच्या डोळ्यांत पाणी आलं. निःशब्दपणे वाहू लागलं.

"मला माफ करा. माझी चूक झाली. कबूल. पण मला पकडू नका हो. मला शिक्षा करू नका हो. परत कधी अशी चूक होणार नाही. अगदी देवाशप्पथ."

"शपथा घेऊन तू केलेल्या गुन्ह्याचा गंभीरपणा नाहीसा नाही व्हायचा. त्या गुन्ह्याला क्षमा नाही. परत चूक करणार नाही म्हणे. हं! परत चूक करायची संधीच मिळायची नाही तुला, समजलं?"

बोलता बोलताच पुढे होत त्यांनी तिच्या हातात बेड्या अडकविल्या. तिच्या दंडाला काढण्या लावल्या. आणि तिला आपल्याबरोबर न्यायला सुरुवात केली.

हातातल्या बेड्या काढून टाकण्याचा प्रयत्न करत ती किंचाळतच पळत सुटली, "नाही, नाही, मी तुरुंगात जाणार नाही, नाही!"

किंचाळत करुणा जागी झाली. तिचं सर्वांग घामानं चिंब भिजून गेलं होतं. हातातल्या पॉलिमेटॅलिक नोड्यूलपासून बनविलेल्या बांगड्या काढून टाकण्याचा प्रयत्न तिनं केला होता. काही क्षण ती संभ्रमावस्थेतच राहिली. आपण कुठे आहोत, काय करतो आहोत, जागे आहोत की हे स्वप्न आहे, कश्शाकश्शाचं भान तिला नव्हतं. त्याच अवस्थेत ती काही काळ पडून राहिली. अन् मग हृदयाची धडधड कमी होत गेली तशी आजूबाजूच्या वास्तवाची जाणीव तिचं मन व्यापू लागलं. पुराचं पाणी ओसरल्यावर आपल्या जागेचा ताबा दबकत दबकत घेऊ पाहणाऱ्या जीवजंतूसारखी.

आपल्याच बेडवर होती ती. वांझोटा विचार करता करता त्याच्या श्रमानंच तिला गुंगी आल्यासारखं झालं होतं. त्यापायी आलेल्या थकव्यामुळेच तिचा अंमळ डोळा लागला होता, पण जागेपणी छळणाऱ्या भुतांनी झोपेतही तिचा पिच्छा पुरवला होता.

गेला आठवडाभर सतत या भीतीनं तिची पाठराखण केली होती. सेन्टरवरच्या

डॉक्टरनं कन्फर्मेशन रिपोर्ट दिल्यापासून ती आणि राजेंद्र दोघेही घाबरून गेले होते. त्यांचं घरकुलच उद्ध्वस्त व्हायला आलं होतं. क्षणाची आँधी यावी आणि तिच्या सोसाट्यात काडीकाडी जमवून उभं केलेलं घरटं नेस्तनाबूद होऊ पाहावं तसं झालं होतं. दोघं एकत्र असली की एकमेकांना धीर देण्याचा केविलवाणा प्रयत्न ती करीत. पण एकटी असली की नाही नाही त्या विचारांची पिशाच्चं तिच्या मनात फुगडी घालू लागत. राजेंद्राची परिस्थितीही फारशी वेगळी नसणार याविषयी तिला संदेह नव्हता. महिन्याभरापूर्वी जर कोणी तिला सुचवलं असतं की ती दोघं लवकरच असं भेदरलेल्या उंदराचं जिणं जगणार आहेत, तर तिनं त्याला पार मूर्खात काढलं असतं.

पण आज त्यांच्या नशिबी ते भोग आले होते. तसं पाहिलं तर काय होती त्यांची चूक? खरं म्हणजे त्याला चूक म्हणणं हेच मुळी चुकीचं होतं. होता तो एक निसर्गधर्म. पण निसर्गाची सत्ता राहिलीच होती कुठे? निसर्गावर मात करण्याच्या मानवाच्या ईर्षेपायीच तर ती परिस्थिती उभी राहिली होती. आणि त्या बेलगाम ईर्षेला अटकाव करण्यासाठीच ते वेगवेगळे कडक कायदेकानू लागू करणं भाग पडलं होतं.

त्यातलाच तो एक कायदा. ज्याचं उल्लंघन त्यांच्या हातून घडलं होतं. त्यांच्या नकळत. त्यांची तशी इच्छा नसताना. कायद्याचं पालन करण्याचा प्रयत्न केला असूनही.

पण कायदेभंग तो कायदेभंग. तो जाणूनबुजून केलेला असो की अज्ञानापायी झालेला असो. त्याची शिक्षा भोगलीच पाहिजे. त्या शिक्षेच्या भयानंच, कोणत्याही क्षणी आपल्याला पकडून नेईल, या भीतीनंच ती दोघं अशी गारठून गेली होती.

तसा तो कायदा त्यांना माहीत नव्हता असं शपथेवर नसतं सांगता आलं त्यांना. कोणालाच नसतं सांगता आलं. लग्न रजिस्टर करताना मॅरेज रजिस्ट्रार मुळी तो कायदा लग्न करणाऱ्या जोडप्याला वाचून दाखवीत असे. त्यांची तोंडी व लेखी संमतीही घेत असे. तिलाही आता आठवलं.

कोरं कापड फाडताना येतो तसल्या चिरक्या आवाजात रजिस्ट्रारने त्यांना तो कायदा वाचून दाखविला होता.

''आता ऐका...'' तो म्हणाला होता. करुणा व राजेंद्र मात्र एकमेकांच्या डोळ्यांमधली स्वप्नं वाचण्यात गुंग झाली होती. तरीही त्यांच्या कानावर ते कर्कश शब्द पडलेच होते : लग्नाला शासनाची अनुमती आज दिली गेली असली, तरी प्रजोत्पादनाला अनुमती आहे असं नाही. प्रजोत्पादनाची लेखी अनुमती मिळविल्याशिवाय मूल होऊ देणं हा गंभीर गुन्हा आहे. तो करणाऱ्यास गुन्ह्याच्या गांभीर्यानुसार कडक शिक्षा होऊ शकते. एका नव्या जिवाची परवान्याशिवाय निर्मिती केल्यास पती-पत्नी यांपैकी एका जिवाची किंमत देण्याची आवश्यकता आहे. शिवाय, दुसऱ्या सहचऱ्यावर

खटला होऊन न्यायालय त्याने भोगावयाची शिक्षा ठरवील. ही कायद्याची तरतूद मान्य असल्यासच विवाहाच्या परवान्याची अंमलबजावणी करण्याची अनुमती मी देऊ शकतो. ती मान्य नसल्यास...''

"मान्य. मान्य.'' उतावळेपणानं दोघांनीही म्हटलं होतं. कधी एकदा ते सोपस्कार संपताहेत असंच दोघांनाही झालं होतं.

"मग इथं सही करा. प्रथम तुम्ही.'' राजेंद्राच्या हातात पेन देत तो रजिस्ट्रार म्हणाला होता. ती सही करत असतानाच एक कार्ड राजेंद्राच्या हातात देत त्या रजिस्ट्रारनं सांगितलं होतं.

"तुमचा रजिस्ट्रेशन नंबर आहे एन.पी.सी. २३ डी एन ५४०३२. हे कार्ड तुम्हाला नेहमी बरोबर ठेवलं पाहिजे. शिवाय महत्त्वाचं म्हणजे हे घेऊन तुम्ही फॅमिली वेल्फेअर सेन्टरवर गेलं पाहिजे. तिथे या नंबराची नोंद केली पाहिजे. मुलासाठीच्या परवान्यासाठी तुम्ही लवकरात लवकर केव्हा अर्ज करू शकाल हे तिथेच तुम्हाला समजेल. माझ्या माहितीनुसार पाच-सहा वर्षांची तरी वेटिंग लिस्ट आहे.''

"पाच-सहा वर्षं?'' तिनं थोडंफार काळजीच्या सुरात विचारलं होतं.

राजेंद्रानं मात्र ते तिथल्या तिथंच स्वीकारलं होतं. करुणाला वाटणारी थोडीफार चिंता त्यानं तिथल्या तिथं उडवून लावली होती.

"म्हणजे काही फार नाही. भुर्रदिशी उडून जातील दिवस. बघशील तू!'' तो तिच्या कमरेभोवती आपला डावा हात पसरत बोलला होता.

"आजच्या दिवसाची वाट पाहावी लागली तो काळ मात्र...''

तो आणखीही असंच काही बोलला असता. पण परत त्या रजिस्ट्रारनंच त्याला त्याच्या मनोराज्यातून खेचून वास्तवात आणलं होतं. "फॅमिली वेल्फेअर सेन्टरचा परवाना मिळेपर्यंतच्या काळात कायद्याचं पालन तुमच्याकडून व्हावं यासाठी सेन्टर तुम्हाला सर्वतोपरी मदत करील. आणि हो, सेन्टरवर तुमच्या रजिस्ट्रेशन नंबराची नोंद होऊन तशी इन्फर्मेशन आम्हाला मिळेपर्यंत तुमचं लग्न कायदेशीर असणार नाही, पुरतं रजिस्टर होणार नाही हे लक्षात ठेवा. इथून बाहेर पडताच ताबडतोब तुम्ही सेन्टरवर जावं हे उत्तम. दॅट्स माय सिन्सिअर ॲडव्हाइस.''

तो म्हणाला होता ॲडव्हाइस, पण ज्या दम दिल्यासारख्या आवाजात त्यानं तो दिला होता, त्यावरून त्याला ऑर्डरच म्हणायचं होतं हे दोघांच्याही ध्यानात आलं होतं.

चडफडतच ती मग फॅमिली वेल्फेअर सेन्टरवर गेली होती. राजेंद्र अळंटळं करत होता, पण तिनं आग्रह धरला. इतका वेळ कळ काढली, तशी आणखी थोडा वेळ. तिनं त्याची समजूत काढत म्हटलं होत, "आहेत ही सारी सव्यापसव्यं.

सगळी रेड टेप. कबूल. पण त्याला काही इलाज आहे का डार्लिंग? आहेत ते सारे कायदे निमूटपणे पाळलेच पाहिजेत. शिवाय थोडा वेळ जाईल, आणखी दोनचार फॉर्म्स भरावे लागतील, सात-आठ सह्या ठोकाव्या लागतील इतकंच. बाकी काय आहे अडचण? मग तेवढ्यासाठी उगाच नसते समंध जागृत करायचेच कशाला? करून टाकू काय सह्या करायच्या त्या. मग कशाला पाहावी लागणार आहेत त्यांची तोंडं आपल्याला?''

राजेंद्रानं जरी ते त्या वेळी मानलं तरी तिचा तो समज चुकीचा असल्याचं तिच्या लगेच ध्यानात आलं.

सेन्टरनं त्यांचा वेटिंग लिस्ट नंबर दिल्यावर त्यांना फिजिकल एक्झामिनेशनसाठी आतल्या खोल्यांत पाठविलं होतं. तिला तपासणाऱ्या डॉक्टरनी कुटुंबनियोजनाच्या अनेक उपायांची माहिती तिला करून दिली होती. आणि 'वन्स- अ- मन्थ पिल्स'ची शिफारस केली होती.

महिन्यातून एकदाच गोळी घ्यायची की गर्भ राहण्याची भीती नाही, हे ऐकून तिला बरं वाटलं होतं. रोजरोजची कटकट नाही. घेऊन जाव्या दोनतीन वर्षांच्या गोळ्या एकदम. म्हणजे परत परत यायला नको असं वाटून ती उल्लसित झाली.

त्याच मनःस्थितीत तिनं त्या सेन्टरच्या चीफ असलेल्या बाईच्या प्रश्नाला उत्तर देताना 'वन्स-अ-मन्थ' पिलची मागणी केली होती. तिला पहिला धक्का बसला तो त्या बाईनं तिच्या हातात गोळ्यांची स्ट्रिप ठेवली तेव्हा.

त्या स्ट्रिपमध्ये तीनच गोळ्या होत्या.

''हे काय? तीनच गोळ्या?'' तिनं न कळून विचारलं.

''हो. तीन महिन्यांचा स्टॉक आहे.''

''मग आणखी सहासात स्ट्रिप द्या. म्हणजे एक वर्ष तरी पाहायला नको.''

''दॅट्स नॉट पॉसिबल. एवढ्या गोळ्या एकदम नाही मिळायच्या.''

''पण का? तुमचे काय चार्जेस असतील ते सांगा. देऊ आम्ही. वरचेवर यायचा त्रास नको मग.''

''नाही. लक्षात नाही आलं तुमच्या. एकतर या गोळ्यांचे चार्जेस काहीच नाहीत. त्या संपूर्णपणे फ्री आहेत. दुसरं म्हणजे, एका वेळी तीनच महिन्यांचा कोर्स मिळेल. तीन महिन्यांनंतर परत इथे येऊन तुम्हाला त्या घेऊन जाव्या लागतील.''

''पण हा जुलूम का म्हणून?'' थोडंफार चिडून राजेंद्राने विचारलं.

''जुलूम नाही हा. नियम आहे. कायदा आहे. तुमच्या भल्याकरताच केलेला आहे. काही जणींवर काही वेळा या गोळ्यांचा वाईट परिणाम होतो. म्हणून तर दर तीन महिन्यांनी प्रत्येक स्त्रीनं इथं येऊन स्वतःची शारीरिक तपासणी करून घ्यायची असते. ती होऊन डॉक्टरनी प्रिस्क्राईब केलं की परत तीन महिन्यांचा कोर्स.''

"म्हणजे दर तीन महिन्यांनी इथे येऊन घेतलंच पाहिजे."

"कायदाच आहे तसा. तुमच्या भल्याकरता केलेला."

तिनं तसा कितीही दावा केला, तरी हा कायदा कोणाकडूनही कायद्याची पायमल्ली केली जाऊ नये म्हणून केलेला होता, हे न समजण्याइतकी ती दोघं दूधखुळी नव्हती. दर तीन महिन्यांनी तपासणी केली की कोणाकडूनही कुटुंबनियोजनाच्या मूळ कायद्याचा भंग होण्याची शक्यता उरणार नव्हती.

"असू दे. असू दे." स्वतःच्या संतापाला मुश्किलीनं आवर घालत राजेंद्र म्हणाला, "चल करुणा, आपण दुसरीकडून घेऊ त्या गोळ्या."

"दुसरीकडे नाही मिळायच्या." अतिशय मख्खपणे ती बाई म्हणाली. राजेंद्र आणि करुणासारख्या चिडलेल्या नवपरिणित जोडप्यांच्या रागाला तोंड द्यायची तिला चांगलीच सवय होती. "ज्या सेन्टरवर तुमचं नाव नोंदलं गेलंय, तिथूनच तुम्हाला या गोळ्या मिळू शकतील. दुसऱ्या सेन्टरवर नाही मिळायच्या. हं, आता काळ्या बाजारात त्या मिळायला लागल्यात असं ऐकते मी. पण ते धोक्याचं आहे. त्या वापरून काही भलतंसलतंच झालं, त्या इफेक्टिव्ह ठरल्या नाहीत तर त्याची जबाबदारी आमच्यावर राहणार नाही. तुमच्या गुन्ह्याची तीव्रता मग दुप्पट होईल."

"पण ही जबरदस्ती का?" या वेळी दोघांनीही चिडून विचारलं.

यावर त्या बाईनं नुसतेच खांदे उडवले. 'कायदा मी नाही केला. मी फक्त त्याची अंमलबजावणी करण्याचं काम करते' असंच जणू तिला सुचवायचं होतं.

ती दोघं निघणार तोच तिनं परत सांगितलं.

"सांगायचं माझं कर्तव्य केलंय मी. आता तुमची जबाबदारी तुमच्यावर. द बॉल इज इन युवर कोर्ट!"

राजेंद्र त्या मुस्कटदाबीनं चांगलाच संतापला होता. करुणानंच मग त्याला कसाबसा शांत केला. त्या दिवसाच्या आनंदावर तिला विरजण घालायचं नव्हतं, त्याचा पुरता विचका नव्हता होऊ द्यायचा. तीन महिन्यांचा स्टॉक तर हातात पडला होता. त्यानंतरचं तीन महिन्यांनंतर पाहता आलं असतं.

अन् तेव्हापासून गेली दोन वर्षं नियमानं करुणा सेन्टरवर जात राहिली होती. पहिल्यांदा जरी तो जुलमाचा रामराम करायला ती तयार नव्हती, तरी हळूहळू ते सोपस्कारही तिच्या अंगवळणी पडले.

अर्धाएक तासात तिचं काम होत असे. अपॉइंटमेंट ठरलेल्या वेळी तिची तपासणी केली जाई. विनाकारण तिला बसावं लागत नसे. शिवाय शारीरिक तपासणीचाही काही त्रास नव्हता.

त्यामुळेच सुरुवातीला वाटलेली अढी हळूहळू निघून गेली होती. ब्यूटी पार्लरची अपॉइंटमेंट राखावी तशी ती सेन्टरवरची अपॉइंटमेंट पाळत असे. गेल्या

दोन वर्षांत सारं कसं आखून दिल्यासारखं पार पडलं होतं.

गेल्या आठवड्यात जेव्हा ती सेन्टरवर गेली होती, तेव्हा त्या भेटीनंतर आपलं जीवन पार बदलून जाणार आहे याची यत्किंचितही कल्पना तिला आली नव्हती. गेल्या महिन्याभरात तिला सकाळी उठल्याउठल्या चक्कर आल्यासारखं वाटत असे, मळमळत असे, त्याबद्दलही डॉक्टरना विचारता येईल. कोणतंतरी टॉनिक घेता येईल या आशेनं ती उलट त्या दिवसांची उत्सुकतेनं वाट पाहत होती.

ज्या उडत्या पावलांनी ती सेन्टरवर गेली होती तो उत्साह परतताना मावळला होता. कसेबसे पाय ओढत ती घरी परतली होती. तिची तपासणी संपवता संपवता डॉक्टरांच्या कपाळावर आठ्या चढत गेल्या होत्या. त्यांनी तपासणीसाठी नेहमीपेक्षा जास्ती वेळ घेतला होता. मधूनच त्यांनी दुसऱ्या डॉक्टरांना बोलावून त्यांनाही तिला तपासायला लावलं होतं. नेहमीपेक्षा काहीतरी वेगळं होतंय याची तिला जाणीव व्हायच्या आतच डॉक्टरांनी तिला विचारलं होतं,

"लायसन्स नंबर?" ते काय विचारत आहेत हेच मुळी तिला प्रथम समजेना.

"रिप्रॉडक्शन लायसन्स, त्याचा नंबर विचारतोय मी."

तरीही ती गप्पच बसून राहिलेली पाहिल्यावर डॉक्टरांच्या सुरात थोडीशी चीड दिसायला लागली.

"बाई, काय विचारतोय मी. प्रजोत्पादनाचा परवाना, मूल होऊ द्यायचा परवाना मिळाला ना तुम्हाला?"

"नाही!" अस्पष्टपणे तिचं उत्तर तिच्या तोंडून बाहेर पडलं.

"नाही?" डॉक्टर आश्चर्यानं म्हणाले, "नाही?" त्यांचा स्वतःच्या कानांवर विश्वासच बसेना.

"मग तुमच्या मिस्टरांनाही उद्या घेऊन या बरोबर."

"पण का? काय झालंय?"

"काय झालंय? अजूनही तुमच्या लक्षात आलेलं नाही." डॉक्टर आता मात्र स्पष्टपणे चिडून म्हणाले, "यू आर प्रेग्नन्ट!"

"काय? काय सांगताय तुम्ही डॉक्टर?"

"खरं तेच सांगतोय. दोन महिने झालेले वाटताहेत."

"पण, पण... हे कसं शक्य आहे?"

"भले! उलट मलाच विचारता आहात! छान! छान!" छद्मी सुरात डॉक्टर म्हणाले. त्यांची चीड आता वाढली होती. नॉर्मल, परवाना घेऊन झालेली प्रेग्नन्सी असली तरी ते सारे रिपोर्ट्स लिहा, सॅम्पल्स घेऊन कन्फर्मेटरी टेस्टसाठी पाठवा, ॲम्नियोसेन्टेसिस करून गर्भाचं लिंग ठरवा, त्याचे रिपोर्ट्स पाठवा, एक ना दोन, हजार कटकटी या प्रेग्नन्सी केसेसच्या. त्या वाट्याला येऊ नये अशीच प्रार्थना

असायची सगळ्यांची. त्यात ही इल्लीगल प्रेग्नन्सीची केस दिसत होती. त्यात तर अनेक लफडी. आता सारे रिपोर्ट्स मेडिको लीगल केसच्या अँगलनं बनविणं आलं, कोर्टात जाऊन साक्ष देणं आलं, वकिलाच्या उलटतपासणीला तोंड देणं आलं. त्यात काही हुशार, अतिशहाणे वकील तर असे काही प्रश्न विचारतात, की जणू त्या डॉक्टरचाच काहीतरी हात होता त्या प्रेग्नन्सीत! वैताग येत असे नुसता!

त्यामुळे डॉक्टरांचा संताप वाढत चालला होता. त्यात ही बाई जणू आपण काही केलंच नाही, आपण प्रेग्नन्ट असल्याचं स्वतःला कधी जाणवलंच नाही असं वागत होती. डॉक्टरांनी मग अधिक न बोलता करुणाला त्या सेन्टरच्या इनचार्ज असलेल्या बाईसमोर उभी केली होती.

"काय! डॉक्टर काय म्हणताहेत?" उपरोधाने भरलेल्या आवाजात त्या बाईनं विचारलं.

"हे असं कसं झालं हो?" काकुळतीला येत तिनं विचारलं.

"शाबास! हे तुम्हीच आम्हाला सांगायचं तर..."

"मला नाही हो माहीत. अगदी देवाशपथ."

"नुसत्या देवाच्या शपथा घेऊन किंवा त्याच्यावर भार ठेवून नाही चालत, करुणाबाई. आमच्या रेकॉर्डप्रमाणे आम्ही नियमितपणे तुम्हाला पिल्स दिलेल्या आहेत. या काय नोंदी!" रजिस्टरमधली पानांची चवड तिच्यापुढे नाचवत ती बाई म्हणाली. "तीन महिन्यांपूर्वीही तुम्ही आला होतात, तेव्हा आम्ही तीन गोळ्या दिल्या होत्या. आम्ही आमचं काम चोख बजावलंय. आता पाळी तुमची..."

"...तीच तर चुकली." मध्येच छद्मीपणाने डॉक्टर म्हणाला. करुणाचं मात्र त्याच्या किंवा त्या बाईच्या उपरोधानं निथळणाऱ्या सुराकडे लक्षच नव्हतं.

"मी अगदी वेळेवर घेतल्या होत्या." तिनं त्यांची समजूत पटविण्याचा प्रयत्न करीत म्हटलं.

"मग हे, हे झालं कसं? तुम्ही गोळ्या घेतल्या नसणार म्हणून..."

"नाही हो. विश्वास ठेवा माझ्यावर. खरंच, अगदी काटेकोरपणानं, जराशीही हयगय न करता मी गोळ्या घेतल्या आहेत. हं आता... आता..." मनात आलेली शंका बोलून दाखवावी की नाही, याविषयी तिचा निर्णय होईना.

क्षणभर कोणीच काही बोललं नाही. मग त्या अवघडलेल्या शांततेचा भंग करत ती सेन्टरवाली बाईच म्हणाली,

"आता काय? बोला ना, थांबलात का?"

"नाही, म्हणजे त्या गोळ्याच खराब असल्या तर, म्हणजे त्यात भेसळ..." कसाबसा धीर करत करुणानं शेवटी बोलून दाखवलंच होतं.

"छान! स्वतः नियम पाळायचा नाही. अन् मग दुसऱ्यांच्या कपाळी खापर

फोडायचं. त्या गोळ्या रेप्युटेड सरकारी कंपनीत बनविल्या जातात. त्यांचा क्वालिटी कंट्रोल फर्स्ट क्लास आहे. आजपर्यंत कधी कोणाची तक्रार आलेली नाही.''

हे बोलत असतानाही ती बाई थोडी ओशाळल्यागत झाल्याचं, थोडीशी बचावाचा पवित्रा घेत असल्याचं करुणाला सतत वाटत राहिलं होतं. पण त्याचा अर्थ लक्षात येण्याइतकी तिची मनःस्थिती थाऱ्यावर नव्हती. त्यामुळं त्या बाईनंच आपलं बोलणं पुढे सुरू ठेवलं होतं,

''भेसळ काय आम्ही केली? या छान आहेत चोराच्या उलट्या बोंबा!''

''तसं म्हणायचं नव्हतं हो मला. तुम्ही रागावू नका प्लीज,'' ती हात जोडत म्हणाली. ''झालंय खरं. पण माझा दोष नाही हो.''

''ते आता कोर्टच ठरवील. मला माझं कर्तव्य पार पाडायला पाहिजे. वर रिपोर्ट पाठविलाच पाहिजे. लग्न करतानाच कायदा तुम्हाला समजावून सांगितला होता. तेव्हा...''

आणि तेव्हापासून करुणा आणि राजेंद्र अशी सुन्न अवस्थेत, यांत्रिकपणे दिवस ढकलत होती.

राजेंद्रला जेव्हा सगळी बाब समजली होती, तेव्हा प्रथम तो तिच्यावरच घसरला होता.

''हे काय करून बसलीस?'' त्यानं विचारलं होतं.

''मी, मी करून बसलेय? चूक माझी आहे?''

''नाहीतर कोणाची? माझी?''

''हे, हे नेहमीचंच आहे तुम्हां पुरुषांचं. दोष काय तो नेहमी बाईचाच. करून सवरून तुम्ही नामानिराळे विश्वामित्रासारखे!''

''हे बघ, उगीच मला चीड आणू नकोस. गोळ्या तू घ्यायच्या होत्यास. मी नाही.''

''मी त्या रेग्युलरली घेतल्या होत्या, माहीत आहे तुला.''

''मला काहीही माहीत नाही. तू गोळ्या व्यवस्थित घेतल्या असत्यास तर, तर ही आपत्ती आलीच असती कशी?''

''कसं सांगू रे तुला? कसं पटवून देऊ?'' तिला रडू फुटलं होतं. ''ती बाई, तो डॉक्टर माझ्यावर विश्वास ठेवायला तयार नव्हते. ते परके. कायद्याचे गुलाम. पण आता तूसुद्धा!''

त्या क्षणी दोघांनाही भान आलं होतं. एकमेकांना धीर द्यायची, समजावून घ्यायची ही वेळ होती. तर उलट एकमेकांना दूषणं देत भांडत सुटली होती. काय दशा केली होती त्यांची त्या एका कायद्यानं किंवा त्याचं उल्लंघन होण्याच्या परिस्थितीनं. शरमेनं चूर होऊन दोघं एकमेकांच्या मिठीत शिरली होती आणि

ओक्साबोक्शी रडली होती.

आणि त्या दिवसांपासून ती दोघं भेदरलेल्या अवस्थेत दिवस काढत होती. जरासं कुठं खुट्ट झालं की दचकत होती, दारावर थाप पडली तर अंग चोरत होती. आहे तो क्षण शेवटचा असं समजून पुढच्याची भयग्रस्त अवस्थेनं वाट पाहत होती. फाशी झालेल्या कैद्याची काय मनःस्थिती होत असेल याचा पुरेपूर अनुभव घेत होती.

अन् आदल्या दिवशी जेव्हा सेन्टरवरून राजेंद्रला येऊन जाण्याचा निरोप मिळाला तेव्हापासून तर त्या दोघांच्याही छातीतील धडधड अधिकच वाढली होती. सकाळपासून राजेंद्र सेन्टरवर गेला होता तो आता दुपार होत आली तरी परतला नव्हता. त्याला परस्पर पकडून तर नेलं नसेल, या भीतीनं करुणाला काही सुचत नव्हतं.

पण त्याबाबतची चौकशी तरी करणार कुठे? कोणाला मदतीची हाक घालावी तर तो प्रकार काय आहे हे जाणून घेण्याची उत्कंठा दाखविणार. त्याला सगळं सांगावं तर नको तितका बोभाटा होणार. उद्या शिक्षा झाल्यावर काय सगळीकडे कुप्रसिद्धी व्हायची ती झाली असती. पण आताच कशाला! शिवाय नाही म्हटलं तरी हे सारं दुःस्वप्न ठरेल, यातून आपली कशीतरी सुटका होईल ही आशा मनात अजून लोचटासारखी तग धरून होती.

दारावर थाप पडली तशी करुणा दचकून भानावर आली. कोण आलं असेल या भीतीनं दार उघडावं की उघडूच नये, या संभ्रमात ती क्षणभर पडली. पण परत एकदा थाप पडली अन् त्यापाठोपाठ राजेंद्राची हाक ऐकू आली, तशी लगबगीनं ती दार उघडायला गेली.

जवळजवळ खेचूनच दार उघडत, समोर राजेंद्र दिसताच करुणानं, "मग काय झालं? काय म्हणाले ते? आहे का काही उपाय?..." अशी प्रश्नांची सरबत्ती त्याच्यावर केली. तेवढ्यात तिच्या लक्षात आलं, राजेंद्र एकटा नाहीय. त्याच्याबरोबर ती सेन्टरवाली बाई आणि कोणीतरी अनोळखी, जाडगेलासा, दात विचकत हसणारा इसम आहे. तोंडातल्या तोंडात पुटपुटल्यासारखी त्या प्रश्नांची उजळणी करत ती पाठी सरकली.

"करुणा, बाईंना तर तू ओळखतेसच." ओळख करून देत राजेंद्र म्हणाला, "हे झोनल ऑफिसर आहेत. फॅमिली वेल्फेअर डिपार्टमेंटचे."

"म्हणजे ओझ्याचा बैल हो." तो जाडगेलासा इसम म्हणाला. आणि काहीतरी मोठा विनोद केल्यासारख्या एकटाच खिदळत सुटला.

करुणाला घृणा आली. प्रसंग काय गुदरलाय आमच्यावर आणि हा इसम कसले भुक्कड विनोद करत खिकाळतोय काय एखाद्या पागल घोड्यासारखा!

"तर यांनी एक प्रपोझल आणलंय." राजेंद्र तिला सांगू लागला, "त्याचं असं

आहे बाई, तुम्हीच सांगा ना.''

घसा खाकरत त्या बाई सांगू लागल्या, ''करुणाबाई, गेल्या काही वर्षांत शासनानं राबविलेल्या आरोग्य सुधार योजनांपायी नागरिकांच्या सरासरी आयुर्मानात लक्षणीय वाढ झाली आहे, तुम्हाला माहीतच आहे. स्वातंत्र्य मिळालं तेव्हा आपली ॲव्हरेज लाइफ एक्स्पेक्टन्सी जेमतेम ३७ वर्षांची होती. पण तेव्हापासून आतापर्यंत परिस्थिती पार बदललीय. ३७ या आकड्यांची उलटापालट करून आज आपण सरासरी आयुर्मान ७३ पर्यंत पोचवलंय.''

एखादं निवडणुकीचं भाषण द्यावं असं ही बाई का बोलत सुटली? चट्कन मुद्द्यावर का येत नाहीय ही? तिला खडसावून विचारावंसं करुणाला वाटलं. पण परिस्थितीचा गुंता आहे. त्यातून अधिक बिकट व्हायला नको याची टोचणी तिला गप्प करून गेली.

''त्यामुळे गेल्या काही वर्षांत साठीच्या वरच्या व्यक्तींची संख्या वाढलीय. या सीनिअर सिटिझन्सच्या आरोग्याची शासनाला इतरांच्या आरोग्याएवढीच चिंता आहे. दुर्दैवानं उतारवयात उपटणाऱ्या रोगांचं प्रमाणही वाढलंय. अल्झायमर्स डिसीज, पार्किन्सोनिझम यांसारख्या उतारवयातच डोकं वर काढणाऱ्या रोगांवर औषधी इलाज उपलब्ध नाहीत. आहे तो एकच उपाय. अवयवारोपणाचा.''

'या साऱ्याचा माझ्याशी, मी ज्यात सापडलेय त्या चक्रव्यूहाशी काय संबंध?' करुणा स्वत:शीच वरचेवर विचारू लागली. हेच भाषण द्यायला ही मंडळी इथं आली आहेत का? तसं असेल तर त्यांना ताबडतोब इथून चालतं व्हायला सांगितलं पाहिजे. आम्ही असे संकटात सापडलेले असताना या राजकीय व्याख्यानाचा आमच्यावर मारा करायचा अधिकार यांना दिला कोणी?

तिनं मूकपणेच ते प्रश्न राजेंद्राला विचारलं. त्यानं डोळ्यांच्या भाषेतच तिला धीर धरायला सांगितलं.

''हे रोग उपटतात ते मेंदूच्या काही पेशी अकार्यक्षम झाल्यामुळे. आयुष्यभर अथक काम करून करून झिजून गेल्यामुळे. त्यांना पुन्हा कार्यक्षम करणं अशक्य आहे. त्यामुळे त्यावर उपाय एकच. त्या पेशींच्या बदली ताज्या, निरोगी पेशींचं रोपण करणं.''

''म्हणजे स्पेअर पार्ट लावणं हो.'' तो जाडगेलासा इसम परत एकदा खिदळत होता. करुणानं अशा काही नजरेनं त्याच्याकडे पाहिलं की त्याच्यापेक्षा कमी मख्ख असलेल्या दुसऱ्या कोणी ताबडतोब तिथून काळं केलं असतं.

''अशा ताज्या दमाच्या, वाढू शकणाऱ्या पेशी फक्त एखाद्या भ्रूणाकडून, गर्भाकडूनच मिळू शकतात.''

''तेव्हा असं हे एक प्रकारचं गर्भदान करायचं.'' या वेळेस तो इसम खिदळणार

तोच करुणानं ताड्कन विचारलं होतं,

"म्हणजे, म्हणजे, मी, मी..." संपूर्ण विचारायचा धीरच तिला झाला नाही. एखादा ओंगळ दिसणारा, किळसवाणा असा भलामोठा कीटक उघड्या अंगावर झेप घेण्याच्या अवस्थेत दिसल्यावर व्हावी तशी तिची स्थिती झाली होती. तिनं राजेंद्राकडे पाहिलं. तो मान खाली घालून स्तब्ध उभा होता. त्याच्या ओठांची होणारी थरथर मात्र तिच्या नजरेतून सुटली नव्हती.

"तुम्ही जर याला तयार झालात तर तुमचा हा पहिलाच गुन्हा आहे हे लक्षात घेऊन दया दाखविण्याची शिफारस आम्ही करू शकू. कायद्याच्या अंमलबजावणीतून सुटण्याचा तोच एक मार्ग आहे."

"म्हणजे लूपहोल हो. लूपहोल!" बीभत्स कोटी करत तो जाडगेलासा इसम परत खिंकाळला होता.

थरथरणाऱ्या त्याच्या हनुवटीखाली लोंबणाऱ्या मांसाच्या वळकट्या धरून जोरात खेचाव्या असा मोह करुणाला झाला. कसली अघोर पळवाट त्यांनी तिच्यापुढे ठेवली होती. ज्या पोटात वाढणाऱ्या जीवाबद्दल तिला ममता वाटू लागली होती, त्याचा त्यानं आपल्या अस्तित्वाची उघड जाणीव करून द्यायच्या आतच गळा घोटायचा? आपल्या लाडक्या राजेंद्रचा जीव वाचविण्यासाठी आपल्याच रक्तामांसाच्या त्या जिवाची आहुती द्यायची? राजेंद्रही असा कसा? स्वतःचा जीव वाचविण्यासाठी त्या मुक्या जिवाचा बळी द्यायला तयार झाला? या, या मंडळींना तरी इतक्या निर्विकारपणे, निलाजरेपणे ही सूचना करायचा धीर तरी होतो कसा?

काय करायचं? कोणाचा जीव वाचवायचा? जिवाभावाच्या सख्याचा? की अजून ज्याचं तोंडही पाहिलं नाही, ज्यानं झाडलेली लाथ पोटातल्या पोटात झेलली नाही अशा त्या भाबड्या अस्फुट जिवाचा? कसली सत्त्वपरीक्षा पाहिली जातेय ही माझी? का? का? का? घणावर घण घातले जावेत तसे ते प्रश्न करुणाच्या मेंदूवर आघात करू लागले.

तिच्या डोळ्यांत थैमान घालू लागले. तिची शुद्ध हरपवू लागले.

वसुधा दिवाळी, १९

स्वप्न तेच दर्पणी

वर डोंगरमाथ्याकडे जाणाऱ्या त्या रस्त्यानं जायचं आम्ही त्या दिवशी का ठरवलं हे नक्की नाही सांगता यायचं. तो रस्ता आम्ही यापूर्वीही कितीतरी वेळा पाहिला होता. त्या वळणावरून आम्ही कितीकदा पसार झालो होतो. पण त्याला बगल देऊन. त्या वाटेनं जाऊन डोंगरमाथ्यावर काय आहे ते पाहावं, असं त्यापूर्वी कधीही वाटलं नव्हतं. मग त्याच दिवशी नेमकं काय घडलं की त्या वाटेनं जावंसं आम्हाला वाटलं? कसं सांगायचं ते? माणसाच्या वागणुकीच्या प्रत्येक पैलूला असे व्यवस्थित कंगोरे थोडेच असतात? प्रत्येकाला तर्कसंगत कारणमीमांसा थोडीच लागू पडते? कदाचित डोंगरमाथ्यावर तेथील सरोवराच्या काठाशी निवांत पहुडलेल्या त्या गावाची, नावाची ओढ वाटली असावी. 'याद अतीतपूर.' मोठं विचित्र नाव होतं. यापूर्वीही त्या नावाची पाटी वाचली होती; पण तिची भूल पडली नव्हती. त्या दिवशी कदाचित पडली असावी.

कदाचित असंही असेल की, या 'याद अतीतपूर'जवळच्या डोंगरात त्या वैशिष्ट्यपूर्ण स्फटिकांच्या खाणी असल्याची जी माहिती मिळाली होती, ती कुठूनतरी, कशीतरी चाळवली गेली असावी. त्या स्फटिकांपासून एक नावीन्यपूर्ण काच तयार केली जात असे. त्या काचेला तिथल्या स्थानिक भाषेत गुलगुलीतसं नावही होतं. त्याचा अर्थ मी विचारला तेव्हा तो काहीसा संथ काच, चिरस्थायी काच, असा असल्याचं सांगण्यात आलं. या काचांना तासून तयार केलेल्या खिडक्यांच्या तावदानांना फार मागणी होती. त्यांना फार किंमत होती. त्या काचा, त्या खिडक्या तयार करणाऱ्या कुशल कारागिरांचीच वस्ती त्या गावात होती. आम्ही आमच्या हॉटेलात आल्याच्या पहिल्याच दिवशी तिथल्या टुरिस्ट गाइडने आम्हाला ही माहिती दिली होती. तिथं घेऊन जाण्याचं आणि काचेचा सौदा स्वस्तात पटवून देण्याचं आमिषही दाखवलं होतं; पण आम्ही त्याकडे दुर्लक्ष केलं होतं. ते सारं कदाचित त्या

दिवशी आठवणींच्या सांदीकोपऱ्यातून उफाळून वर आलं असावं.

खरं कारण मला वाटतं हे असेल की, त्या दिवशी मी बराचसा अस्वस्थ होतो. एक अनामिक हुरहुर सकाळपासून मनाला कुरतडत होती. आम्ही, मी आणि प्रियंवदा, माझी लाडकी प्रिया, आम्ही तिथं मधुचंद्राला आल्यापासून एका धुंदीत दिवस घालवले होते. शरीराचं मिलन झालं होतंच, पण मनोमीलनाचा एक अविभाज्य भाग म्हणून, एकमेकांना समजून घेण्याचं, मनाच्या तारा जुळण्याचं इतक्या आसुसलेपणानं पार पडलं होतं की अक्षरशः आम्ही एका वेगळ्याच विश्वात वावरत होतो. त्यातून बाहेरच पडावं लागू नये; कायमचं, जीवनाच्या अंतापर्यंत, जगाच्या अंतापर्यंत ते मंतरलेले दिवसच कायम राहावेत असं वाटत होतं. ते क्षण कायमचे पकडून ठेवता यावेत असं राहून राहून वाटत होतं. आसपासचं ते सृष्टिसौंदर्य तिथून उपटून जिथं जिथं आपण जाऊ, तिथं तिथं तसंच जिवंत नेता यावं म्हणजे ते मंतरलेले क्षणही तसेच जिवंत राहतील अशी काहीशी नीट समजावून सांगता न येणारी भावना मन व्यापून राहिली होती. त्या निसर्गसौंदर्यामुळेच आमची मनं एका वेगळ्याच तरल पातळीवर जाऊ शकली आणि संवाद साधू शकली, अशी माझी खात्री झाली होती. कदाचित आमच्या मनोमीलनाच्या धुंदीमुळं त्या निसर्गसौंदर्याची खुमारी अधिकच वाढली असेल. तसंही असेल. कुणी सांगावं! कमलपुष्पांतल्या मधुपर्काच्या ओढीनं त्यांत कायमचं गुरफटून पडण्यासाठी भ्रमर तिकडे खेचला जातो की तो आल्याच्या आनंदात त्याला आपल्यात सामावून घेण्यासाठी कमल आपल्या पाकळ्या मिटून घेतं! कार्य कोणतं आणि कारण कोणतं, कसं सांगावं!

पण या सगळ्या कविकल्पना झाल्या. व्यवहाराला त्या परवडत नाहीत. मंतरलेले दिवस संपूच नयेत असं वाटलं तरी त्यांची अखेर येतेच. आमचीही सुट्टी संपत आली होती. दुसऱ्याच दिवशी परतायचं होतं. त्यामुळेच कातरवेळी वाटणारी अनामिक हुरहुर ऊर दाटून टाकीत होती. सैरभैर झाल्यासारखं वाटत होतं. नेहमीपेक्षा काहीतरी वेगळं केल्यास आपल्याला हवं ते घडू शकेल असं वाटत होतं. त्याच भांबावलेल्या अवस्थेत मी गाडी भाड्यानं घेतली आणि प्रिया व मी त्या नव्या वाटेनं निघालो.

हा प्रदेश नवखा होता. तिथंही गेल्या पंधरवड्यात पुरेपूर आस्वाद घेतलेलं निसर्गसौंदर्य होतंच. गर्द हिरवीगार झाडी होती. लुसलुशीत हिरवळ असलेली कुरणं होती. रंगीबेरंगी फुलांचे ताटवे होते. चित्रविचित्र पक्ष्यांचा किलबिलाट होता. सळसळणारे बागडणारे झरे, धबधबे होते. तरीही वेगळेपण होतं. त्यावरील फत्तरावर वेगळी झळाळी होती. हेच ते वेगळे, वैशिष्ट्यपूर्ण स्फटिक असावेत. यापासूनच कदाचित त्या काचा, ती तावदानं बनत असावीत.

आणखी पुढे गेलो, तसे त्याचे पुरावेच मिळाले. डोंगरउतारावर पलीकडच्या मोहक निसर्गसौंदर्याला लपवणारे भल्यामोठ्या काचांचे चौरस तुकडे उभे करून ठेवण्यात आले होते. पुतळ्यांसारखे निश्चल. जणू पलीकडच्या निसर्गसौंदर्याचं आकंठपान करीत असल्यासारखे. क्षणभर एखादा कवडसा एखादी काच उजळून टाकत असे. तेवढ्यापुरती ती जिवंत झाल्याचा, तिच्यापलीकडे काही हालचाल झाल्याचा भास होत असे. पण तेवढाच. एरवी सारं शांतच. त्या काचांची काळजी घेणारे त्यांचे मालकही म्हणे अंधार पडल्यावरच साफसफाईसाठी येत. दिवसाचा प्रकाशझोत आल्यास कदाचित ती काच त्यांनाही गिळून टाकील, अशी भीती त्यांना सतावत असावी.

आणखी पुढे गेलो, तशी या काचेच्या पुतळ्यांची, काचेच्या स्तंभांची वीण वाढतच चालली. तरीही आता मधूनमधून पलीकडच्या विस्तीर्ण संथ सरोवराची झलक दिसत होती. आपली चमचमती पाठ क्षणभरच दाखवून सुळकन पळून जाणाऱ्या खारीसारखी.

तेवढ्यात मला ती पाटी दिसली. तशी एका झाडाआड ती दडलेली असली तरी आकारानं मोठी होती. गाडी चढावर असल्यामुळे फारसा वेगही नव्हता. त्यामुळं ती व्यवस्थित वाचता आली. 'चिरस्थायी काच... दर्जेदार तरीही माफक किमतीची- सलीम रझदान.'

मी गाडी थांबविली. त्या पाटीवर बाणाने दाखवलेली रझदानच्या दुकानाकडची वाट गाडीनं जाण्यासारखी नव्हती. मलाही जरा पाय मोकळे करावेसे वाटत होते.

"काय झालं?" प्रियानं चिंतेनं काळवंडलेल्या चेहऱ्यानं विचारलं. गाडी बंद पडल्याची भीती तिला वाटत होती.

"ती पाटी पाहिलीस? चिरस्थायी काच-"

"ऊं हूं..." नाक किंचित मुरडत प्रिया म्हणाली... "आपलं काय ठरलं होतं? खरेदी करायची नाही."

"खरेदी कोण करतंय! नुसतं बघू या तरी काय प्रकार आहे ते. बरंच ऐकलंय मी या काचेविषयी. पाहू या तरी. शिवाय तेवढंच भटकणंही होईल."

आमची मनं एकसाथ स्पंदन करीत असल्याची ती निशाणी होती, की माझं बोलणं पुरं व्हायच्या आत प्रिया गाडीतून उतरून रझदानकडे जाणाऱ्या रस्त्यानं निघालीही होती.

रझदानचं दुकान... दुकान कसलं, त्याचं घरच होतं ते. बैठं. समोर ओबडधोबड अंगण. एके काळी तिथं चांगली, व्यवस्थित राखलेली बाग असावी. आता गवत वेडंवाकडं वाढलेलं होतं. त्यातच काही काचांची तयार तावदानं उभी करून ठेवलेली होती. अंगणाभोवती बांबूचं कुंपण होतं. काही काचा त्याला टेकून ठेवल्या

होत्या. त्या झाकलेल्या होत्या. उभ्या काचा मात्र साऱ्या पलीकडच्या खोऱ्यातील सौंदर्यानं नटलेल्या निसर्गाकडे तोंड करून ठेवल्या होत्या.

घर तसं थोडंसं उंचावरच होतं. शेवटच्या पायरीवर असताना समोर लक्ष गेलं. एक तरुण स्त्री मुलाला कडेवर घेऊन उभी असलेली दिसली. खिडकीची काच स्वच्छ होती. त्यामुळे तिचा चेहरा, कपडे, कडेवरचं ते मूल स्पष्ट दिसत होतं.

निसर्गाच्या सतत सान्निध्यात राहणारी तिथली माणसं जात्याच निरोगी, सुदृढ असतात. ही स्त्रीही अशीच रसरशीत होती. मातृत्वाच्या तेजानं आणि जीवनातल्या तृप्तीनंही तिच्या त्या रसरशीत अंगकांतीवर वेगळीच चमक आणली होती. मोहर नुकताच ओसरतो आहे. अर्धस्फुट कैऱ्या नुकत्याच लगडत आहेत, असं भरदार आंब्याचं झाड दिसावं तशी ती स्त्री दिसत होती. प्रियानंही तिला पाहिली. ती काही बोलणार तोच आम्हाला पाहून एक शुभ्र दाढी असलेला, पायघोळ अंगरखा घातलेला गृहस्थ पुढे आला. तेवढ्यात ती स्त्रीही खिडकीपासून दूर झाली.

"सलाम आलेकुम!" तो दाढीधारी गृहस्थ अर्धवट कुर्निसात करत म्हणाला. तो रझदान असावा हे उघडच होतं. मग ती खिडकीत दिसली ती रझदानची कोण? पत्नी? की मुलगी?

"या, या, साहेब. आपण काचा पाहण्यासाठी आला असणार! काय बेवकूफ आहे मी! काचा पाहण्यासाठीच... नाहीतर ही चढण चढून कोण कशाला येईल! आइये, आइये मेमसाब." प्रियाला सलाम करून रझदान म्हणाला.

"आपण रझदान?" मी विचारलं.

"जी हुजूर. बंदेको रझदान ही कहते हैं. यहाँ के लोग सलीम मियाँ कहके भी पुकारते हे. खैर छोडिये इन बातोंको. काच खरीदण्यासाठी मात्र आपण सही जागी आला आहात साहेब. और सच कहूँ? सही वक्त पे भी."

"सही वक्त? मी नाही समजलो."

"हा सीजन नाही साहेब. या दिवसात फारसे मेहमान नाही भेटत इथे. झीनत पण म्हणत होती कालच. आता कोण येणार? चंद दिनों के लिए तिच्या घरी जाऊन येऊ म्हणून. पण सच कहूँ साब, सीझनमध्ये येणाऱ्या मेहमानांना इथल्या कुदरतचा असली नूर दिसतच नाही. तो असतो खरा या दिवसातच साहेब. अरे काय बेवकूफ आहे मी! आपल्याला खडाच ठेवलंय मी. अभी आया हुजूर."

लगबग करत तो घरात गेला. जाताना त्यानं बाहेरचं दार काळजीपूर्वक उघडलं आणि लगबगीनं बंदही करून घेतलं. जणू आम्ही उघड्या दारातून आत डोकावणारच होतो. त्या खिडकीतून आतला दिवाणखाना तरी स्वच्छ दिसत होता. दारातून कशाला डोकावायला हवं होतं!

"त्याची बायको का रे ती?" प्रियाच्या त्या प्रश्नानं मी माझ्या तंद्रीतून भानावर आलो.

"असावी, नाही, नक्कीच. बायकोचं त्याची ती. आणि तो मुलगा."

"त्याच्यापेक्षा बरीच लहान आहे ती. वयात बरंच अंतर दिसतंय."

"सच्चा प्यार हो तो उमर..."

प्रियानं माझ्या गालावर चापट मारून माझ्यातला तो हिंदी सिनेमातला हिरो पिटाळून लावला.

तेवढ्यात रझदानही रंगीबेरंगी विणलेलं जमखाण घेऊन आला... समोरच्या गवतावरच त्यानं ते अंथरलं आणि आम्हाला बसण्याची खूण करीत तो म्हणाला,

"तशरीफ रखिये हुजूर."

त्यानं ते जाजम सहज म्हणून अंथरलं होतं. पण त्यावर बसून समोर नजर टाकल्यावर जाणवलं, रझदानने ते अंथरण्यासाठी जागा अतिशय हुशारीनं निवडली होती. समोरचं दृश्य खरोखरच भान हरपून टाकणारं होतं. पापणीही लववावीशी वाटत नव्हती. प्रियाचीही तीच अवस्था झाली असावी. कारण तिच्या नकळत ती माझ्याजवळ सरकली होती. आणि रझदानचं तिथलं अस्तित्व विसरून तिनं माझ्या खांद्यावर आपली मान विसावली होती.

"तबियत खूश झाली ना साहेब?" थोडा वेळ आम्हाला आमच्या त्या समाधीत तसं बसू देत, नंतर हळुवार आवाजात रझदान म्हणाला, "माझ्याकडची काच विकत घेतलीत तर इथल्या कुदरतचा हा खजिनाच तुम्ही विकत घेणार आहात. अस्सल काच आहे. शिवाय 'इन फेज' आहे. सध्याच्या टाइमशी सुसंगत आहे. जाडी तर दहा वर्षांची आहे, हुजूर. दस बरस और साथ कदम. चार फूट उंचीची खिडकी घेतलीत तर पाच हजारांना पडेल, साहेब."

"पाच हजार?" समाधीतून जागी होत प्रिया ओरडली, "पाच हजार म्हणजे लूट आहे नुसती. लिंकिंग रोडवरल्या शीश महालमध्ये याच्याहून मोठी दीड-दोन हजारात मिळते."

त्यावर रझदान नुसता हसला. नव्यानंच संगीत शिकू लागलेल्या एखाद्यानं पट्टीच्या खाँसाहेबांना एखादा सूर वेगळाच लागला असं म्हटल्यानंतर 'वत्सा, तुजप्रत कल्याण असो' असं म्हटल्यासारखं गर्भित हसावं तसा त्या काचेची खरी माहिती प्रियाला नाही हे तो उमगला आणि निदान मलातरी त्यातलं काही कळतं का, असं विचारणाऱ्या प्रश्नार्थक मुद्रेनं माझ्याकडे पाहत राहिला.

"तसं नाही डार्लिंग." मी प्रियाला समजावत म्हणालो, "ही काच दहा वर्षं जाडीची आहे म्हणजेच ती दहा वर्षं टिकेल. शिवाय 'इन फेज' आहे."

"एवढाच फरक ना?"

"इतनाही मेमसाब?" रझदाननं विश्वास न बसून विचारलं, "आप इतनाही कहती है! गुस्ताखी माफ, पण मेमसाब, आपण नीट समजतच नाही आहात. या काचेची जादू आपल्या ध्यानात नाही आली. दहा वर्षं जाडी याचा मतलब या काचेतून आरपार जायला प्रकाशाला दहा वर्षं लागतील. इन अदर वर्ड्स ही काच दहा प्रकाशवर्षं जाडीची आहे."

रझदान वरनं वाटला तेवढा अडाणी नव्हता. इंग्लिशही व्यवस्थित बोलू शकत होता. शिवाय शिकलेलाही होता. विज्ञानाची, प्रकाश विज्ञानाची त्याला नीट माहिती होती...

"शिवाय मेमसाब, इन फेज आहे. त्यासाठी लागणारी मेहनत, कसब, घ्यायची काळजी, पूछो मत मेमसाब. जराशी गलती झाली तरी वर्ष-सहा महिन्यांची मेहनत मिट्टीमध्ये जाते. हिरा आणि कोळसा यांत जो फरक, तोच या काचेत आणि तुमच्या त्या शीशमहालाच्या काचेत. आणि तरीही..."

रझदान मध्येच थांबला. कारण माझं लक्ष त्याच्यावरून उडून घराच्या दिशेनं गेल्याचं त्यानं पाहिलं होतं. घराच्या त्या दर्शनी खिडकीजवळ रझदानची बायको मुलाला कडेवर घेऊन उभी होती. उत्फुल्ल चेहऱ्यानं आणि हसऱ्या डोळ्यांनी.

रझदानही तिकडे अनिमिष नेत्रांनी पाहत राहिला. जणू वर्षानुवर्षांच्या ताटातुटीनंतर तो आपल्या बायकोमुलांना पाहत होता.

तेवढ्यात रझदानाची बायको वळली. दिसेनाशी झाली. पण का कोण जाणे मला वाटून गेलं की ती अंध असावी. त्या हसऱ्या डोळ्यांमधून प्रकाश पार जात नसावा. त्याच्यावरच्या आवरणाची जाडी– रझदानच्या काचांच्या भाषेत सांगायचं तर– आयुष्यभराची असावी. आपण चुकून कोणाच्यातरी खासगी आयुष्यात डोकावल्यावर येणारं ओशाळलेपण मला जाणवू लागलं.

"माफ कीजिए हुजूर. मला वाटलं झीनत मलाच बोलावते आहे. हां तो मैं क्या कहता था, दस बरस- टेन इअर्स थिक- अॅन्ड..."

मला पुढे ऐकण्याची गरज नव्हती. रझदान त्या काचांपाठचे वैज्ञानिक सूत्र उलगडून सांगण्याचा प्रयत्न करत होता. मला ते ऐकण्यात स्वारस्य नव्हतं, म्हणजे ते समजलं होतं. पूर्णपणे उमजलं होतं अशातला भाग नव्हता.

पण माझ्या एका फिजिसिस्ट मित्रानं मागे एकदा ते मला व्यवस्थित समजावून सांगण्याचा प्रयत्न केला होता. प्रकाशाचं काचेतून किंवा पाण्यातून जाताना वक्रीभवन होतं. कारण निरनिराळ्या माध्यमांतून जाण्याचा प्रकाशाचा वेग वेगवेगळा असतो. हा फरक अतिशय लहान असतो. तरीही त्याचे दृश्य परिणाम दिसतात. पाण्यातल्या वस्तूच्या वेड्यावाकड्या प्रतिमेच्या स्वरूपात किंवा लोलकातून दिसणाऱ्या इंद्रधनुष्याच्या स्वरूपात.

इथे या विशिष्ट काचेत शिरल्यावर त्याची गती एकदम मंदावते; खरं म्हणजे तशी ती वाटते. कारण काचेच्या प्रत्येक अणूभोवती जणू एक चक्राकार बोगदाच असल्यासारखा, प्रकाशाचा प्रत्येक कण, प्रत्येक अणूच्या प्रभावक्षेत्रात येताच त्या बोगद्यात शिरतो. त्यातच घोटाळत राहतो. त्यातून बाहेर पडेतो त्याला वेळ लागतो. तसेच एखाद्या लेझरसारख्या सुसंगत प्रकाशलहरींच्या उपयोगानं होलोग्रॅम तयार व्हावा, जिवंत त्रिमिती प्रतिमा तयार निर्माण व्हावी, तशी या साध्या प्रकाशाच्या योगे या काचेमध्ये असा होलोग्रॅम तयार झाल्यासारखा होतो. त्या त्या काचेसमोरचं दृश्य त्या काचेत जिवंतपणे बंदिस्त होतं.

दोष माझ्या मित्राचा नाही. त्याचं ज्ञानही अफाट आहे. आणि ते माझ्या गळी उतरविण्याचा त्यानं केलेला प्रयत्नही तितकाच सच्चा होता. पण माझ्याच मठ्ठ टाळक्यात ते शिरलं नाही. शिरलं ते इतकंच की या प्रदेशातले हे रझदानसारखे कसबी कारागीर या स्फटिकापासून अतिशय काळजीपूर्वक घासून घासून योग्य त्या जाडीची काच तयार करतात. ती अशा निसर्गदृश्यासमोर ठेवतात. सुरुवातीस ती अपारदर्शक काळीच असते. कारण तिच्यात बंदिस्त झालेले समोरच्या दृश्यावरून परावर्तित झालेले प्रकाशकिरण बाहेर येण्यासाठी धडपडत आतल्या आत घोटाळत असतात. वर्ष-दीड वर्षांनी ते बाहेर आले की मग त्या काचेची खिडकी बनते आणि मुंबईसारख्या काँक्रीटच्या जंगलातल्या एखाद्या घराची सजावट करते. पुढचं वर्ष-दीड वर्ष घरातल्या माणसांना खिडकीबाहेर हिरवागार निसर्गानं नटलेला परिसर असल्याचं दिसतं.

पण खरी किंमत असते ती फेजमध्ये असणाऱ्या अनेक वर्षं जाडीच्या काचेच्या खिडक्यांनाच. रझदानकडच्या काचा त्याच प्रकारच्या होत्या. त्यामानानं तो मागत असलेली किंमत माफकच म्हणावयास हवी.

रझदान अजूनही त्या काचेच्या जादूचं रहस्य प्रियाला समजावून सांगण्याचा प्रयत्न करीत होता. माझा विचार मात्र तोवर पक्का झाला होता.

"चेक दिला तर चालेल?" तेवढी कॅश बरोबर असणं शक्यच नव्हतं. म्हणूनच मी विचारलं आणि लगेच जीभ चावली. त्या तशा आड बाजूला बँक कुठली असणार! माझ्या ते लक्षात यायला हवं होत.

पण रझदानला अशा व्यवहाराची सवय असावी.

"जरूर हुजूर. रझदान ॲन्ड को. के नाम पे लिख दीजियेगा."

"पण डिलिव्हरी घरी द्यावी लागेल. त्याचे चार्जेस काय असतील ते सांगा. याच चेकमध्ये तेही टाकता येतील. होम डिलिव्हरी करता ना तुम्ही?"

"क्यूं नहीं? जरूर करतो. अगदी देशात कुठेही; प्रसंगी परदेशातही आमच्या काचा पाठविल्या आहेत आम्ही."

रझदानचं ते छोटंसं घर आणि बाहेरचं हे ओबडधोबड अंगण पाहून येथून माल एक्स्पोर्ट होत असेल यावर कोणाचा सहसा विश्वास नसता बसला. पण रझदानशी माझी जी बातचीत झाली होती त्यावरून तो एक अतिशय हुशार, सुशिक्षित कलाकार असल्याची माझी खात्री झाली होती, त्याच्या काचा परदेशात जाव्या यात नवल नव्हतं.

"पण हुजूर काच बरोबर का नाही घेऊन जात तुम्ही?"

"बरोबर! पण चेक एन्कॅश..."

"अजी हुजूर! लोगोंकी पहेचान न होती मुझे तर आजवर बिझनेसच नसता झाला. शिवाय तुम्ही या काचांचे जाणकार दिसता. तुम्ही फसवलंत तरी बुरा नहीं मानूंगा."

रझदानची वाणी मिठ्ठास होती यात शंका नव्हती. कदाचित सगळ्याच गिऱ्हाइकांना तो असा हरभऱ्याच्या झाडावर चढवत असेल. पण मलातरी तो माझ्यावरच खास विश्वास ठेवत असावा असं वाटलं.

"तुम्ही चेक तयार ठेवा. तोपर्यंत मी तुम्ही निवडलेली ही खिडकी पॅक करून आणतो."

अतिशय नाजूकपणे एखादं जिवंत मूल हाताळावं तशा ममतेने त्यानं ती काच उचलली आणि तो ती घेऊन गेला घराच्या पाठच्या बाजूला.

तिथल्याच एका दगडाचं टेबल करून मी चेक लिहायला घेणार तोच पावसाचे दोनचार टपोरे थेंब माझ्या हातावर पडले. मी दचकून पाहिलं. दूरवर पाऊस कोसळत होता. आणि हळूहळू पुढे सरकत आमच्याच दिशेनं येत होता. मी आणि प्रिया आम्ही धावतच घराच्या वळचणीआड जाऊन उभे राहिलो. त्या आडोशाने आम्ही भिजण्यापासून जेमतेमच वाचलो असतो. पाऊस जरासा वेडावाकडा येता तरी आम्हाला नक्कीच भिजवता. रझदानने आम्हाला घरात बोलावू नये याचं आश्चर्यच वाटत होतं. प्रियानं तर ते बोलूनही दाखवलं,

"एवढा पाच हजाराचा सौदा पटला. पण त्यानं आपल्याला पावसापासून वाचवण्यासाठी तरी घरात बोलवायचं."

"असेल त्याची काही अडचण. काही जणांना आपल्या घरात परक्यानी पाऊल ठेवलेलं नाही आवडत. त्यात..." पण माझे पुढचे शब्द घशातच अडकले.

कारण तेवढ्यात माझं लक्ष त्या खिडकीकडे गेलं. आतलं सारं स्वच्छ दिसत होतं. अतिशय नीटनेटकी लावलेली खोली होती ती. एखाद्या स्त्रीचा हात तिच्यावरून फिरल्याचं जाणवून देणारी. नाही म्हणायला काही खेळणी जमिनीवर इतस्तत: पसरली होती. चावीची माकडं होती. मोटारी होत्या. मुळाक्षरं असलेले ठोकळे होते. मोठा प्लॅस्टिकचा चेंडू होता आणि ही सारी खेळणी ज्याच्यात घालून एकीकडून

दुसरीकडे नेता आली असती अशी एक लालभडक प्लॅस्टिकची गाडीही होती.

ती खेळणी पसरलेली असूनही खोलीच्या नीटनेटकेपणाला बाधा येत नव्हती. उलट तो पसाराही त्या खोलीच्या आखीवपणाचा भाग बनून राहिला होता. घर नांदतं खेळतं असल्याचं ते लक्षण होतं. घराला घरपण देणारं.

इतकी चांगली खोली असूनही रझदाननं ती आमच्यापासून लपविण्याचा का प्रयत्न करावा हे अनाकलनीय होतं. मी प्रियाकडे तसं बोलणार तोच आतून एक-दोन वर्षांचा गोंडस छोकरा दुडुदुडु धावत आणि मनमोकळं, देवळातल्या घंटानादासारखं स्वच्छ हसत बाहेर आला. लाथेनं त्यानं ते ठोकळे फुटबॉलसारखे उडवण्याचा प्रयत्न केला. तेवढ्यात त्याच्या पाठोपाठ धावतच त्याची आई; मघाशी दोनदा पाहिलेली रझदानची बायको आली. तिनं त्या मुलाला पकडून हसत हसतच कडेवर घेतलं. त्याची पापी घेतली आणि ती दोघं खिडकीजवळ येऊन माझ्यासमोरच उभी राहिली.

क्षणभर मी ओशाळल्यागत झालो. त्यांना निरखून पाहण्यात मी इतका गुंतलो होतो की वास्तवतेचं भानच नव्हतं. ती समोर दिसताच मी हसलो. नंतर परिश्रमानं मनमोकळं स्मितहास्य माझ्या ओठावर मी कोरलं.

तिनं मात्र काहीच प्रतिसाद दिला नाही. त्या मुलानंही नाही. मला आरपार पाहत असल्यासारखी काही क्षण ती तिथंच स्तब्ध उभी राहिली. आणि दोघंही आत निघून गेली. आई आणि मुलगा दोघंही दृष्टी गमावलेली! उगीच नाही रझदान कोणाला घरात शिरू देत!

प्रियाच्या ओरडण्यानं मी भानावर आलो.

''जाजम भिजतंय! जाजम भिजतंय!''

ओरडतच प्रिया तिथे धावत गेली. आणि अर्धवट भिजलेलं जाजम उचलत ती परत माझ्याजवळ आली. ते अर्ध ओलं झालेलं जाजम घेऊन त्या वळचणीच्या आडोशाला उभं राहणं मूर्खपणाचंच होतं. प्रियानं ते आत ठेवण्यासाठी दार उघडायला जाणं स्वाभाविक होतं. दोष तिचा नव्हता.

पण मला त्यातील धोका जाणवला. मी ओरडलोही... ''प्रिया थांब. उघडू नकोस ते दार. प्रिया!''

पण मला उशीर झाला होता. प्रियानं दार उघडलं होतं तरीही ती तिथंच तशी एखाद्या अदृश्य शक्तीनं अडवल्यासारखी खिळून उभी होती.

मी तिच्या पाठी जाऊन उभा राहिलो.

इतकी अस्ताव्यस्त खोली मी पाहिली नव्हती. फर्निचर वेडंवाकडं कसंतरी पडलं होतं. खुर्चीचे हात मोडले होते. टेबलाचे पाय मोडले होते. उश्या, गाद्यांमधून कापूस बाहेर डोकावत होता. पडद्यांच्या जाळ्या झाल्या होत्या. कोपऱ्यात जळमटांनी

घर केलं होतं. दुसऱ्या कोपऱ्यात रद्दीच्या ढिगाऱ्यावर धुळीची पुटं चढली होती. न विसळलेल्या कपबश्याही तिथेच पडल्या होत्या. खिडकीतून आम्ही पाहिलेल्या नीटनेटकेपणाचा लवलेशही नव्हता. नाही म्हणायला ती प्लॅस्टिकची खेळण्यांची गाडी तेवढी तिथेच होती. रंग विटलेली. एक चाक मोडून पडलेली.

मी काळजीपूर्वक पण निर्धारपूर्वकही दरवाजा घट्ट बंद केला. ज्यांच्यावर एकटं राहण्याची पाळी येते अशा साऱ्याच पुरुषांना घर नीटनेटकेपणानं ठेवणं जमतंच असं नाही.

प्रिया तर एखादा भुताटकीचा वाडा पाहिल्यासारखी पांढरीफटक पडली होती.

''हे कसं शक्य आहे? कसं शक्य आहे! म्हणजे मग खिडकीतून पाहिलं ते... कसं शक्य आहे?''

परत परत तोच प्रश्न विचारत होती. स्वतःलाच. मी हलकेच तिला जवळ ओढलं आणि पाठीवर थोपटत म्हणालो, ''काच पारदर्शक असते. दोन्ही बाजूंनी तिच्यातून प्रकाश पलीकडे जाऊ शकतो. आतून बाहेर आणि बाहेरून आतही.''

''म्हणजे मग तुला असं म्हणायचंय...''

''मला काहीही म्हणायचं नाही डार्लिंग. हव्यात कशाला आपल्याला इतरांच्या भानगडी. तो बघ रझदान. आलाच काच घेऊन.''

व्यवस्थित पॅक केलेली ती काच घेऊन रझदान आला. एक क्षणभरच तो थबकला. प्रियाच्या हातातलं ते जाजम आणि आमचे भांबावले चेहरे, वरचेवर आमच्या निग्रहांवर मात करून खिडकीकडे वळणाऱ्या नजरा... हे पाहून सारा प्रकार त्याच्या लक्षात आला होता. पण त्यानं तसं दाखवलं मात्र नाही. आमच्या नको तिथे कडमडण्यानं त्याच्या काळजालाच हात घातला होता. त्याच्या दुखऱ्या भागावरच जोर दिला होता. तरीही तो शांत राहिला होता.

''आपने खामखाँ तकलीफ उठाई, मेमसाब.'' प्रियाच्या हातातून ते जाजम घेत तो म्हणाला, ''भीगने देते, क्या फर्क पडता!''

''हा तुमचा चेक.'' चेक त्याच्या हातात देत मी म्हणालो. तो घेऊन त्यानं कपाळाला लावला. काचेचं पार्सल माझ्या हातात देत तो म्हणाला.

''बहुत खुशी हुई साब, आपको ये शिशा बेचके. जपून न्या ती साहेब. अनमोल आहे ती. केवळ पाच हजाराची नका समजू तिला, तिचं खरं मोल आज नाही, नंतरच समजेल तुम्हाला. खुदा हाफिज.''

आम्ही वळून निघालो. पावसानं आता निसरड्या झालेल्या त्या पायऱ्या जपून उतरावं लागत होतं. मी शेवटच्या पायरीवर असतानाच रझदानची हाक परत आली.

''साब...''

मी थांबलो. वळलो.

रझदान दोन पायऱ्या उतरून आला होता.

"चार बरस हुए, इथंच खालच्या वळणावर एका बेदरकार मोटारवाल्यानं उडवलं दोघांना. त्याचा खेळ झाला. पण माझ्या कलेजाचे तुकडे झाले. जागच्या जागी. छोकरा तर सारा सात सालका था. त्यांची एवढीही याद ठेवायची नाही मी!"

काहीही न बोलता मी त्याचा हात दाबला. वळून प्रियाला घट्ट कवेत घेतलं आणि जपून पायऱ्या उतरू लागलो. आमचे बाहू एकमेकांना अधिक जवळ घेण्यासाठी शिवशिवत होते.

गाडीकडे जाण्यापूर्वी शेवटचं एकदा आम्ही त्या घराकडे पाहिले. रझदान– आम्ही पहिल्यांदा त्याला पाहिलं– त्याच जागी अंगणात बसून राहिला होता. त्याची नजर खिडकीकडे लागून राहिली होती.

त्या खिडकीत कोणी होतं की काय हे मात्र आम्हाला दिसलं नाही. आमच्या डोळ्यांवरच्या पाण्याच्या पडद्यामुळे सारं धूसर झालं होतं. तो पडदा पावसाच्या पाण्याचाच होता, हे शपथेवर नाही सांगता यायचं मला.

वसुधा, दिवाळी १९८९

शिष्यात् इच्छेत

घनदाट जंगलातल्या भर दुपारच्या अंधाराला सरावत आलेले भानूचे डोळे अकस्मात दिपले. काळ्याकुट्ट मखमलीवर ठेवलेल्या माणकांनी प्रकाशाची चुकार तिरीप पकडून तिच्याशी खेळत पाहणाऱ्याचे डोळे दिपवावेत तसं. भानूला त्या कल्पनेचंच एकदम हसू आलं. माणकांनी डोळे दिपायला हे जंगल म्हणजे अलिबाबाची गुहा थोडीच होती! हं, माणकांचा लालभडक रंगच तेवढा खरा होता. छे, तेही खरं नव्हतं. लालभडक रंग माणकांचा नव्हता, गुंजांचा होता. लालभडक गुंजांसारख्या डोळ्यांचा. त्या डोळ्यांनीच त्यांच्या मालकाची, त्या जंगली श्वापदाची चाहूल भानूला करून दिली.

वास्तविक सारं आयुष्य या जंगलात, जंगली पशूंच्या संगतीत काढल्यानंतर तोही थोडाफार त्या श्वापदांसारखाच बनला होता. दुसऱ्या कोणा प्राण्याची चाहून लागायला त्याला दृष्टीची आवश्यकता भासत नव्हती. केवळ वासावरून इतर प्राण्यांच्या अस्तित्वाची जाणीव होण्याइतपत त्याचं घ्राणेंद्रिय तिखट बनलं होतं.

त्याचमुळे जंगलात पाऊल ठेवल्यापासूनच त्याला त्यांचा सुगावा लागला होता. नजरचुकीनं का होईना, त्यांच्यातला एक जण नजरेला पडल्यामुळं त्याची खात्री झाली होती इतकंच. आपल्याला आपल्या अपेक्षेनुसार त्यांनी घेरल्याची जाणीव त्याला पुन्हा एकदा झाली. आपला होरा खरा ठरल्याच्या समाधानाचं एक स्मित त्याच्या चेहऱ्यावर पसरलं. गर्द पर्णसंभाराच्या अडथळ्यांना न जुमानता पसरत जाणाऱ्या सूर्याच्या किरणांसारखं.

तो आता अधिकच सावध झाला. प्रत्येक पाऊल तोलूनमापून पुढं टाकलं पाहिजे. पंचेंद्रियं जागृत ठेवून वाटचाल केली पाहिजे, याची त्यानं स्वतःलाच परत एकदा आठवण करून दिली. वास्तविक त्याची गरज नव्हती. सारं आयुष्य जंगलात काढल्यानंतर ती सवय त्याच्या हाडीमांसी भिनली होती. वयोमानानुसार त्याच्या

हालचाली, त्याच्या रिफ्लेक्स ॲक्शन्स काहीशा मंदावल्या होत्या खऱ्या. पण त्याच वयोमानानुसार कमावलेल्या अनुभवाची शिदोरी त्या कमतरतेवर मात करण्यासाठी पुरेशी होती.

या वेळेला तरी आपल्यावर कुरघोडी करण्यासाठी, आपल्यावर विजय मिळविण्यासाठी ते सारे आटापिटा करणार याविषयी त्याच्या मनात शंका नव्हती. फक्त या वेळेला त्यांनी कोणता व्यूह रचला असेल याची त्याला कल्पना नव्हती. कोणती कूटनीती त्यांनी उपयोगात आणली असेल हे त्याला समजलं नव्हतं.

तयारीत ठेवलेली हातातली दुबारी बंदूक त्यानं सैलावल्यासारखी, निष्काळजीपणे धरल्यासारखी केली. जाणूनबुजून त्यांना खिजवण्यासाठी, त्यांना चेतवण्यासाठी. त्यांना आव्हान देण्यासाठी.

त्या प्रलोभनाला बळी पडून कोणीतरी वार करायला पुढे सरसावेल काय! कोणीतरी! एखादी निर्व्याज भासणारी खार! एरवी दुरून चाहूल लागली तरी पळ काढणारी खार! एकदम बाजूच्या झाडावरून बंदुकीच्या घोड्यावर उडी मारून नळीतले दोन्ही वार आपल्याच मस्तकाच्या चिंधड्या उडवतील अशी काहीतरी व्यवस्था करण्याचा तर प्रयत्न करणार नाही!

नाही! तशी हालचाल कोणीच केली नाही. त्यांचा इरादा काही वेगळाच होता हे नक्की.

अगदी शेवटच्या क्षणी डोळ्यांच्या कोपऱ्यातून त्याला ती जागा दिसली! एक छोटासा, अंधुकसा पट्टा, त्यावरचे पावलांचे, हालचालींचे ठसे पुसण्याचा काळजीपूर्वक प्रयत्नही केलेला होता. त्यातला एक छोटासा कोपरा. तिथे उमटलेला तो ठसाही दिसेनासा झाला होता. त्याची नजर सराईत म्हणूनच त्याच्या तो लक्षात आला होता आणि तो दिसला म्हणून त्यांच्या त्या इराद्याचीही तशीच अंधुकशी ओळख पटली होती.

खारीनं किंवा सरड्यानं त्याच्या अंगावर कशाला उडी मारायला हवी होती! ज्या झाडांवरून, ज्यांच्या अंगाखांद्यावरून त्यांनी त्याच्या अंगाखांद्यावर झेप घ्यायची, ते झाडच उन्मळून त्याच्या अंगावर कोसळलं तर?

अधिकच सावधानतेनं, डोळ्यांत तेल घालून, पापणीही न लववविता तो पाहू लागला. समोरच्या जमिनीचा तुकडा न् तुकडा एखाद्या शेरलॉक होम्सच्या नजरेनं तपासू लागला. कुठेतरी एखादी तार बांधून ठेवलेली असणार तिला अडखळून, तिच्यात पाय अडकून त्यानं धडपडावं म्हणून.

पण तार, त्या जमिनीच्या तिच्यावरच्या पालापाचोळ्याच्या रांगेत लपून जाणारी गंजलेली तार बांधून ठेवायला दोन पायांचे शिकारी थोडेच त्याच्या मागावर होते! छे, तार नसणारच! एखादी वेलच असेल. कोमेजून गेलेली, मरगळलेली, पिवळी

पडलेली पण पीळ न सुटलेली वेल.

पण तशी वेल डोळे फाडून पाहूनही दिसेना. आपला अंदाज चुकला तर नाही? त्यांच्या अक्कलहुशारीची, त्यांनी कमावलेल्या कसबाची अतिशयोक्त कल्पना तर आपण केली नाही असं भानूला वाटत असतानाच त्याला ती वेल दिसली आणि आपल्या कल्पनेपेक्षाही ते थोडेसे जास्तच हुशार निघाल्याचं पाहून तो परत एकदा समाधानानं हसला.

वेलच होती. पण मेलेली, जीवनाचा हिरवा रंग गमावून बसलेली नव्हती. ताजी, रसरशीत, पिळाची घट्ट वीण उरी बाळगून बसलेली. जमिनीत रुजलेली तिची मुळंच खुंटासारखी धरून अतिशय काळजीपूर्वक नाजूकपणे पायवाटेपलीकडच्या झाडाच्या बुंध्याभोवती तिचं वेटोळं घालण्यात आलं होतं. भानूची नजर आयुष्यभराच्या अनुभवानं कमावलेली होती म्हणूनच त्याच्या ते लक्षात आलं. एरवी वेल अशी जमिनीलगत सरपटत कशी वाढत गेली याचंच पाहणाऱ्याला आश्चर्य वाटलं असतं. ज्या झाडाच्या बुंध्याला ती बांधली होती, त्याचा पायाही ठिसूळ करून टाकण्यात झाला होता. त्याच्या मुळांचा आधार कमकुवत करण्यात आला होता. तिथे घातलेले घाव मोठ्या चलाखपणे बुजविण्याचा प्रयत्नही करण्यात आला होता. भानूच्या नजरेतून ते सुटलं नसलं, तरी त्या कारागिरीची दाद त्यालाही द्यावीशी वाटली. त्या वेलीला अडखळून तो पडण्याचाच अवकाश, कडकड आवाज करत तो वृक्षही त्याच्या अंगावर आदळला असता.

आजूबाजूच्या पानांची किंचितशी वाढलेली सळसळ आणि रानात सतत सोबतीला असणाऱ्या रातकिड्यांच्या गोंगाटात झालेली पुसटशी वाढ तेवढीच काय ती दबा धरून बसलेल्या त्यांच्या कळपाची त्याला जाणीव करून देत होती आणि आपली अपेक्षा आता पुरी होणार या उत्सुकतेनं रोधून धरलेल्या त्यांच्या श्वासाचीही.

त्यांचा डाव आपल्या ध्यानात आला आहे याची जराशीही शंका त्यांना येऊ न देता त्याच धिम्या चालीनं, त्याच आत्मविश्वासपूर्वक पावलं टाकत भानू पुढे जात राहिला. जसजसा तो त्या वेलींच्या जवळजवळ येत होता तसतशी पानांची सळसळ आणि रातकिड्यांची किरकिर वाढत गेल्याचं त्याच्या कानांना जाणवत होतं आणि अगदी शेवटच्या क्षणी जेव्हा त्या वेलीवरून पाऊल टाकत तो पुढे गेला तेव्हा झालेल्या अपेक्षाभंगानं त्या सळसळीत आणि किरकिरीत झालेला मात्रेचा बदलही त्याच्या कानांनी टिपला होता.

हा डाव फसला असला तरी गाफील राहून चालणार नव्हतं. ही तर एक चुणूक होती. नमनाची खेळी होती. आणखीही असे सापळे आपल्या वाटेत पसरलेले असणार याविषयी त्याची खात्री होती. ते नसते तर त्यालाच वाईट वाटलं असतं. आपण कमी पडलो असं वाटत राहिलं असतं.

बाजूच्या झाडावरून आलेल्या अस्पष्टशा, खरवडल्यासारख्या आवाजानं चमकून त्यानं मान वळवली. त्याच क्षणी वाकवून, ताणून धरलेली त्या झाडाची एक फांदी त्याच्या कानशिलाजवळून गेली. तिच्या सपाट्यानं झालेला आवाज त्याच्या कानात गुंजत राहिला. ती फांदीही जणू भीतीनं अजून थरथरत होती. तिच्यावरच्या विषारी काट्यांचा ओरखडाही त्याच्या गालांवर उठला असता तरी काय झालं असतं हे सांगता आलं नसतं.

ती फांदी हालली त्याच क्षणी कोणीतरी तिथून झपाट्यानं नाहीसं झाल्याचं त्याच्या लक्षात आल्यावाचून राहिलं नाही. ते रानमांजर असावं असंही त्याला वाटून गेलं. नव्हे त्याची जवळजवळ खात्रीच झाली होती. रानमांजरच असणार. दुसरं कोण? रानमांजरच! त्या क्षणी त्याला राजाची आठवण झाली. तो पहिला. मगच बाकीचे आले. आता फांदीचं धनुष्य त्याच्यावर फेकू पाहणारा राजाच तर नव्हता?

अधिक सावधानता बाळगून पण तसं भासू न देता तो पुढे चालत राहिला. पुढच्या वाटेची कसून तपासणी करत राहिला. जेथे मोकळी वाट दिसली तिकडे जात राहिला. अन् मध्येच थबकला. हीच तर त्यांची चाल नसेल! वाट मोकळी दाखवून त्या दिशेनं त्याला भुलवत न्यायचं आणि मग...

समोर दिसलेला पाल्यापाचोळ्याचा उंचवटा त्याच्या मनात शंकांचं मोहोळ उठवून गेला. लांबूनच बंदुकीच्या नळीचा काठीसारखा वापर करत त्यानं तो उंचवटा चिरडून पाहिला. पण तिथं काहीच नव्हतं. त्या ढिगाऱ्याखालची जमीनही भक्कम होती. त्यानं पुढे पाऊल टाकलं.

पुढची वाट निरुंद होत गेली. अंधारही गडद होत गेला. पानांची सळसळ व किड्यांची किरकिर यांनी आता एकच ठेका धरला होता. त्याच्या हृदयाच्या ठोक्यांशी समेवर येऊ पाहत होता. आपलं चित्त चळावं आणि आपलं लक्ष विचलित व्हावं म्हणून केलेली ती आणखी एक चाल आहे हे न समजण्याइतका नवखा नव्हता तो. मग त्यांनी असले पोरकट डाव का रचावेत? त्याचा असा अपमान का करावा?

रागाची आग मस्तकात शिरण्यापूर्वीच पुढे एकदम मोकळी जागा दिसली आणि तो सावध झाला. जागा भरपूर मोकळी होती. विश्वासाने, दमदारपणे, नि:शंकपणे चालत जावं अशी. पायाखालची माती अकस्मात दगा देणार नाही असा भरोसा देणारी होती. त्यावरून गेलेला तो कोल्ह्याच्या पावलांचा फराटा तेच सांगत होता.

तो त्याच पावलावर आपलं पाऊल टाकणार तोच त्याला त्या फराट्याच्या दोन्ही बाजूला सारख्याच अंतरावर पुसून टाकण्याचा प्रयत्न झालेले ठसे दिसले.

अधांतरी असलेलं आपलं पाऊल अखेरच्या क्षणी त्यानं मागं घेतलं. त्याचा राग आता कुठल्याकुठे पळून गेला होता. परत एकदा समाधानाचं स्मितहास्य त्याच्या चेहऱ्यावर झळकू लागलं होतं.

मोठ्या हुशारीनं त्याला चकवण्याचा घाट घातला गेला होता. काय झालं असणार, काय केलं गेलं असणार याची कल्पना त्याला आली होती. दोन कोल्ह्यांनी त्या मधल्या भुसभुशीत चौकोनाच्या दोन्ही बाजूंना राहून तोंडामध्ये एक भक्कम फांदी धरली असणार अन् त्या फांदीवर शरीराचा भार देत तिसरा स्वार झाला असणार. निर्धास्तपणे त्या जमिनीवर आपल्या पावलांचा माग ठेवत पलीकडे गेला असणार. वानरांनी ही युक्ती अमलात आणली असती तर त्याला विशेष आश्चर्य वाटलं नसतं. फांद्यांना लोंबकळण्यात त्यांचा जन्मच जातो. पण कोल्ह्यांनी या युक्तीचा अवलंब करावा हे कौतुकास्पदच होतं. त्यांच्या मूळ लबाडपणात भर घालणारं होतं. पण या वाटेनं आपल्याला मुद्दाम आणण्यात आलं आहे हे त्याला आता कळून चुकलं होतं. पुढे याहूनही कसोटी पाहणारे सापळे असावेत याविषयी शंका राहिली नव्हती. आणखी किती सावधगिरी बाळगायची हेच त्याला समजेनासं झालं होतं. डोळे ताणून, कान टवकारून, नाकपुड्या फेंदारून भानू चालत राहिला. एकाएकी आजूबाजूची पानांची सळसळ थांबल्यासारखी झाली. सारं वातावरण एकदम स्तब्ध झालं होतं. वादळापूर्वीच्या शांततेसारखं सुन्न पडलं होतं. जणू काहीतरी होण्याच्या अपेक्षेनं सारे जण श्वास रोखून, हृदयाची धडधडही मोठ्यानं होणार नाही याची काळजी घेत शांत झाले होते.

त्याला याची जाणीव झाली तोपर्यंत उशीर झाला होता. कारण पुढच्याच क्षणी त्याच्या पायाखालची जमीन हादरली होती, दुभंगली होती. जमीन कसली? खड्ड्याच्या तोंडावर पसरलेल्या वाळलेल्या काटक्यांच्या छतावर पसरलेली माती. त्याच्या वजनाचा भार न पेलवून ते छत कोसळलं होतं आणि त्या पाठोपाठ तोही. खालच्या खड्ड्यात.

पडता पडताच त्याची शुद्धही हरपली होती. त्यानंतर तो मधूनमधून शुद्धीवर येत राहिला. शुद्धी बेशुद्धीच्या सीमारेषेवर हिंदकळत राहिला.

मधून शुद्धीवर आला तेव्हा खड्डा चांगलाच खोल असल्याचं त्याला जाणवून गेलं. खोल असणारच होता. खोलवर खणत राहण्याचं कसब तसं त्यांच्या अंगी मुळातच असतं. आता त्याला अधिकच धार आली होती.

अजूनही त्याची खबर घ्यायला कोणी आलं नव्हतं. एवढ्यात कोणी येणारही नव्हतं. शांतपणे अचूक वेळेची वाट पाहण्यात ते तरबेज झाले होते. तो असहायतेचं नाटक करत नाही याची खात्री झाल्याशिवाय कोणाचंही पाऊल पडणार नव्हतं. चोहोबाजूनं घेरला गेलेला. अखेरचे क्षण जवळ येऊन ठेवलेला असा उंदरासारखा यःकश्चित प्राणीही जिवाची पर्वा न करता प्रतिकाराचा पवित्रा घेतो. शत्रूवर हल्ला चढवतो. इथे तर भानूसारखा अनुभवी वनरक्षक होता. ते सारे जाणून होते. भानूला पुरे ओळखून होते.

परत जाग आली तेव्हा कमरेतून एक जीवघेणी कळ येऊन गेली. उजवा पाय

अंगाखाली सापडून वेडावाकडा मुडपला गेलाय याची त्याला जाणीव झाली. त्याच्या वेदनेनंच सारं शरीर बधिर झाल्यासारखं झालं होतं. त्यामुळे इतर मोडतोड काय झालीय हे जाणून घेणंही अशक्य झालं होतं.

यातून आपला निभाव लागणार नाही हे त्याला कळून चुकलं होतं. अजूनपर्यंत जरी कोणी त्याच्या जवळपास फिरकलं नसलं, तरी काही वेळात तरी ते त्याच्यावर तुटून पडतील याविषयी त्याच्या मनात संदेह नव्हता. पण त्याची त्याला खंत नव्हती. खंत का वाटावी? याचसाठी तर आजवर सारा अट्टहास केला होता. ज्या क्षणी त्याच्यावर हल्ला होईल तो क्षण आयुष्यभराचे श्रम सार्थकी लागण्याचा क्षण असेल अशीच त्याची भावना होती.

लवकर यावेत आणि या जीवघेण्या प्रतीक्षेचा त्यांनी अंत करावा, आपली सुटका करावी असं त्याला वाटून गेलं. आपल्याला त्यांनी तडफडत ठेवण्याबद्दल त्यानं त्यांना उद्देशून एक शिवीही हासडली. पण आपल्याला कितीही वाटलं तरी योग्य संधी आल्याशिवाय ते पुढे येणार नाहीत हे त्याला ठाऊक होतं. या खेळात शांतपणे वाट पाहावी लागते, अधीर होऊन चालत नाही हे ज्ञान त्यांना उपजतच होते. त्यानं ते घोटून घोटून अधिकच पक्कं करून घेतलं होतं.

कधीतरी त्याला जाग आली. परंतु आपण खरोखरीच जागे आहोत की आपल्याला भ्रम होत आहे. हे त्याला ठामपणे सांगता नसतं आलं. त्या भ्रमात किंवा अर्धजागृतावस्थेतच कित्येक वर्षांचं आयुष्य एखाद्या जलद गतीनं पाहिल्या जाणाऱ्या व्हिडीओ टेपसारखं त्याच्या समोरून तरळून गेलं.

त्याला आठवले ते त्याचे वनरक्षक म्हणून नेमणूक झाल्याचे सुरुवातीचे दिवस. ते रान अभयारण्य म्हणून निवडलं गेलं होतं. कायद्यानं तिथल्या वनस्पतींना, वन्य प्राण्यांना, चिलटामुंग्यांना संरक्षण देण्यात आलं होतं. त्या कायद्याच्या अंमलबजावणीचा अधिकार छातीवरील बिल्ल्यांसकट आणि खांद्यांवरील फितीसकट भानूच्या हवाली करण्यात आला होता. त्याच्या हातात जीव घेणारी आणि नुसतीच बधिर करणारी दोन्ही प्रकारची शस्त्रं सोपविण्यात आली होती.

मोठ्या आत्मविश्वासानं, निर्धारानं आणि निर्भयपणे त्यानं त्या रानात पाऊल ठेवलं होतं. पण त्याचा भ्रमनिरास व्हायला वेळ लागला नाही. आहे तशीच परिस्थिती राहती, तर आपल्याच भाईबंदांपासून त्या रानटी पण मुक्या प्राण्यांचं रक्षण करणं आपल्याला शक्य होणार नाही याविषयी त्याची खात्री पटत चालली होती. आपल्यासारखेच, आपल्यासारख्याच हाडामांसाचे, आपल्यासारखंच रक्त ज्यांच्या नसांतून खेळत आहे असे आपले भाईबंद त्या निसर्गदत्त जीवनाशी प्रामाणिक राहणाऱ्या प्राण्यांचा निर्वंश केल्याशिवाय राहणार नाहीत, याविषयी त्याला शंका वाटेनाशी झाली होती.

आणि यात त्या मुक्या प्राण्यांचा दोष काय? असलाच तर एवढाच की, आपल्या बुद्धिमत्तेचा वापर करून त्यांनी निसर्गक्रमात ढवळाढवळ करण्याचं पातक केलं नव्हतं. आपल्या निसर्गनियंत्रित गरजांपेक्षा जास्त खाद्य किंवा जीवनोपयोगी साधनं मिळविण्याची हाव धरली नव्हती. सबसे जीव प्यारा या तत्त्वाला जागूनही अप्पलपोटेपणा केला नव्हता.

भानूला तोपर्यंत कळून चुकलं होतं की, कागदोपत्री कायदा कितीही ताकदवान, जरब बसविणारा भासत असला, तरी त्या अरण्यातल्या त्या मुक्त वातावरणात तो कायदाच कैदी होऊन बसला होता. लुळापांगळा होत होता. त्याचं कर्तव्य बजाविण्यासाठी त्याचा काडीमात्र उपयोग नव्हता.

त्यासाठी त्याला स्वतःचाच वेगळा मार्ग शोधणं जरुरी होतं. स्वतःची वेगळीच उपाययोजना करणं आवश्यक होतं. त्याच्या विचाराला आणि कृतीलादेखील चालना मिळाली ती योगायोगानंच.

एक दिवस संध्याकाळचा असा सहज फेरफटका मारीत असता बेकायदा शिकार करू पाहणारा तो चोर त्याच्या हाती सापडला होता. त्यानं लावलेला सापळा चुकवून आणि त्यातलं नेमकं आमिष पळवून नेणाऱ्या अज्ञात प्राण्याला तो शिव्यांची लाखोली वाहत होता. स्वतःवरच चरफडण्यात मश्गूल असणाऱ्या त्याला भानूची चाहूलही लागली नव्हती.

तसं म्हटलं तर भानूनं त्याला रंगेहात पकडलं होतं आणि तरीही तो सुटला असता हेही तो पुरेपूर जाणून होता. कारण त्यानं शिकार केलेलीच नव्हती. उलट शिकार हुकली होती. शिकारीचा प्रयत्न करणंही बेकायदा होतं. पण कायद्याची पर्वा होती कुणाला! दोन पायांच्या बोलत्याचालत्या माणसाच्या जिवालाही किंमत नव्हती राहिली. तिथे चार पायांच्या मुक्या प्राण्यांच्या जिवाची कोण पत्रास बाळगतो! भानूनं मग त्याच्या ढुंगणावर लाथ मारून त्याला हाकलून लावलं होतं आणि त्याचा तो साफ केलेला सापळा परत व्यवस्थित लावून तो शांतपणे वाट पाहत बसला होता. शिकाऱ्यांची प्रतीक्षावृत्ती अंगी बाळगून, जरासंही अधीर न होता, उतावळेपणा न करता तो शांतपणे मचाणावर बसून राहिला होता.

अन् त्याच्या त्या प्रतीक्षेला अपेक्षेपेक्षा लवकरच फळही आलं होतं. एक रानमांजर आलं. सापळा पाहताच थबकलं. तोंडात एक वाळलेली काटकी धरत त्यानं त्या सापळ्याच्या हलणाऱ्या दाताडात घुसडली होती आणि त्याच्या धक्क्यानं त्या निर्जीव, निर्बुद्ध सापळ्यानं वासलेला जबडा मिटताच त्यातलं आमिष पकडून पळण्याची तयारी केली होती.

आश्चर्यानं तोंड उघडं टाकून भानू भारावल्यासारखा पाहत बसला होता. अगदी शेवटच्या क्षणी भानू भानावर आला आणि नेम धरून त्यानं बधिर करणारी सुई त्या

रानमांजरावर फेकली होती. बेशुद्धावस्थेतल्या त्या रानमांजराला पकडलं. नर होता तो आणि भानूनं प्रेमानं त्याचं राजा असं बारसंही करून टाकलं होतं. आपल्या क्वार्टर्सवर नेलं होतं.

तिथूनच त्याच्या त्या कुठेही वाच्यता न केलेल्या प्रयोगाला सुरुवात झाली होती. राजाला त्यानं शिकवायला सुरुवात केली होती. निरनिराळ्या सापळ्यांची त्यानं त्याला ओळख करून दिली होती. त्यातून निसटायच्या, त्या सापळ्यांना चुकविण्याच्या युक्त्या त्याला शिकवल्या होत्या. त्या त्यानं यशस्वीपणे आत्मसात केल्या तर त्याला बक्षीस दिलं जात होतं. त्याला आवडणाऱ्या खाद्यपदार्थांचं. आणि जर त्यानं हयगय केली, कामचुकारपणा केला, तर त्याला शिक्षाही होत होती.

राजाही हुशार निघाला. अशा चलाख विद्यार्थ्याला शिकवायलाही गुरूला हुरूप येतो. अर्जुनाला शिकविणाऱ्या द्रोणाचार्यांसारखं भानूनंही जीव ओतून राजाला शिकवलं होतं. पाचर मारून भोकं बुजवायला, वेलींच्या गाठी मारायला. तारांच्या अडथळ्यांवरून उडी मारून पुढे जायला.

आणि जेव्हा राजा त्या विद्येत पारंगत झाल्याची त्याची खात्री पटली, तेव्हा त्याला परत त्याच्या जंगलातल्या खुल्या हवेत नेऊन सोडण्याची तयारी केली होती.

भानूला आपली चूक वेळेवरच कळून आली म्हणून ठीक. नाहीतर त्याची मेहनत, सारं शिकवणं वाया गेलं असतं. अगदी अखेरच्या क्षणी त्याच्या ध्यानात आलं की त्याचा राजावर जीव जडला होता. राजालाही त्याचा लळा लागू पाहत होता. त्या दोघांत एक नाजूक भावबंध निर्माण होऊ पाहत होता.

ते ठीक नव्हतं. त्यांच्या जिवावर उठलेल्या माणसांबद्दल त्या प्राण्यांना घृणा वाटावयास हवी होती. चीड यायला हवी होती. त्यांची मारक प्रवृत्ती, किलर इन्स्टिंक्ट जागृत व्हावयास हवी होती.

ती शिकवण देणं भानूला अतिशय कठीण गेलं. त्याची त्यात कसोटी लागली. पण निर्धारपूर्वक, निश्चयापासून न ढळता त्यानं ती शिकवण राजाच्या गळी उतरवली आणि साऱ्या मानवजातीलाच नव्हे तर खुद्द त्याला स्वतःलाही राजा आपला शत्रू मानतोय याची खात्री पटल्यानंतरच त्यानं राजाची रवानगी परत रानात केली. राजा पहिला. त्यानंतर तसे अनेक प्राणी आले. त्यांना भानूनं नावंही दिली नाहीत. राजाएवढा हुशार कोणी निघाला नाही. पण सर्वांना त्यानं त्याच निष्ठेनं शिकवण दिली. आणि ती पूर्ण केल्यावर राजाप्रमाणेच त्यांच्यावर त्यांची ओळख पटविणाऱ्या निशाण्या लावत त्यांना परत त्यांच्या भाईबंदांत सोडून दिलं.

भूतकाळातल्या त्या आठवणी चाळविण्यानंच भानूला ग्लानी आल्यासारखं झालं.

त्यानं डोळे कधीच मिटून घेतले होते. आता स्मृतींची कवाडंही बंद करून घ्यायची तयारी त्यानं चालविली होती.

पण आठवणीची पिसाळलेली भुतं आता स्वस्थ राहणार नव्हती.

किती जणांना तो शिकविणार याला मर्यादा होत्या. शिवाय एकाच पिढीला हे शिक्षण देऊन काय फायदा? त्याच वेळी त्याला त्याच्या मित्रानं सांगितलेल्या उन्गारच्या प्रयोगांची आठवण झाली होती. अंधाराची भीती वाटावयाची उंदरांना दिलेली शिकवण उन्गारनं त्यांच्या मेंदूतून काढलेल्या रसायनातून दुसऱ्या उंदरांना दिली होती. भानूनं त्याचीच मोठ्या प्रमाणात पुनरावृत्ती केली.

शिवाय ते प्राणी माजावर यायच्या वेळी सगळ्यात पटाईत नरमादीच्या जोड्या लावून त्यानं तशीच हुशार, शिक्षित, स्वसंरक्षणात तरबेज कळप निर्माण करायचा प्रयोगही करून पाहिला.

सतत तीस वर्षं त्याचे प्रयोग चालू होते. त्या अरण्यातल्या प्राण्यांना खरंखुरं नैसर्गिक अभय मिळाल्याची खात्री होईपर्यंत, विश्वासघातकी मानवप्राण्याच्या न्यायबुद्धीवर विसंबून न राहता स्वतःचं संरक्षण स्वतःच करण्याची त्यांची तयारी होईपर्यंत. आणि त्याच्या त्या अथक परिश्रमांचं सार्थक व्हायची वेळ आली होती. स्वतःच्याच शिष्याकडून आपला पराभव व्हावा यापरती मोलाची गुरुदक्षिणा नाही. तीच मिळण्याची वेळ येऊन ठेपली होती. स्वत:च्याच शिष्याच्या हातून आपल्याला मरण यावं ही भानूची इच्छा पुरी व्हायला आली होती. आपल्यावर झेप टाकेल तो राजा असावा असं राहून राहून त्याला वाटत होतं. राजाचं आयुष्य केव्हाच संपून गेलं असेल, असलाच तर त्याचा चौथ्या पाचव्या पिढीचा वंशज हे पक्कं माहीत असूनही त्याची इच्छा तीच राहिली होती. राजाला त्याच्याबद्दल द्वेष वाटावा, त्याच्याबद्दल यत्किंचितही आपुलकी वाटू नये अशी शिकवण त्यानं राजाच्या अंगी भिनवली असली, तरी त्याला स्वतःला राजाविषयी वाटणाऱ्या प्रेमाची मनातून तो हकालपट्टी करू शकला नव्हता.

कसल्याशा धुसफुशीनं भानू गुंगीतून जागा झाला. त्यानं मान उचलून पाहिलं. परत त्या लालभडक गुंजांनी भोवतालच्या अंधाराला छिद्रं पाडली. झेप घेण्याच्या तयारीत त्या खड्ड्याच्या काठावर कोणीतरी उभं आहे हे त्या किट्ट अंधारातही केवळ वासावरून त्यानं ताडलं.

भानूनं डोळे मिटून घेतले. त्या अखेरच्या क्षणीही समाधानाच्या एका आगळ्या स्मितानं त्याच्या वेदनांवर मात करत त्याचा चेहरा उजळून टाकला.

विज्ञानयुग दिवाळी, १९९१

अखेरचा प्रयोग

काळोख चहूबाजूंनी दाटून येत होता. गडद अंधार गात्रागात्रांवर चढत होता. पण अंगाईगीताच्या हळुवारपणे गात्रांना कुरवाळत सुखावत. जाणिवा हरपून टाकणारा. त्याच्याशी झगडणं अशक्य करून टाकणारा. चंद्रहासनं तसा प्रयत्नही करून पाहिला. पण त्याचे हात, पाय जणू शरीरापासून दूर कुठेतरी असहायपणे पडले होते. त्याच्या मेंदूतील नियंत्रण केंद्राशी त्याचा संपर्क जणू तुटला होता. त्याच्या आज्ञा जणू त्यांच्यापर्यंत पोचतच नव्हत्या.

हेही त्याला नीटसं जाणवलं नाही. आपली शुद्ध हरपत असल्यासारखं त्याला वाटलं. खरीखुरी जाणीव की नुसता आभासच असा संभ्रम व्हावा अशा रीतीनं. पण त्याची शुद्ध जात चालली होती हे निश्चित. त्याच्या डोळ्यांची प्रकाशाला दाद देणारी संवेदना तेल संपत आलेल्या पणतीसारखी मिणमिणत मिटत होती. त्यांच्या कर्णेंद्रियातील हवा कोणीतरी शोषून घेत होतं. तिथं निर्वात पोकळी निर्माण करत, आवाजाला अभेद्य अडसर घालत. गंध, रुची, स्पर्श सारं सारं मंदावत चाललं होतं. कधी काळी आपल्या अंगी संवेदना होत्या याचीही शंका यावी, अशी अवस्था होत चालली होती.

मरण त्याला आपल्या मिठीत घेत होतं. एखाद्या अभिसारिकेनं आपल्या प्रियकराला आपल्या आलिंगनात सामावून घ्यावं तसं. त्याचं स्वत्व, त्याचं मीपण आतल्या आत कोसळत होतं. भोवऱ्यात सापडलेली वस्तू त्याच्या केंद्रबिंदूकडे खेचली जावी तसं त्याचं मीपण त्याच्या डोळ्यांच्या मध्यभागी खोलवर कुठेतरी आत आत असणाऱ्या त्या काल्पनिक केंद्रबिंदूकडे ओढलं जात होतं. शरीरविहीन असं त्याचं ते मीपण. स्वत्व म्हणा त्याला. आत्मा म्हणा त्याला.

चंद्रहास अखेरचे क्षण मोजत होता. हाही एक माणसाचा अहंकारच. कारण, ते क्षण मोजण्याचंही सामर्थ्य त्याच्या शरीरात नव्हतं. जाणिवेत तेवढा अंशही आता

राहिला नव्हता. तो आता कायमचा अनंतात विलीन होणार होता. त्या हवेतले वायू कधीही श्वासावाटे त्याच्या शरीरात प्रवेश करणार नव्हते. कामिनीच्या स्पर्शाचा उन्मादही त्याला भोवंडून सोडणार नव्हता. हा तो क्षण होता. कामिनीला अंतरण्याचा.

आणि हा तोच क्षण होता साऱ्या जीवनाचा पट विजेच्या लोळासारखा नजरेसमोरून तरळण्याचा. आयुष्याच्या जमाखर्चाचा ताळेबंद चक्कपणे समोर उभा राहण्याचा. आणि जमेपेक्षा खर्चच अधिक झाला आहे हे कळण्याचाही.

त्यालाही ते कळलं. आयुष्यात बरंच काही करायचं राहून गेलंय, या जाणिवेनं निकरानं त्या काळोखातून आपलं डोकं वर काढलं. कामिनीचा धड निरोपही घेता आला नाही हेही जाणवलं. अजून जगायला हवं ही ऊर्मी दाटून आली. ते सांगण्यासाठी त्यानं आक्रोशानं किंकाळी फोडली; पण ती उमटलीच नाही. तशीच विरली. त्याचं तोपण नाहीसं झालं. सारं संपलं.

नाही, संपल्यासारखं वाटलं. पण संपलं नाही. त्याचं जीवन परत अस्तित्वात आलं. ते नव्हतं असं नाही. तो होता. चंद्रहास नाव घेऊन जमविलेल्या भूतकाळाचा आता प्रयोग करण्याची आवश्यकता नव्हती. वर्तमानकाळ वापरता आला असता. भविष्यकाळही अवास्तव ठरला नसता.

तो जिवंत होता. जगत होता. त्याला डोळे उघडता येत होते. त्यानं ते उघडलेही. ती अभद्र शंका त्याला स्पर्शून गेली, हा भास तर नव्हता? तो स्वर्गात तर नव्हता? किंवा नरकात? पण त्याच्या डोळ्यांनी जे पाहिलं त्यानं त्या शंकेला पार उडवून लावलं. त्याला जे दिसलं, ते त्यानं पूर्वी पाहिलं होतं. त्याची जाणीव, त्याची स्मृती हळूहळू परत येत होती. गाढ झोपेतून हलके हलके जाग यावी तशी.

तो एका गुहेत होता. वर दगडी छप्पर. सभोवार दगडी भिंती आणि पाठीखालीही थंडगार काळा फत्तरच. तो पडला होता हातपाय जखडल्यासारखा, अदृश्य बंधांनी बांधल्यासारखा. आपले डोळे व मानच काय ती थोडीफार हलवू शकत होता. समोरच्या भगदाडातून लांबून आल्यासारखा प्रकाश येत होता. त्या फिक्कट, अशक्त, काविळीने पिडल्यासारख्या पिवळसर प्रकाशात त्याच्या भोवतीचे ते जीव त्याला दिसले. जीव तरी का म्हणावयाचं त्यांना. भल्यामोठ्या कोबीच्या गड्ड्यासारखे असणारे उघडे मेंदू आणि त्यांना आधार देणारं खालचं शरीर. शरीर कसलं! नुसता मांसाचा ओंडका. त्यांना हात नव्हते. पाय नव्हते. कसलाही निश्चित आकार नव्हता. कठपुतलीसारखे ते उघडे. सतत स्पंदन करणारे ओंगळ मेंदूच तेवढे त्याच्याभोवती लंगडत होते.

ते पाहताच त्याच्या जाणिवेच्या कक्षा एकदम रुंदावल्यागत झाल्या. त्याला आठवलं, तो होता त्याच्या पृथ्वीपासून दूरवर असणाऱ्या ताऱ्याच्या मंडळातील एका पाचव्या ग्रहावर. जिथं वस्ती करता येईल असा त्यांना सापडलेला तो ग्रह.

त्याला आणि कामिनीला. खरे तर कामिनीलाच. तिनंच अवकाशयानातून टेहळणी करत भटकताना त्याला तो दाखविला. तिनंच त्याला उतरायला लावलं. आणि मानवानं वस्ती करण्यासारखा तो आहे, हे ध्यानात येताच त्यांच्या मधुचंद्र वर्षाचे उरलेले सहा महिने तिथंच काढण्याचा आग्रहही तिनंच धरला.

पण होती कुठे ती? कामिनी? तिचं काय झालं! या ओंगळ मेंदूंनी तिचं काय केलं होतं?

कामिनी! कामिनी! कामिनी!

जिवाच्या आकांतानं त्यानं ओरड केली.

त्याच वेळी त्याला त्याच्या मनातल्या त्या अस्तित्वाची जाणीव झाली. एक थंडगार, कोरडं, अलिप्त अस्तित्व. त्याच्या मनात असलेलं, पण त्याच्या मनाचा, त्याचा भाग नसलेलं अस्तित्व. भावनाशून्य. राग, लोभ, आनंद, दुःख यांचा स्पर्शही न झालेलं... अस्तित्व. तरीही सतत मनात घिरट्या घालणारं, मनाचा ठाव घेणारं अस्तित्व. मनाचा कानाकोपरा धुंडाळणारं अस्तित्व. एखाद्या जळूसारखं चिकटलेलं, जळूसारखंच मनात उतरणाऱ्या विचारांना शोषून घेणारं अस्तित्व.

त्याला आणखी आठवण झाली. तो व कामिनी इथे कसे पोचले होते हे आठवलं. त्यांनी एकत्र घालवलेले धुंद दिवस आठवले. त्यांनी एकत्र भोगलेले सुखाचे क्षण आठवले. त्या सुखाच्या आठवणींची नशा त्याला गुंगवणार तोच कामिनी तिथं नसल्याची बोच त्याला खुपली. तो परत ओरडला. कामिनी! कामिनी! कामिनी!

त्याच्या भोवतालच्या त्या मेंदूंची लगबग वाढली. त्यांच्या संवेदनाचा वेग वाढला. त्या मेंदूमध्ये होणाऱ्या द्रवाचा स्राव वाढला. घाम आल्यासारखे ते अधिक ओलसर झाले.

त्याच वेळी त्याच्या मनातला दाबही वाढला. त्याचीही धावपळ सुरू झाली. मनात शब्द उमटले.

''कामिनी? ती स्त्री? ती दुसरीकडे आहे.''

समोरचं धुकं विरून गेलं. सूर्यप्रकाशानं आसमंत न्हाऊन निघाला. सारं स्वच्छ दिसू लागावं तसं झालं. त्याची सारी आठवण जागी झाली.

केव्हाची ही गोष्ट! खरं पाहिलं तर सात-आठ महिन्यांहून अधिक काळ लोटला नसेल. पण त्याला मात्र आत्ताच युगानुयुगं झाल्यासारखं वाटत होतं.

कारण त्या वेळचं ते आनंदी वातावरण आता साफ नाहीसं झालं होतं. ध्यानीमनी नसणाऱ्या या कालकोठडीत तो आणि कामिनी जखडून पडली होती.

कमिनीची आठवण झाल्याबरोबर त्याच्या चित्तवृत्ती मोहरून आल्या. कामिनी, त्याची लाडकी कामिनी. त्याला त्याच्या जिवाहूनही प्यार असणारी कामिनी. आणि

तिलाही तिच्या प्राणापलीकडे प्रिय असणारा तो चंद्रहास.

एकमेकांवरच्या असीम प्रेमाशिवाय त्यांच्या हृदयात आणखी कशाला जागाच नव्हती. राग, लोभ, मत्सर, असूया वगैरे क्षुद्र भावनांना त्यांच्यापाशी स्थान नव्हतं. आपल्या स्वतंत्र विश्वातच ती दोघे विहरत होती.

म्हणूनच कामिनीनं या जगापासून, पृथ्वीपासून नाळ तोडून स्वतंत्र होण्याचं ठरविलं असावं. निदान काही काळपर्यंत तरी. सरकारची ती योजना अगदी पडत्या फळासारखी वाटली त्या वेळी त्यांना. लोकसंख्येला आळा घालण्याचे कसोशीचे प्रयत्न करूनही माणसाची वीण वाढतच राहिली होती. पृथ्वीवरचा भार असह्य होऊन ही धरतीमाता एक दिवस साऱ्यांनाच सीतेसारखी आपल्या पोटात सामावून घेईल की काय अशी भीती वाटत होती. पोटापुरतं धान्य पिकविण्यासाठी जमीन ठेवायची म्हटलं, तरी उरलेली जमीन सर्वांना पुरेल की नाही याची शंका वाटू लागली होती. माणसाच्या वाढीला निदान या मंदाकिनी नामक आकाशगंगेतील या भास्कर नामक मामुली ताऱ्याभोवतीच्या या तिसऱ्या पृथ्वी नामक ग्रहावरील जागा पुरेशी पडणार नव्हती. इतरत्र हातपाय पसरल्यावाचून गत्यंतर नव्हतं.

पण पसरणार कुठे? अवकाश अनंत असलं तरी त्याचा वेध घेऊन नेमकी मानवजमातीला योग्य भूमी शोधून काढायची कशी? आणि कोणी? म्हणूनच तर जागतिक सरकारने ती योजना कार्यवाहीत आणली होती. मधुचंद्रासाठी चंद्रावरच कशाला, त्याही पलीकडे जा. सरकारी खर्चानं. वर्षभर मधुचंद्राचा आनंद लुटा. तेवढी सुटी, त्या वर्षापुरती लागणारी सारी बेगमी सरकार देणार होतं. अट एकच. मिळालेल्या अवकाशयानातून भटकंती करताना सतत योग्य भूमीचा शोध घ्यावयाचा. तशी आढळ्यास त्या ठिकाणी काही काळ वस्ती करायची. तिचा ठावठिकाणा सरकारला कळवायचा. तेथील परिस्थितीचं टिपण सादर करायचं.

फुकटात मधुचंद्र साजरा करायला मिळतो आहे म्हणून सुरुवातीला वाटेल त्या अटी मान्य करून नुसतीच भटकंती करावी असे मनसुबे रचणाऱ्यांना कल्पना नव्हती की, जोपर्यंत ती दोघं अवकाशयानातच होती तोवर त्यांच्या साऱ्या हालचालींवर, त्यांच्या बोलण्यावर, वागण्यावर अगदी त्यांच्या प्रेमकूजनावरही सरकारची कडक नजर राहणार होती. अटीचं पालन होत नाही असं वाटल्यास यानाची परतीची वाट बंद करण्याची यंत्रणा सरकारकडे होती.

चंद्रहास-कामिनी यांना ती काळजीच नव्हती. त्यांना नाहीतरी या मतलबी, प्रेमाशिवाय इतर भावनांना थारा देणाऱ्या जगापासून दूरच जायचं होतं. स्वतःचं वेगळं विश्व वसवायचं होतं. आनंदानं उड्या मारत ती दोघं निघाली होती, अज्ञात विश्वप्रवासाला. आपल्या मधुचंद्राला.

पहिले दोन-तीन महिने तरी ती तशीच भटकली. आपल्यातच मशगूल होती.

बाह्य जगाचा विसर पडल्यासारखी. पण एकतर त्यांची दुसऱ्या विश्वाची साद सच्ची होती. त्या छोटेखानी अवकाशयानात नाही म्हटलं तरी कालांतरानं अवघडल्यासारखं वाटेच.

त्याच सुमारास त्यांना तो ग्रह आढळला. सुरुवातीला तो टाळून पुढे जाण्याचा त्यांचा विचार होता. निदान चंद्रहासचा; पण कामिनीनं आग्रह धरला खाली उतरून तो बघण्याचा. त्यालाही तो आग्रह मोडवेना.

पण इथला अनुभव वेगळाच आला. ती उतरली एका हिरव्यागार कुरणात. भरपूर शुद्ध प्राणवायू असलेल्या मोकळ्या हवेत. आजूबाजूच्या फळझाडांवरील फळं नुसतीच दिसायला मोहक नव्हे तर चवीलाही रुचकर असणाऱ्या प्रदेशात. त्या झाडांवर काही किलबिलणारे पक्षी होते. सहा पायांचे सुळकन पळणारे खारीसारखे छोटे प्राणी होते. जवळपास खळाळत्या पाण्याचा झराही होता.

नाही म्हणायला क्षितिजाजवळ निबिड अरण्य दिसत होतं. त्यात काय आहे याची कल्पना येत नव्हती. पण त्यात काही हिंस्र पशू असावेत असं मानायला जागा नव्हती. असते तर कधीतरी पाण्यासाठी तरी झऱ्याच्या काठी आले असते. केव्हातरी त्यांची एखादी डरकाळी ऐकू आली असती.

चंद्रहास-कामिनी खूश झाले होते. त्यांच्या जवळच्या अन्नाला तिथल्या फळांची, कंदमुळांची जोड मिळाली होती. स्वच्छंद भटकायला मिळत होतं. तापमान सुखावह होतं. एका नव्या विश्वाचा आदिपुरुष आणि आदिमाता. नंदनवनातील ॲडम आणि ईव्ह ते आपणच, अशी त्यांची समजूत व्हायला लागली होती.

त्याच आवेशात त्यांनी त्या क्षितिजावरच्या निबिड अरण्याचा शोध घेण्याचं ठरविलं.

अरण्य दाट होतं, यात शंका नव्हती. झाडं एकमेकांना जवळजवळ चिकटलेलीच होती. कुठेही पायवाट दिसत नव्हती. कोणत्याही पशूच्या पायांचे ठसे कुठे उमटलेले दिसत नव्हते. त्यांचा चीत्कार ऐकू येत नव्हता की कुठे कसली सळसळ कानी पडत नव्हती. वनस्पतीशिवाय इतर कोणत्याही प्रकारची जीवसृष्टी त्यांत अस्तित्वात नसावी असंच वाटत होतं. हे विचित्र होतं. ते त्या दोघांना जाणवलंही. पण सभोवार पसरलेला आवाजहीन सन्नाटा त्यांच्या अंगावर काटा उमटवून गेला होता. एकमेकांच्या जवळ येत, बिलगत, एकमेकांच्या निकट स्पर्शाच्या आधारानं भीतीवर कशीबशी मात करीत ती पुढे जात होती. दबकत, एक एक पाऊल मोजून टाकीत. परत फिरावं असा विचारही त्यांच्या मनात आला होता. पण कसल्यातरी अनामिक ओढीनं ती पुढेपुढे जात राहिली.

अंधार पडायला लागल्यावर रात्रीच्या मुक्कामासाठी जागेचा शोध सुरू केला. तशी एक थोडीशी मोकळी जागा त्या दोघांपुरतीच त्यांना मिळाली. केवळ उदरभरणासाठी.

पोटात अन्न सारून सकाळीच परतायचं असं एकमेकांना बजावीत, एकमेकांच्या कुशीत ती झोपी गेली.

चंद्रहासला जाग आली ती कामिनीच्या किंचाळीनं. अस्फुटशा त्या किंकाळीनंही कानठळ्या बसल्यासारखा तो जागा झाला. सभोवार त्याची नजर फिरली आणि पहाटेच्या त्या अंधुक उजेडात त्याला जे दिसलं, त्यानं त्यालाही किंकाळी फोडाविशी वाटली.

ती दोघं घेरली गेली होती. त्या ओंगळ, किळसवाण्या आकृतींनी. आकारहीन, बेढब, नुसताच मांसाचा गोळा वाटावा अशा त्या धडांवर ते प्रचंड आकाराचे मेंदू होते. माणसाच्या मेंदूच्या आकारापेक्षा दसपट मोठे मेंदू. जिवंत मेंदू. बिलबिलीत, गिळगिळीत, ओलसर मेंदू. सतत स्पंदन करणारे मेंदू.

आपण स्वप्नात तर नाही ना असंही त्याला वाटून गेलं. पण त्याच क्षणी भीतीने थरकापणाऱ्या, हुंदक्यांनी हिंदकळणाऱ्या कामिनीच्या शरीराचा स्पर्श त्याला जाणवला आणि तो भानावर आला. बिछान्याशेजारीच ठेवलेली गन उचलण्यासाठी त्यानं हात पुढे केला.

पण तो त्याला पुढे करताच येईना. कोणत्यातरी अदृश्य शक्तीनं तो हात जखडून टाकल्यासारखा झाला होता. आणि मग हळूहळू त्याचं सारं शरीरही. अर्धांगवायू झाल्यासारखं. त्याचं शरीर लुळं पडलं होतं. बधिर झालं होतं. त्याची चेतना हरवल्यासारखी झाली होती.

नेमक्या त्याच क्षणी त्याला त्याच्या मनातलं ते परकं अस्तित्व जाणवलं. मनाचा कोपरा न् कोपरा धुंडाळणारं, चाचपडणारं, त्यातले विचार, संकल्पना, शब्द, स्मृती, राग, लोभ, साऱ्या भावना उचकटून पाहणारं. त्यांना हाताळून परत टाकून देणारं अस्तित्व.

त्याला चीड आली. पण ती मनात उमटते न उमटते तोच त्या परक्या अस्तित्वानं तीही उचलली आणि कुचकामी वाटल्यासारखी फेकून दिली. आपला शब्दांचा शोध त्यानं चालू ठेवला आणि त्याच्या मनात ते शब्द दबकत अवतरले.

"कोण? कुठून? कशासाठी?"

चंद्रहासचं अंग, त्याचा मेंदू, सारं सारं बधिर झालं होतं. सुन्न झालं होतं. त्याच्या मनावर त्याचा जेमतेम ताबा राहिला होता. त्याचाच कसाबसा उपयोग करून त्यानं सांगितलं की, आम्ही मानव आहोत, पृथ्वीवरून आलेले. वसाहत करण्यायोग्य इतर ग्रहांच्या शोधात.

त्या परक्या अस्तित्वाला त्याचं आश्चर्य वाटलेलं दिसलं. कारण त्याच्या मनात उमटलेल्या शब्दापुढे उद्गारचिन्ह असावं अशी त्याची ठाम समजूत झाली.

"दुसऱ्या ग्रहावरून? म्हणजे इतरत्रही बुद्धिमान जमात आहे तर! इंटरेस्टिंग!

म्हणजे नवीन माहिती मिळण्याची शक्यता आहे. ज्ञानात चांगलीच भर पडणार आहे. ज्ञानसंग्रहाची वाढ होणार आहे.''

त्याला जाणवलेली आश्चर्याची धार आता पार नाहीशी झाली होती. शब्द आता कोरडे, भावनाशून्य झाले होते. त्यांत कसलाही ओलावा नव्हता. नाही म्हणायला ज्ञान मिळविण्याची असीम लालसा होती. त्यालाच भावना म्हणायचं तर बात वेगळी. एरवी शब्द तर्ककर्कश, कर्मठ होते.

''तू आणि हा दुसरा मानव वेगळे आहात. बाह्य प्रकार वेगळा आहेच. त्यांत काही फरक आहेत पण ते तपशिलाचे. पण तुमची मनोरचनाही वेगळी आहे. याचा अर्थ तुमच्या ग्रहावर वेगवेगळ्या जमाती राहतात असा होतो काय?''

चंद्रहास सांगत होता...

मानव म्हणजे काय. पुरुष आणि स्त्री यात काय भेद असतो. पृथ्वीवरील जीवसृष्टी कशी आहे. त्यांतील सर्वांत उत्क्रांत व बुद्धिमान जमात म्हणजे मानवप्राणी. पृथ्वीवर असे कोट्यवधी मानवप्राणी कसे आहेत. प्रत्येकाची स्वतंत्र मनोरचना कशी आहे. त्या दृष्टीने कोट्यवधी मानव मनांची स्पंदनं पृथ्वीवर एकाच वेळी कशी चालतात.

चंद्रहासनं दिलेल्या माहितीचा त्या परकी अस्तित्वांना धक्काच बसलेला दिसला. क्षणभर ते डगमगल्यासारखेही झाले. चंद्रहासच्या सांगण्यावर विश्वास ठेवावा की नाही, या संभ्रमात ते क्षणभर सापडल्यासारखे झाले.

तेवढ्यापुरती त्यांची चंद्रहासाच्या मनावरची पकड ढिली झाली. त्या संधीचा फायदा घेऊन त्यानंही प्रतिप्रश्न केले.

''तुम्ही कोण? आम्हाला का पकडता?''

तेवढेच प्रश्न विचारण्याची उसंत त्याला कशीबशी मिळाली. कारण तेवढ्यात त्या अस्तित्वानं आपली पकड परत बसविली. तोपर्यंत ते सावरलेही होते. कारण परत चंद्रहासच्या मनात शब्द उमटू लागले.

''तुमचा अभ्यास केल्याने आमच्या ज्ञानात फार मोठी भर पडण्याची शक्यता आहे. तू जो मला जाणतो आहेस तो मी. म्हणजे केवळ तुझ्या भाषेत योग्य शब्द नाही, म्हणून वापरत असलेला शब्द आहे. या ग्रहावरही अनेक प्राणिजाती आहेत. तू आता तुझ्या सभोवार पाहतो आहेस. ती त्यातील एक. तुझ्या भाषेत सांगायचं तर सर्वांत उत्क्रांत. या जमातीचे हे असे अनेक बाह्याकार असले तरी या सर्वांचं मिळून एकच मनोविश्व, एकच बुद्धिकेंद्र आहे. या इथल्या ग्रहाचं एकत्रित बुद्धिकेंद्र असलेल्या सुपर इंटलिजन्स या केंद्राकडून केवळ याच जमातीचं नव्हे, तर इथल्या साऱ्याच जीवसृष्टीचे व्यवहार नियंत्रित होतात. आता तर तुझेही. तुझ्या मनात तुला जाणवत असलेलं अस्तित्व ते, ते आहे. ते मी आहे. माझ्याजवळ असलेल्या

ज्ञानावरून मी असा अंदाज केला होता, की माझ्याशिवाय या साऱ्या अफाट विश्वात इतर कोणतीही बुद्धिमान जीवसृष्टी नाही. या साऱ्या विश्वाची सचेतन जाणीव माझ्यातच सामावलेली आहे. पण आता तुम्हाला पाहून मला कळतंय की इतरही बुद्धिमान जमाती निदान अन्य एका ग्रहावर तरी अस्तित्वात आहेत. जमाती अशासाठीं म्हणतो की, तुमच्या ग्रहावर प्रत्येक बाह्याकाराकडे, प्रत्येक शरीराकडे स्वतंत्र मनोरचना आहे. स्वतंत्र बुद्धिकेंद्र आहे. म्हणजेच तितक्या बुद्धिमान जमाती आहेत.''

आता दचकण्याची, धक्का बसण्याची पाळी चंद्रहासची होती. साऱ्या ग्रहाचं मिळून एकच बुद्धिकेंद्र! म्हणूनच तर त्यांच्यात इतकं सामर्थ्य होतं. आपल्याला दिसणारे हे प्रचंड मेंदू याच बुद्धिकेंद्राचे घटक होते हे चंद्रहासला कळून आलं. एखाद्या सुपर कॉम्प्युटरचं समांतर कार्य करणारे घटक कॉम्प्युटर असावेत तसे हे होते. आणि तो सुपर कॉम्प्युटरही सर्वशक्तिमान असावा तसं ते सुपर बुद्धिकेंद्र होतं. ज्या विद्युत रासायनिक स्पंदांद्वारे त्याचं कार्य चालत होतं, त्याच विद्युत रासायनिक लहरींद्वारे ते इतर मेंदूंच्या कार्यावर नियंत्रण करू शकत होते. याच प्रक्रियेद्वारे त्यानं चंद्रहासच्या आणि कामिनीच्या मेंदूचा, मनाचा ताबा घेतला होता. त्यायोगे त्यांच्या शारीरिक हालचालींवर नियंत्रण केलं होतं.

पण त्याचं मन हे केवळ त्यांचं तर्कसंगत विचारांचं मर्यादित बुद्धिकेंद्र नव्हतं. ते त्यांच्या भावविश्वाचंही केंद्र होतं. निराशा, राग, लोभ, सुखदुःख, आनंद, भीती, साऱ्या भावनांचा उगम व त्यांचा विकास तिथंच होत होता. मानवाला माणूसपणाचा ओलावा देणाऱ्या या भावना त्या मनाशी निगडित होत्या. जन्माचा आनंद आणि मृत्यूची भीती यांनी त्या मनात सतत उलथापालथ होत होती. प्रेमाच्या ऊर्मींनी ते सतत हिंदकळून निघत होतं.

त्या मनातल्या या परकी अस्तित्वाजवळ, या ग्रहावरच्या या प्रचंड महाकाय बुद्धिकेंद्राजवळ अमाप शक्ती असेल; पण त्याला या भावविश्वाचं वरदान लाभलेलं नाही. कसं लाभावं? जर साऱ्या ग्रहांचं, साऱ्या जीवसृष्टीचं मिळून एकच बुद्धिकेंद्र असेल, तर रागलोभ कुणावर करणार? असूया, मत्सर कुणाबद्दल बाळगणार? नवीन जन्म कुणाचा होणार आणि मृत्यूचं सावट तरी कोणाला भेडसावणार? आणि प्रेम तरी कुणावर करणार? केलंच तर स्वतःवर.

चंद्रहासच्या स्वत:च्या विचारांना इतका थारा मिळाला. कारण तो त्या परकी अस्तित्वानं त्याला दिला होता. चंद्रहाससंबंधी, पृथ्वीवरील मानवजातीसंबंधी माहिती मिळविण्याचा तो एक प्रयत्न होता. त्यानं तसं ते व्यक्तही केलं.

''हे तुमचं भावविश्व काय प्रकरण आहे ते समजत नाही. ही बाब नवीन आहे. या विषयीचं कितीतरी ज्ञान मिळविण्यासारखं आहे. विशेषत: तुमच्या या प्रेम व मृत्यू

या संकल्पनांविषयी. या दोन भावनांनी तुमचं सारं जीवन व्यापून टाकलेलं दिसत आहे. त्यांची सविस्तर माहिती मिळविली पाहिजे. त्यासाठी अनेक प्रयोग करायला हवेत. अनेक प्रयोग हवेत. अनेक प्रयोग!''

आणि चंद्रहासला आठवलं तेव्हापासून ते प्रयोग सुरू झाले होते. प्रथम त्यांना त्यांच्या मनाविरुद्ध पण त्यांच्याच शरीराच्या चलनवलनाच्या साह्यानं इथं या गुहेत आणलं गेलं होतं. त्याची आणि कामिनीची मग ताटातूट करण्यात आली होती. आणि तेव्हापासून ते प्रयोग चालू होते. अखंड, अविरत, कितीतरी काळ. काहीही न खाता-पिता. त्याची जरुरी भासली नाही.

त्याच्या मनाचा मात्र वेध घेतला जात होता. सतत त्याची उलथापालथ केली जात होती. त्याच्या स्मृतिकोषाचे कप्पे नकळत धुंडाळले जात होते. सांदी कोपऱ्यात पडून राहिलेल्या, त्यालाही विसर पडलेल्या अनेक धाग्यांचं सूत न् सूत उचकटून पाहिलं जात होतं.

त्याच्या भावविश्वाची तर त्यांनी अनेकवार छाननी केली होती. त्यासाठी अनेक प्रयोग केले होते. वेदना, भूक, सुखाची परमावधी, भीती, नागडी वासना, भावनांच्या अनेक छटांना त्यांनी त्याच्या भावविश्वात मुक्त संचार करायला लावला होता. धुमाकूळ घालायला लावला होता. एक लाट ओसरते तोच दुसरी कोसळत होती.

आणि त्याचे त्याच्यावर, त्याच्या मनावर, त्याच्या शरीरावर, त्याच्या शरीर क्रियांवर, त्यांना कारणीभूत असणाऱ्या जीवरासायनिक स्पंदावर होणाऱ्या परिणामांचं बारकाईनं निरीक्षण केलं जात होतं. त्याच्या नोंदी केल्या जात होत्या. एखाद्या टिपकागदानं शाईचा शेवटचा थेंबही पुसून घ्यावा तसं त्या ज्ञानाच्या धबधब्यातील थेंब न् थेंब टिपले जात होते.

एखाद्या गिनीपिगप्रमाणे वापरला जाणारा चंद्रहास सैरभैर झाला होता. एकमेकांशी विसंगत असणाऱ्या भावनांच्या एकापाठोपाठ येणाऱ्या उमाळ्यांनी हेलपाटून गेला होता. पण त्या गदारोळातही त्याला कामिनीचा विसर पडला नव्हता. तिच्याविषयीच्या काळजीनं तो व्यथित झाला होता. तिच्यावरच्या प्रेमापोटी उद्‌भवलेल्या या चिंतेची छटा त्याच्या मनात उभ्या केल्या गेलेल्या इतर विविध भावनांना स्पर्शून गेली होती. वारंवार त्यानं तिची विचारपूस केली होती. तिची माहिती देण्याची विनवणी केली होती. आक्रंदन केलं होतं.

पण त्या परक्या अस्तित्वानं, या ग्रहावरच्या त्या सुपर मेंदूनं त्याकडे दुर्लक्ष केलं होतं. त्याचं काम स्वतःच आखलेल्या वेळापत्रकानुसार पार पडलं. तेव्हाच त्यानं चंद्रहासला कामिनी सुखरूप असल्याचं, तिच्याविषयी काळजी न करण्याचं सांगितलं होतं. ती जवळपास असल्याची ग्वाही त्यानं दिली होती.

थोड्या वेळानं तर तिला तिथं आणलं गेलं होतं. त्याला दिसेल अशा ठिकाणी

तिला ठेवलं गेलं होतं. आणि तिच्यावरही मग ते सारे प्रयोग केले गेले होते, तिच्या भावविश्वाचीही उलथापालथ केली गेली होती. त्याला आवडणाऱ्या, त्याचं सर्वस्व असणाऱ्या तिच्या चेहऱ्यावरच्या भावनांचं ते नर्तन त्याला हिडीस वाटत होतं. आवर्तानं हिंदकळून निघणारी तिची कोमल काया त्याला दिसत होती. पण ते सारं अगतिकपणे, असाहाय्यपणे त्याला पाहावं लागत होतं.

त्यानं तो व्यथित होत होता. पेटून निघत होता. वांझोट्या संतापानं थरथरत होता. त्याच्या या प्रतिक्रियांचंही बारकाईनं निरीक्षणं होत होतं. ती माहिती त्या सुपर मेंदूत साठवली जात होती. आपल्या लाडक्या व्यक्तीवर अत्याचार होत असताना होणाऱ्या भावनिक प्रतिक्रियांची नोंद केली जात होती.

शेवटी एकदाचे ते प्रयोग संपले. पराकाष्ठेचे शारीरिक किंवा मानसिक श्रम केल्यानंतर जो एक थकवा येतो तो चंद्रहासला जाणवला. पण तो थकवा उपभोगायची उसंत त्याला मिळाली नाही. कारण ते परकी अस्तित्व त्याला सांगू लागलं होतं.

"इंटरेस्टिंग, त्या स्त्रीला वेदना होत असताना तू तडफडत होतास. तिच्या मनोरचनेत वादळ उठत असताना तूही हादरत होतास. म्हणजेच तुमच्या या दोन मनोरचना, ही दोन माणसं वेगळी, स्वतंत्र असली, तरी त्यांचा एकमेकांशी संबंध आहे. ती कुठेतरी एकमेकांशी जोडलेली आहेत. जुळलेली आहेत. त्यांना जोडणारा पूल, बांधणारा धागा म्हणजे ही तुम्ही ज्याला प्रेम म्हणता ती ऊर्मी आहे. तर्कसंगत विचारधारांची जी एक अवनती होते, ज्याला तुम्ही भावना म्हणता, त्यापैकी प्रेम ही एक सामर्थ्यवान प्रेरणा आहेसं दिसतंय. तुमच्या या साऱ्या भावविश्वाचे दोन ध्रुव आहेत. एक आहे प्रेम आणि दुसरा आहे मृत्यूची भीती. एका ध्रुवाविषयी आम्हाला- मला- आता बरीचशी माहिती मिळाली आहे. आता दुसरा ध्रुव- मृत्यूची भीती. त्याची माहिती मिळवली पाहिजे."

आणि मग सुरू झालं होतं मृत्यूचं थैमान. तो वारंवार मेला होता आणि तितक्याच वेळा त्याचा पुनर्जन्म झाला होता. परत मरण्यासाठी मृत्यूची घडी समीप आली की असीम भयानं माणूस कसा कातर होतो, आयुष्यभर कमावलेला संयम, सारासार विवेक कसा सुटतो, प्रसंगी माणूस कसा माणूसही राहत नाही, याची ते परकी अस्तित्व नोंद घेत होतं. बारकाईनं साऱ्या छटा टिपत होतं.

प्रत्येक वेळी तो नव्यानं मरत होता. परत जिवंत झाल्यावर आधीच्या मृत्यूची आठवण पुसली जात होती. कदाचित हे मरण नाही. मरणाचं केवळ नाटक आहे.

या सुपर मेंदूनं आपल्या इच्छाशक्तीच्या जोरावर आपल्या विद्युत रासायनिक मंडळाच्या शक्तीवर उभं केलेलं ते एक केवळ सिम्युलेशन आहे, याची त्याला जाणीव होती, तर त्याच्या भीतीची तीव्रता कमी होती. कदाचित भीतीचा लवलेशही न राहता, त्याचसाठी त्याला मृत्यूची जाणीव प्रत्येक वेळी नव्यानं दिली जात होती.

त्याचमुळे त्या मृत्यूच्या दाढेतून वाचून आल्याचा, पुनर्जन्म झाल्याचा आनंद काय असतो, हे मात्र त्या परकी अस्तित्वाला समजून आलं नव्हतं.

असा तो किती वेळा मेला होता. त्याच्याकडे गणती नव्हती. त्या सुपर मेंदूनंच त्याला ते सांगितलं.

''३२७ वेळा तू मेला होतास. मृत्यूची ही भीती तुमच्यावर फार मोठा पगडा गाजवते. या मृत्यूमुळे तुमचं शरीर ताबडतोब नष्ट होत नाही. नष्ट होते ती तुमची मनोरचना. कायमची. ताबडतोब. त्याचीच भीती तुम्हाला छळत असते. आता तुला मृत्यू म्हणजे काय हे पुरेपूर कळून चुकलं आहे. त्याचा पुरता अनुभव तू घेतला आहेस. त्या बाबतीत काहीही बाकी राहिलेलं नाही. तुझी ती स्त्री, तिची मनोरचना तुझ्यापेक्षा वेगळी आहे. तरीही तिची या मृत्यूबाबतची भावना वेगळी झाली नाही. तिच्याही प्रतिक्रिया...''

''नीच... नराधमा...'' चंद्रहासनं आपली तिडीक व्यक्त करण्याचा प्रयत्न केला. पण एखादी किडामुंगी झटकून टाकावी तसा तो झटकला गेला.

''मृत्यूची भीती व प्रेम या तुमच्या, तुम्ही ज्याला भावविश्व म्हणता त्याच्या, दोन ध्रुवांची माहिती आम्हाला मिळाली आहे. फार नवीन माहिती आहे. त्याचं फार बारकाईनं विश्लेषण करायला हवं. त्यापूर्वी मात्र आणखी एकच माहिती हवी आहे आम्हाला. त्यासाठी आता करायचा आहे एक अखेरचा प्रयोग.''

''अखेरचा प्रयोग?''

''हो अखेरचा प्रयोग. तुमच्या भावविश्वाचे मृत्यूची भीती व प्रेम हे दोन ध्रुव आहेत हे तर मी सांगितलंच. पण यांपैकी जास्त प्रबळ कोणता हे आता जाणून घ्यायला हवं. त्यासाठीच हा अखेरचा प्रयोग. हा झाला की मग तुमच्यापैकी एकाला परत तुमच्या घरी पाठविण्याची व्यवस्था केली जाईल.

''एकाला?'' धडधडत्या अंतःकरणानं चंद्रहासनं विचारलं.

''हो एकाला. दुसरा पर्यायच नाही. पण प्रेम आणि मरण यापैकी काय श्रेष्ठ आहे हे ठरवायचं आहे. त्यासाठी तुम्हा दोघांनाही परत मरणयातना भोगाव्या लागणार आहेत. मृत्यू म्हणजे काय याची पुरेपूर जाणीव व्हावी म्हणून पूर्वी तुम्ही मेलेल्या साऱ्या मरणांची आठवण शाबूत ठेवली जाणार आहे. जागी केली जाणार आहे. मात्र या वेळी तुम्ही खरोखरच मरणार आहात. त्यातून पुन्हा उठणार नाही आहात. हा अटळ मृत्यू येणार आहे. त्याच्यापासून सुटका करून घ्यायची असेल तर तुमच्यापुढे एकच पर्याय राहणार आहे. तुम्हा दोघांपैकी दुसऱ्याचा बळी द्यायचा. स्वतःला वाचवायचं असेल तर मरण दुसऱ्यावर ढकलायचं. माझा जोडीदार मरू दे अशी इच्छा तुम्ही प्रदर्शित करायची आहे. ती मानली जाणार आहे. पाळली जाणार आहे. आणि तुम्हाला मग आम्ही परत घरी पाठवणार आहोत, एकट्यालाच.

आणि परत एकदा तो काळोख. सर्वस्व व्यापून टाकणारा काळोख दाटून येऊ लागला होता. हातापायांच्या बोटांवरून हळूहळू चढत सर्व गात्रांवर, सबंध शरीरावर पसरू पाहत होता. संवेदना बधिर होत चालल्या होत्या. त्याच्या आगमनाच्या इशाऱ्यांनी उरात धडकी भरावयास प्रारंभ झाला. त्याच्या शरीराचे एकेक अवयव कोणीतरी वेगळे करत असल्याचा, ते गळून पडत असल्याचा भास त्याला होऊ लागला होता.

यापूर्वीही जेव्हा हा अनुभव आला, तेव्हा तेव्हा तो भीतीनं व्याकूळ झाला होता. पण या वेळची भीती काही औरच होती. अधिक तीव्र होती. एक तर पूर्वीच्या प्रत्येक मरणाच्या वेगळ्या वेदना, त्या वेळच्या त्यांच्या भयकंपित स्वरूपाचे वांझोटे आक्रंदन, त्या वेळची त्याची ती केविलवाणी धडपड त्याला स्पष्टपणे आठवत होती. मृत्यू म्हणजे काय, मृत्यू म्हणजे सर्वस्वाचा, स्वत्वाचा कायमचा नाश कसा याची पुरेपूर जाणीव त्याला या वेळी छळत होती. येणाऱ्या पुढच्या क्षणी कोणती जीवघेणी कळ उठणार आहे, तिनं जीव कसा घाबराघुबरा होणार आहे, या जाणिवेनं तो ती कळ उठण्याच्या आधीच तिची वेदना अनुभवत होता.

शिवाय हे नाटक नाही. ही खरोखरची अखेरची अखेर आहे, हेही त्याला जाणवत होतं. आपण यातून परत उठणार नाही हे कळून तो अधिकच अगतिक होत होता. यातून वाचणं शक्य नाही, हे मनोमनी कळून चुकला होता. वाचण्याचा एकच उपाय...

"नाही, नाही!" त्याचं मन निकराचा प्रतिकार करण्याचा प्रयत्न करीत म्हणालं. तिकडे कामिनीही असंच तिळतिळ मरत होती. कामिनी, त्याची लाडकी कामिनी. त्याचं सर्वस्व असलेली कामिनी. ती नसेल तर जगण्यातही अर्थ नाही, असं वाटायला लावणारी कामिनी. ती मरणार असेल तर त्यानं जिवंत राहण्यात तरी काय अर्थ होता!

त्या वेळी ती जीवघेणी कळ परत आली. अंतिम क्षण जवळ येऊन ठेपला. आणि चंद्रहास कोसळून गेला. त्याचा विवेक, सारासार विचार, त्याची तर्कसंगत विचारसरणी लोप पावली. त्याचं भावविश्वही जवळजवळ उन्मळून गेलं. तो, तो राहिला नाही. तो चंद्रहास राहिला नाही. त्याच्या साऱ्या कोमल भावनांचा, नाजूक भावनांचा चक्काचूर झाला. उरला तो केवळ नंगा स्वार्थ. स्वतःच्या जिवासाठी कोणतीही किंमत द्यायला लावणारा एक क्षुद्र जीवजंतू.

त्या क्षणी त्याला इतर कसलीही जाणीव उरली नाही. कामिनीची आठवण त्याला झाली. ती केवळ स्वतःचा जीव वाचवण्याच्या संदर्भात. आपली शुद्ध कायमची हरपायच्या आत आपला निर्णय त्यांना, त्या सुपर मेंदूला कळवायला हवा, याची त्याला तीव्रतेनं जाणीव झाली आणि तो ओरडला.

“ती, ती. मी नाही ती. तिला मरू दे. मला जगायचंय.”

पुढच्याच क्षणी रात्र संपून पहाट होऊ लागावी तशी आजूबाजूच्या काळोखाला उजेडाची कसर लागू लागली.

जाग आली तेव्हा कुरणात आपल्या यानाजवळ आपण उभे असल्याचं चंद्रहासला दिसलं.

“तुम्ही आता परत जाऊ शकता. आमच्या अखेरच्या प्रयोगाचे निष्कर्ष आम्हाला अपेक्षित तसेच निघाले. आम्ही आधीच केलेलं गणित बरोबर निघालं. तुम्ही खरोखरच मरायची काही आवश्यकता नव्हती. पण प्रयोगातून खरीखुरी माहिती मिळवण्यासाठी तसं तुम्हाला सांगणं भाग होतं. या आता तुम्ही.”

आपल्या मनातलं ते परकी अस्तित्व तिथून काढता पाय घेत असल्याचं चंद्रहासला जाणवलं, त्याच क्षणी आजूबाजूचे ते ओंगळ मेंदूही लंगडत लंगडत दूर जात असलेले त्याला दिसले.

पुढच्याच क्षणी त्याची अन् कामिनीची नजरानजर झाली. क्षणभरातच झालेल्या त्या डोळे-भेटीनं दोघांनाही, कोणीही शब्दही न उच्चारता कळून चुकलं.

जो निर्णय चंद्रहासनं घेतला होता तोच कामिनीनंही घेतला होता. दोघेही जिवंत होते. एकमेकांच्या निकट होते. आणि तरीही त्यांची ताटातूट झाली होती.

सुगंध, दिवाळी, १९८९

ग्यानबाचं विज्ञान

डॉ. बाळ फोंडके

ग्यानबा हा एक आपलं उपजत कुतूहल दाबू न शकणारा तल्लख बुद्धीचा मुलगा.

आपला परिसर न्याहाळता न्याहाळता त्याला पडणारे प्रश्न खरं तर कोणालाही विचार करायला लावणारेच. पण त्याच प्रश्नांची उत्तरं न देता आल्यामुळे किंवा त्यासाठी विचार करण्याची तयारी नसल्यामुळे त्या प्रश्नांना अंटसंट मानून त्याला खुळचट किंवा उद्धट ठरवण्याचीच घाई जो तो करत असे. त्याचे सवाल वरवर तिरपागडे वाटले तरी त्यापाठी खरोखरच काही तर्कसंगती आहे हे ओळखलं होतं ते फक्त गावात नव्यानंच आलेल्या दादासाहेब पंडितांनी.

तेच त्याच्या प्रश्नांची उत्तरं शोधून काढण्याचा प्रयत्न त्याच्यासोबतच करत. त्यापायी त्याला काही प्रयोग करायलाही उद्युक्त करत. त्यामुळेच इतरांना वेडपट किंवा मूर्ख वाटणारा ग्यानबा वेगळ्याच प्रकारे ज्ञान आत्मसात करायला लागला होता. त्याच्या आगळ्यावेगळ्या ज्ञानसाधनेच्या या कहाण्या आपल्याही अनेक प्रश्नांची उत्तरं देतील.